अज्ञाताचे विज्ञान

डॉ. सुरेशचंद्र नाडकर्णी

मेहता पब्लिशिंग हाऊस

ADNYATACHE VIDNYAN by Dr. SURESHCHANDRA NADKARNI

अज्ञाताचे विज्ञान : डॉ. सुरेशचंद्र नाडकर्णी / विज्ञान लेख

Email : author@mehtapublishinghouse.com

मराठी पुस्तक प्रकाशनाचे हक्क : मेहता पब्लिशिंग हाऊस, पुणे.

संस्थापक : सुनील अनिल मेहता

प्रकाशक : अखिल सुनील मेहता, मेहता पब्लिशिंग हाऊस,
१९४१, सदाशिव पेठ, माडीवाले कॉलनी, पुणे ४११०३०.

मुद्रक : ट्रिनिटी ॲकॅडमी फॉर कॉर्पोरेट ट्रेनिंग लिमिटेड

मुखपृष्ठ : बाबू उडुपी

प्रकाशनकाल : जानेवारी, १९९६ / जानेवारी, १९९८ / ऑक्टोबर, २००१ /
जुलै, २००५ / डिसेंबर, २००८ / सप्टेंबर, २०११ /
मे, २०१५ / पुनर्मुद्रण : एप्रिल, २०२२

किंमत : ₹ २४०

P Book ISBN 9788177662474
E Book ISBN 9788184987423
E Books available on : amazonkindle Apple Books Google Play Books

उर्दू शायरीइतकीच ढंगबाज रचना मराठीत देखील होऊ शकते,
याचा रसिकांना सर्वप्रथम साक्षात्कार घडविणारे
यवतमाळचे गुरुतुल्य दार्शनिक पंडित आणि जिन्दादिल शायर
आदरणीय भाऊसाहेब
तथा
वा. वा. पाटणकर
विद्यापीठातील रुसव्या-फुगव्यांच्या संकुचित वर्तुळात वावरताना
ज्याच्या जन्मजात हरहुन्नरी कसबाची कधी कदर होऊ शकली नाही,
तो माझा प्रिय मित्र
मन्या
तथा
डॉ. मनमोहन जोशी
अन् कुणातही जरासा सद्गुण दिसला, तरी त्याचं मनापासून कौतुक करणारा
अत्यंत प्रतिभावान कथालेखक, कथाकथनकार, नाटककार, कलावंत
आणि सर्व काही असलेला माझा हळवा सौंदर्ययात्री प्रिय मित्र
वपु
तथा
व. पु. काळे
या त्रयीला प्रेमादरपूर्वक -

अन् असे घडत गेले...

भारतीय मनाला बहुधा जन्मत:च तत्त्वज्ञानाची बैठक लाभलेली असते. ध्यानधारणा, मानसिक शक्ती, गूढविद्या, भविष्यकथन, इत्यादी गोष्टींत स्वभावत:च रस असतो. मीही त्याला अपवाद नाही.

एक दिवस पोस्ट ऑफिसात योगायोगाने गाठ पडली, तेव्हा सहजच गप्पांच्या ओघात दूरसंवेदनेच्या (Telepathy) प्रत्ययाबाबत बोलणे निघाले.

'... मी तुला काही सुरेख संदर्भ देतो ...' सुरेख या शब्दावर भर देत मन्या त्याच्या खास लकबीत - मान तिरकी करून, डोळे किलकिले करीत, कपाळावर रुळणारी झुलपे हलवीत म्हणाला, '... बघ... तू एकदा त्यात लक्ष घातलंस, तर काही तरी चांगलंच लिहून बाहेर पडेल...' आणि मग दोस्तीचा पुरेपूर फायदा उठवीत, नेहमीच्या आगाऊपणाने मन्या पुढे हसून म्हणाला, '...आणि हे बघ... तुझं ते फार शास्त्रीय वगैरे असलं काही नकोय...'

- अन् आमच्या हसण्यात तो विषय तेथेच सुटला.

चार-पाच दिवसांनी मन्या खरोखरकाही झेरॉक्स केलेले संदर्भ आणि दुर्मीळ पुस्तके घेऊन माझ्या घरी आला. आता मागे वळणे शक्यच नव्हते. एकंदर लेखमालेचा आराखडा आणि पहिल्या दोन लेखांकांची कच्ची टिपणे तयार करून, माझे स्नेही 'सकाळ' वृत्तपत्र समूहाचे मुख्य संपादक विजय कुवळेकर यांच्यासमोर ठेवली.

त्याच वेळी 'मुंबई सकाळ'ची फेररचना केली जात होती. त्या धबडग्यातून त्यांना माझ्यासाठी वेळ काढणे अशक्यच होते. परंतु पुणे-मुंबई-पुणे अशा येरझाऱ्या करताना त्यांनी तो आराखडा आणि दिलेली टिपणे नजरेखालून घातली आणि पहिले चार लेखांक पूर्ण करून 'सकाळ'चे सहयोगी संपादक किशोर कुलकर्णी यांच्याकडे देण्यास सांगितले.

विजय आणि किशोर यांनी त्यांवर सविस्तर चर्चा आणि विचारविनिमय करून, वाचकांच्या दृष्टिकोनातून ही मालिका कशी मांडली जावी, यासंबंधी बहुमोल सूचना केल्या. त्यातूनचे हे ***'अज्ञाताचे विज्ञान'*** *साकार झाले.*

संपूर्ण 'लेखमालेसाठी संदर्भ ग्रंथ, संशोधन पत्रिका—झेरॉक्स प्रती वगैरे मिळून बारा-तेरा हजार पृष्ठांचे वाचन करून, त्यांची आवश्यक ती टिपणे करून घेण्यात दोन, अडीच वर्षांचा काळ सहज निघून गेला. त्यानंतर मालिकेसाठी समर्पक — सर्वसमावेशक असे शीर्षक आवश्यक होते. साठ-सत्तर वेगवेगळी शीर्षके सुचली — सुचविली गेली होती. परंतु समाधान होत नव्हते. दीड, दोन महिने असेच निघून गेले अन् एक दिवस फोन घणघणला. विजय कुवळेकरच बोलत होते.

'सर शीर्षक उत्तम जमलंय... मालिकेचा हेतू आणि त्यातले सारे विषय यात बसताहेत... अज्ञाताचे विज्ञान... कसं वाटतंय तुम्हांला?... आता लागलीच काम सुरू करायचंय...'

विजय कुवळेकरांचा हा वैशिष्ट्यपूर्ण पैलू मला नेहमीच भारावून टाकतो. बोलणे अत्यंत थोडे; परंतु अत्यंत मुद्देसूद आणि सर्वसमावेशक असे असूनही अगदी सहज बोलल्याप्रमाणे वाटावे, इतके व्यवस्थित बेतलेले.

जानेवारी १९९५ मध्ये **'अज्ञाताचे विज्ञान'** ही मालिका 'रविवार सकाळ' मध्ये सुरू झाली आणि रसिक वाचकांनी भरभरून प्रतिसाद दिला. महाराष्ट्रातील दूरदूरच्या गावांहून असंख्य पत्रे येऊ लागली. अगदी शाळा-कॉलेजांतील युवा पिढीपासून सत्तरी ओलांडलेल्या चोखंदळ बुजुर्ग वाचकांपर्यंत वेगवेगळ्या वयोगटांतील वाचकांनी समक्ष भेटून, दूरध्वनीवर संपर्क साधून अथवा पत्राद्वारे आपले अभिप्राय कळविले आणि शुभेच्छा पाठविल्या. विविध विषयांतील जाणकार, संशोधक, ध्यानधारणा — योगसाधन करणारे, मेडिकल कॉलेजांमधील प्राध्यापक-संशोधक, राजकारणी, सेना दलातील वरिष्ठ अधिकारी, इत्यादींनी वेळोवेळी दिलखुलास अभिप्राय कळवून माझा उत्साह शतगुणित केला. त्यांच्या प्रेमाचे ऋण हा माझ्या आयुष्यातील आनंदाचा अमोल ठेवा आहे, असे म्हटले, तर वावगे ठरू नये.

'सकाळ'च्या संपादकीय विभागातील सुरेशचंद्र पाध्ये आणि स्वाति जयदीप यांची अनेक बाबतींत मदत होत असे. प्रत्येक लेखांकाचे प्रास्ताविक मांडण्यापासून ते पुढील लेखांकात काय 'कव्हर' करणार, येथपर्यंत त्यांची आस्था माझी पाठराखण करीत असे.

पुणे आकाशवाणीचे गायक-कलाकार दिग्विजय वैद्य यांचा माझ्याकडे येण्याचा परिपाठ असतोच. संगीताव्यतिरिक्त योगसाधन, मानसिक शक्ती, तत्त्वज्ञान, भाषाशास्त्र अशा अनेक विषयांचा व्यासंग असलेल्या या माझ्या युवामित्राने अनेकदा माझी हस्तलिखिते वाचून वेळोवेळी उपयुक्त सूचना केल्या. त्यांचे सहकार्य या लेखमालेच्या श्रेयनामावलीत खूपच वरच्या क्रमांकावर लिहावे लागेल.

बंधू दिवाकर, अविनाश आणि वहिनी शैला हे तर माझे ऊर्जास्रोतच आहेत.

त्यांच्या प्रोत्साहनाचा परिपाक, म्हणजेच हे पुस्तक.

लेखमाला अतिशय आकर्षकपणे रसिक वाचकांसमोर सादर करणाऱ्या 'रविवार सकाळ', पुणे यांचे ऋण मी कधीच विसरू शकत नाही.

तत्परतेने आणि कलात्मकतेने छापून पुस्तक रसिकांसमोर सादर करण्यात अनिल-सुनील मेहता या पिता-पुत्रांची क्वचितच कुणी मराठी प्रकाशक बरोबरी करू शकेल.

सौ. पूजा कुलकर्णी आणि बाबू उडुपी यांच्या परिश्रमांमुळेच हे पुस्तक साकार होऊ शकले.

जनसामान्यांच्या आयुष्यात अनेक समस्या असतात. केव्हा ना केव्हा ग्रहस्थिती, भविष्यकथन, व्यवसायाची निवड यांचा संबंध येतो. काही घटनांचे पूर्वज्ञान अथवा चाहूल लागणे, दूरसंवेदना, मानसिक शक्ती यांचादेखील प्रत्यय येतो. मरणोत्तर अस्तित्व, भूतयोनी, आत्म्याचे अमरत्व, आत्मिक तेज (Aura), पुनर्जन्म वगैरेंबाबत उलटसुलट चर्चा ऐकू येते. कोणतीही अंधश्रद्धा न ठेवता, शास्त्रीय दृष्टिकोनातून या सर्व गोष्टींचा मागोवा घेऊन, त्यांचा कार्यकारण भाव शोधण्याचा हा एक आगळा प्रयत्न आहे.

चाकोरीबाहेरील या लेखनाचे रसिक वाचकांनी स्वागत करावे, इतकीच अपेक्षा.

– सुरेशचंद्र नाडकर्णी

अनुक्रमणिका

✆ +91 020-24476924 / 24460313 / Mob. No. 9545000513
Email : production@mehtapublishinghouse.com
Website : www.mehtapublishinghouse.com

शोध न उलगडलेल्या कोड्यांचा

आज माहीत असलेल्या या घटनांत 'शाश्वत सत्य' मानता येईल अशा घटना किती? फारच थोड्या! होय, विज्ञानाकडे पाहताना आज प्रकर्षाने जाणवणारे हे 'सत्य' आहे. रोज सातत्याने नवनवीन संशोधन होऊन जुन्या कल्पना वा प्रस्थापित मूल्ये बदलत जातात. सतत नवीन चित्र उभे राहत असते आणि असे घडताना ज्ञात-अज्ञातामधील सीमारेषा अधिकच तरलतम होत जाते. ज्ञानाची क्षितिजे अधिकच विस्तृत होत जातात आणि मग कालपर्यंत गूढ, अनाकलनीय वाटणारी घटना आज 'विज्ञान' म्हणून सहजच अंगवळणी पडते. नवीन शक्तिशाली दूरदर्शक (टेलिस्कोप) निर्माण होऊन विश्वाचा पसारा नजरेच्या टप्प्यात येऊ लागतो. शक्तिशाली सूक्ष्मदर्शके (मायक्रोस्कोप) निर्माण होऊन सूक्ष्मतर रचना समजून येतात. पूर्वीचे ज्ञान, पूर्वीच्या कल्पना कोसळून पडतात आणि आजवर गोळा केलेले ज्ञान कोते असल्याची जाणीव होते.

अत्यंत अधू दृष्टी असलेली वटवाघळे सूर्यास्तानंतर काळोखात न अडखळता सफाईने उडत जातात आणि पतंग-पाकोळ्या सहजगत्या पकडून खातात. या माहितीवर पन्नास-साठ वर्षांपूर्वीचे सृष्टिशास्त्रज्ञ समाधानी होते. त्यानंतर काही वर्षांनी नवे ज्ञान पुढे आले. वटवाघळे हवेत उडताना श्राव्यातीत ध्वनिलहरी निर्माण करून स्वत:च्या नाकात असलेल्या जॅकोबसन इंद्रियांद्वारे त्याचा प्रतिध्वनी ग्रहण करतात आणि एखाद्या रडारप्रमाणे मार्ग शोधतात. हे ज्ञान फारच क्रांतिकारक वाटले. अंगावर फारसे केस नसलेल्या पतंगांच्या शरीरावरून प्रतिध्वनी सहज येत असल्यामुळे अशा पतंगांना वटवाघळे सहजगत्या पकडून गट्ट करीत. पतंगांच्या अशा किती तरी जमाती भूतलावरून नष्ट झाल्या; परंतु अंगावर भरपूर लव असणाऱ्या पतंगांच्या शरीरावरून या श्राव्यातीत लहरींचा फारसा स्पष्ट प्रतिध्वनी मिळू शकत नाही. त्यांना हुडकून काढणे काहीसे कठीण असल्यामुळेच या जाती-जमाती आजवर बऱ्याच प्रमाणात टिकून राहिल्या हा इतिहास आहे. आज पतंगांनादेखील या श्राव्यातीत लहरी काही प्रमाणात जाणवतात आणि ते दडून बसतात; परंतु आता वटवाघळेदेखील आपला भ्रमणमार्ग सतत बदलत राहतात आणि पतंगांना अवचित गाठून शिकार साधतात.

नंतरच्या काळात हे थरारक नाट्य कोणत्या पातळीवर जाऊन कळस गाठते, हे पाहणे निश्चितच मनोरंजक ठरावे.

अनेक पक्षी नित्यनेमाने स्थलांतर करतात. दर वर्षी हजारो मैलांचा दक्षिणोत्तर प्रवास करताना त्यांना मार्ग निश्चित कसा सापडतो, हे कोडे शास्त्रज्ञांना अद्याप उलगडलेले नाही. केवळ चर्चेसाठी असे गृहीत धरले की उडताना डोंगर, नद्या वगैरे खाणाखुणा ते लक्षात ठेवतात, तर मग अथांग सागराच्या पाण्यातून स्थलांतर करणाऱ्या जीवांना कोणत्या खाणाखुणा मिळू शकतील?

युरोप आणि अमेरिकेच्या नद्यांमध्ये राहणारे सर्पसदृश ईल मासे सुमारे वीस वर्षांनी वयात येतात आणि प्रजोत्पादनासाठी समुद्रात हजारो मैलांचा प्रवास करीत अटलांटिक महासागराच्या मध्यावर बर्म्युडा बेटाजवळ खोल पण्यात शिरून दिसेनासे होतात. त्यानंतर सुमारे दोन महिन्यांनी चपट्या पारदर्शक शरीराची कोट्यावधी अळीवजा पिले 'लेप्टोसेफॅलस' पाण्यावर तरंगू लागतात. पारदर्शक चिकटपट्टीसारखी दिसणारी ही पिले त्यांच्या काळ्याशार डोळ्यांमुळे ओळखू येतात. एरवी दिसतच नाहीत! काही दिवसांनी ही पिले परतीचा मार्ग आक्रमू लागतात. युरोपीय ईल माशांची पिले न चुकता उत्तरेचा मार्ग पकडतात, तर अमेरिकन ईल माशांची पिले पश्चिमेकडे जाऊ लागतात. त्यांना मार्गदर्शन कोण करते? प्रजोत्पादन झाल्यानंतर प्रौढ ईल मासे तेथेच देह ठेवतात आणि पाण्यावर येतच नाहीत. साहजिकच प्रश्न असा की त्या चिमुकल्या जीवांना परतीच्या प्रवासात समुद्राच्या अथांग पाण्यात मार्ग तरी कसा सापडतो?

सामन माशांची पद्धत याच्या अगदी उलट! हे मासे नदीच्या गोड्या पाण्यात अंडी घालतात. यथावकाश अंड्यातून पिले बाहेर पडली की त्यांची वाढ होत असतानाच ती नदीच्या प्रवाहाबरोबरच वाहत जाऊन समुद्रात शिरून नाहीशी होतात. सुमारे साडेचार-पाच वर्षांनी वयात आल्यानंतर हे मासे समुद्रातून पुन्हा नदीत शिरतात आणि प्रवाहाच्या उलट पोहत येतात. मार्गात बंधारे, धबधबे वगैरे असले तरी दहा फुटांपेक्षा अधिक उंच उड्या मारीत सर्व अडथळे पार करीत हर प्रयत्नाने ते आपले जन्मस्थान गाठतात आणि तेथे पोहोचल्यानंतरच प्रजोत्पादन करतात. अन्यथा करीत नाहीत. प्रजोत्पादन झाल्यानंतर नर-मादी तेथेच देह ठेवतात. असे का? मार्गात अनेक ठिकाणी सुरक्षितपणे प्रजोत्पादन करणे शक्य असताना जन्मस्थानीच येण्याचा अट्टाहास कशासाठी? आणि समुद्रातून परत येताना त्यांना आपले जन्मस्थान नेमके कसे सापडते?

असल्या अनेक प्रश्नांची उत्तरे शोधीत असताना आपण विज्ञानाच्या मर्यादारेषा ओलांडून गूढतेच्या प्रदेशात कधी प्रवेश करतो ते समजतच नाही. ज्ञात-अज्ञाताच्या तरलतम सीमारेषेवर अशा असंख्य घटना नित्य घडत असतात - ज्या विज्ञानाच्या चौकटीत बसत नाहीत- परंतु त्यांच्याकडे दुर्लक्ष करणे अथवा 'असे कधी घडतच

नाही' म्हणून त्यांचे स्पष्टीकरण शोधण्याचा प्रयत्नच न करणे हे योग्य नाही. अशा अनाकलनीय घटनांचे धागेदोरे एकत्र केले, तर न जाणो काही उच्चस्तरीय घटनांचा छडा लागू शकेल. नव्हे, लावावाच!

परंतु असे चाकोरीबाहेर जाऊन केलेले प्रयत्न रूढ शास्त्रीय संशोधनाच्या चौकटीत बसत नाहीत. त्यामुळे असा चाकोरीबाहेरचा मार्ग स्वीकारण्यास संशोधक फारसे तयार होत नाहीत.

निसर्गात अवतीभवती घडणाऱ्या अनेक घटना विज्ञानाच्या कसोटीवर सिद्ध करता येत नाहीत. त्यांचे काहीही स्पष्टीकरण देता येत नाही आणि साहजिकच त्यांना 'गूढ' असे लेबल चिकटविले जाते. काहीही कारण नसताना एखाद्या वेळी मन:चक्षूंसमोर, एखादा चित्रपट पाहावा त्याप्रमाणे काही प्रसंगांची मालिकाच तरळून जावी, कालांतराने हे सर्व प्रसंग त्याच क्रमवारीने प्रत्यक्ष घडताना पाहावे आणि आपण हे सर्व पूर्वीच कसे पाहू शकलो याचे राहून राहून आश्चर्य वाटावे, असा अनुभव आपल्याला येतो; किंवा कधीही न पाहिलेल्या अपरिचित स्थळी जावे आणि तेथील सर्व काही अगदी अतिपरिचित असल्याचे सतत जाणवत रहावे, मग केवळ खात्री करून घेण्यासाठी एखादी बारीक तपशीलाची गोष्ट प्रयत्नपूर्वक आठवून पडताळून पाहावी, तो तीदेखील तंतोतंत आठवणीतल्याप्रमाणेच असल्याचे आढळून यावे आणि आश्चर्यात अधिकच भर पडावी असेही घडते. केव्हा तरी नेहमी न भेटणाऱ्या व्यक्तीची काही विशिष्ट पेहरावात असलेली मूर्ती मन:चक्षूंसमोर तरळून जावी आणि काही क्षणांत तीच क्वचित भेटणारी व्यक्ती त्याच पेहरावात समोर येऊन उभी राहावी, याचे काय स्पष्टीकरण देता येईल? की या सर्व अनुभवांना 'गूढ चमत्कार' म्हणायचे?

माणसाचे मन दोन ठिकाणांमधील अंतर किंवा कालावधीचा परिणाम ओलांडून अज्ञातातील गोष्टी पाहू शकते, याचा अनुभव कित्येकांना केव्हा ना केव्हा आलेला असतो. असे का व्हावे? याचे आज जरी स्पष्टीकरण देता आले नाही, तरी त्यामागे काही तरी कार्यकारणभाव असणारच! या किंवा असल्याच काही गोष्टींचा शोध घेण्याचा हा एक प्रयत्न आहे आणि शोध घेताना आजवर कोठे ना कोठे करण्यात आलेल्या शास्त्रीय संशोधनाचाच आधार घेण्यात आला आहे. यातील अनेक घटना किंवा विचारप्रणाली वादग्रस्त ठरू शकतील म्हणून वेगवेगळ्या प्रतिष्ठित नियतकालिकांमध्ये वेळोवेळी प्रसिद्ध झालेल्या मूळ संशोधन-पत्रिकांचेच संदर्भ दिले आहेत. जिज्ञासू वाचकांना हे मूळ संदर्भ उपयुक्त ठरतील.

उदाहरणच द्यावयाचे झाले, तर 'सायंटिफिक अमेरिकन' या जगन्मान्य नियतकालिकाच्या मार्च १९६५ च्या अंकात 'नेत्रविहीन दृष्टीने पाहणे' - भोंदूगिरीवरील बुरखा फाडला, 'आयलेस व्हिजन एक्स्पोज्ड' या मूळ शीर्षकाखाली श्रीमती 'रोझा कुलेशोव्हा' या रशियन महिलेच्या जाहीर प्रयोगांची तपशीलवार हकीगत छापली

आहे. ही सर्व फसवणूक असून ज्यांना दुसऱ्याच्या मनातील विचार ओळखता येतात, अशा मनकवड्या व्यक्तींना हा 'चमत्कार' सहज करता येईल असा निष्कर्ष काढलेला आहे. या तथाकथित चमत्काराबाबत नंतर बरेच लिखाण प्रसिद्ध झाले. अनेक पुस्तके प्रकाशित झाली आणि शेवटी 'हे सर्व थोतांड आहे' असा शिक्का मारून त्याच्याकडे दुर्लक्ष करण्यात आले. वास्तविक तो सर्व प्रकार नीट अभ्यासला, तर अनेक प्रयोग यशस्वी झाल्यानंतर फक्त एकदाच रोझा कुलेशोव्हा फसवणूक करताना आढळली. त्या दिवशी रोझाच्या प्रात्यक्षिकांची भट्टी जमत नव्हती. तो एक अपवाद वगळता रोझा कुलेशोव्हाचे 'दृष्टिविहीन पाहणे' अगदीच थोतांड नाही किंवा दुर्लक्ष करण्याइतकी क्षुद्र बाब खचितच नाही हे स्पष्ट होते.

प्रत्येक गोष्ट पुराव्याने सिद्ध करणे, त्या त्या क्षणी शक्य होतेच असे नाही. डॉ. अल्बर्ट आईन्स्टाईन यांचा 'सापेक्षता सिद्धान्त' सिद्ध करण्यासाठी बरीच वर्षे पुरावा उपलब्ध नव्हता. गेल्या शतकातील जीन बॅप्टिस्ट लमार्क या जीवशास्त्रज्ञाने मांडलेल्या 'संपादित गुणांचे अनुग्रहण', 'इनहेरिटन्स ऑफ अक्वायर्ड कॅरॅक्टर्स' या विकास सिद्धान्ताला पुष्टी देणाऱ्या अत्यंत आकर्षक तत्वप्रणालीला बहुतेक जाणकारांनी अनुकूलता दर्शविली; परंतु गेल्या दोनशे वर्षांत 'लमार्किझम'ला पुष्टीदाखल एकही उदाहरण पुराव्यादाखल मिळू शकले नाही, हे दारूण सत्य आहे.

लंडनमधील विख्यात मानसशास्त्रज्ञ डॉ. सॅम्युअल सओल आणि त्यांचे सहकारी बॅसिल शॅकलटन यांनी शेकडो जिज्ञासू प्रेक्षकांच्या उपस्थितीत अनेक प्रयोग केले. पत्ते पिसून टेबलावर पालथे मांडावयाचे आणि ते न पाहता केवळ मानसिक शक्तीने ओळखून दाखवायचे. बॅसिल शॅकलटन यांनी एकूण ३ हजार ७८९ प्रयत्नाने ११०१ वेळा पत्ते अचूक ओळखून दाखविले. सांख्यिक शक्याशक्यतेनुसार ही तर केवळ अशक्य कोटीतील घटना आहे.

कार्ल निकोलेव्ह हा रशियन रंगभूमीवरील एक अभिनेता आणि युरी कामेन्स्की हा एक जीवभौतिक शास्त्रज्ञ. या दोघांनी तर जागतिक कीर्तीच्या शेकडो शास्त्रज्ञांच्या उपस्थितीत, विश्वास बसू नये इतके विलक्षण अतर्क्य कोटीतील प्रयोग वारंवार यशस्वीरित्या करून दाखविले.

एका पूर्वनियोजित वेळी लेनिनग्राडजवळच वसलेल्या नोव्होसिबर्स्क या गावातील सभागृहात सर्व उपस्थितांना सहज दिसू शकेल अशा स्थानी कार्ल निकोलेव्ह बसला. त्याच्या सभोवताली काही नोबेल पारितोषिक विजेते, अनेक शास्त्रज्ञ, जाणकार, संशोधक, प्रतिष्ठित नागरिक, समीक्षक, वार्ताहर, शासकीय उच्चपदस्थ वगैरे मोक्याच्या जागेवर बसले. या स्थानापासून दोन हजार मैलांवर मॉस्कोमधील एका सभागृहात युरी कामेन्स्की बसला. त्याच्या भोवतीदेखील असाच जिज्ञासूंचा गराडा होता आणि कोणतीही लांडीलबाडी किंवा हातचलाखी करण्यास वाव नव्हता.

शास्त्रज्ञांनी निकोलेव्हसमोर एकाच आकाराच्या सारख्याच दिसणाऱ्या दोनशे बंद पेट्या आणून ठेवल्या. प्रत्येक पेटीत वेगवेगळी वस्तू होती. एका शास्त्रज्ञाने हाताला येईल ती पेटी उचलून निकोलेव्हसमोर ठेवली. त्याने ती सर्वांना दिसू शकेल अशा रीतीने उघडली. त्यात सात वेटोळी असणारी घड्याळाची स्प्रिंग ठेवली होती. तिकडे दोन हजार मैलांवर बसलेल्या कामेन्स्कीने लागलीच कागदावर लिहिले, 'गोल गोल वेटोळी असणारी धातूची चकचकीत वस्तू...'

नंतर दुसऱ्या एका शास्त्रज्ञाने त्या पेट्यांकडे संपूर्ण दुर्लक्ष करून स्वतःच्या खिशातून एक विद्युत टेस्टर काढून निकोलेव्हसमोर ठेवला. तिकडे कामेन्स्कीने लागलीच कागदावर लिहिले, 'लांब सळईसारखे... प्लॅस्टिकची काळी मूठ असलेले काही तरी...'

त्यानंतर या दोघांनी असले अनेक प्रयोग अनेक ठिकाणी शास्त्रज्ञांच्या उपस्थितीत करून दाखविले. हे आणि या प्रकारचे 'दूरसंवेदने'चे, 'टेलिपथी'चे अनेक प्रकार विज्ञानाच्या कोणत्या चौकटीत बसतात? की असे काही घडतच नाही आणि हे सर्व शास्त्रज्ञ खोटे बोलतात असे म्हणायचे?

सर जॉन हर्शल यांनी इसवी सन १८०१ मध्ये सूर्यावरील डाग शोधून काढले आणि हे 'सौर डाग' चक्रीय क्रमाने दर अकरा वर्षांनी पुन्हा प्रकट होतात हे शोधून काढले. या कालावधीत नेहमीपेक्षा खूपच अधिक ऊर्जा सूर्यमालेत फेकली जाते. त्यामुळे पृथ्वीच्या वातावरणात मोठमोठ्या वावटळी उठतात आणि विद्युत चुंबकीय क्षेत्रात बरेच फेरबदल घडून येतात. त्यामुळे आकाशवाणी आणि दूरदर्शनच्या प्रक्षेपणात अडथळा निर्माण होतो.

अमेरिकेतील ख्यातनाम आर. सी. ए. कंपनीने या प्रक्षेपणात रेडिओ लहरींना होत असलेल्या अडथळ्यांबाबत विशेष संशोधन करण्यासाठी डॉ. जॉन नेल्सन या नोबेल पारितोषिक विजेत्या शास्त्रज्ञाची नेमणूक केली. सौर डाग केव्हा उद्भवतात आणि प्रक्षेपणात केव्हा अडथळा येतो, याचा तपशील कंपनीला अगोदरच मिळू शकला तर हवा होता. डॉ. नेल्सन यांनी इसवी सन १९३२ पासून असे प्रक्षेपणातील अडथळे कोणकोणत्या कालावधीत आले त्यांची नोंद केली. तेव्हा ती नोंद सौर डागांच्या अकरा वर्षीय आवर्ती क्रमाला अगदी समांतर असल्याचे आढळून आले. तेव्हा प्रक्षेपणातील अडथळे सौर डागांमुळेच येतात हे स्पष्ट झाले.

परंतु डॉ. नेल्सन यांचे संशोधन इतके सीमित नव्हते. सूर्यमालेतील इतर ग्रहांची भ्रमणेदेखील त्यांनी काळजीपूर्वक अभ्यासली आणि प्रत्येक अडथळ्याच्या वेळी वेगवेगळे ग्रह कोणत्या ठिकाणी होते याची तपशिलवार टिपणे काढली. या अभ्यासातून एक अत्यंत महत्त्वाचा निष्कर्ष निघाला तो असा, की दोन किंवा अधिक ग्रह सूर्याच्या एकाच बाजूला रेषेत आले, की नवीन सौर डाग उद्भवतात. या ग्रहस्थितीला ज्योतिषाच्या परिभाषेत 'युती' (कंजक्शन) म्हणतात. सूर्याच्या दोन

बाजूंना एकेक ग्रह, परंतु ते एकाच सरळ रेषेत आले (१८० अंशाच्या कोनात) तरी नवे सौर डाग उद्भवतात. या स्थितीला पाश्चात्य ज्योतिर्विद 'प्रतियोग' (ऑपॉझिशन) म्हणतात, तर पौर्वात्य ज्योतिषी 'पूर्ण दृष्टी' योग म्हणतात. जेव्हा दोन ग्रह सूर्याबरोबर काटकोन करतात, तेव्हादेखील सौर डाग उद्भवतात. याला पाश्चात्य ज्योतिषात 'चतुष्कोणयोग' (स्क्वेअर आस्पेक्ट) म्हटले जाते. या सर्व योगांत अधिक ऊर्जा सूर्यमालेत फेकली जाते आणि प्रक्षेपणात अडथळे येतात.

या संशोधनानंतर डॉ. नेल्सन यांनी सूर्यमालेतील दोन मोठे ग्रह - गुरू आणि शनी आणि पृथ्वीला सर्वात जवळचा 'मंगळ' या ग्रहांवर लक्ष केंद्रित केले आणि त्यांच्या भ्रमणातील वेगवेगळ्या वेळी कोणत्या स्थानावर आल्यानंतर सौर डाग उद्भवतील आणि प्रक्षेपणात अडथळे निर्माण होतील, याचे भाकीत वर्तविले आणि ते ९३ टक्क्यांपेक्षा अधिक अचूक ठरले.

या सर्व खटाटोपात आर. सी. ए. कंपनीला काय लाभ झाला असेल ते असो; परंतु जगातील सर्व ज्योतिर्विदांना मात्र अत्यानंद झाला. कारण ग्रहांच्या विशिष्ट स्थानांमुळे पृथ्वीच्या विद्युत चुंबकीय क्षेत्रात बदल घडतो आणि त्याचा जीवसृष्टीवर बरा-वाईट परिणाम घडतो म्हणजेच विज्ञानाने ज्योतिष हे शास्त्र आहे हे सिद्ध करणारा पहिला 'ठोस पुरावा' शोधून काढला.

डॉ. नेल्सन यांनी युती, प्रतियोग आणि चतुष्कोणयोग हे पृथ्वीच्या क्षेत्रात बिघाड घडवून आणणारे योग असल्याचा निष्कर्ष काढला. ज्योतिर्विददेखील या योगांची अशुभ फळे मिळतात, हे अशुभ योग आहेत असेच सांगतात. डॉ. नेल्सन यांनी ग्रहांचे एकमेकांशी १२० अंशाचे कोन - ज्याला पाश्चात्य ज्योतिर्विद 'त्रिकोण योग' (ट्राइन) म्हणतात आणि पौर्वात्य ज्योतिषी 'नव-पंचम' योग म्हणतात, त्याचप्रमाणे दोन ग्रहांमधील साठ अंशाचा कोन ज्याला पाश्चात्य ज्योतिषी 'सेक्स्टाईल आस्पेट' म्हणतात आणि पौर्वात्य ज्योतिषी 'त्रिरेकादश' योग म्हणतात, या ग्रह - योगांत सौर डाग उद्भवत नाहीत आणि कोणताही विद्युत चुंबकीय अडथळा निर्माण होत नाही. ज्योतिर्विद या योगांना 'शुभयोग' म्हणतात.

मग ज्योतिषशास्त्र खगोलशास्त्रावर आधारित असू शकेल काय? आणि 'ज्योतिष' हे थोतांड आहे असे धडधडीत विधान करण्यापेक्षा त्या विषयात अधिक संशोधन केले तर ...? पाणी विद्युत चुबंकीय प्रभावाला संवेदनशील आहे. सजीवांचे शरीर साठ ते ऐंशी टक्के पाण्यापासून बनले आहे. त्यामुळे विद्युत चुंबकीय क्षेत्रातील बदल सजीवांच्या जीवनावर नक्कीच परिणाम करणार हे उघड आहे. पाण्याची रासायनिक संयुग बांधणी आज शाळकरी मुलालादेखील ठाऊक असते. मध्यभागी ऑक्सिजन अणू आणि दोन्ही बाजूंनी प्रत्येकी एक हैड्रोजन अणू एका बंधाने जोडलेला असतो. दुसऱ्या बाजूने हैड्रोजन अणू मोकळाच असतो. पाण्याचे अनेक परमाणू एकत्र येतात

तेव्हा जवळजवळ येणारे हैड्रोजन अणू एकमेकांच्या दरम्यान क्षीणबंध निर्माण करतात. त्यामुळेच पाणी एकसंध वाटते; परंतु वेगवेगळ्या परिस्थितीत हे 'क्षीणबंध' कमी-अधिक विरळ किंवा घट्ट बनतात आणि पाण्याचे गुणधर्म बदलतात.

पस्तीस आणि चाळीस अंश सेल्सिअस तापमानाच्या दरम्यान पाणी अत्यंत अस्थिर वागते आणि ते कोणती प्रतिक्रिया दाखवेल, हे सांगता येत नाही. माणसाच्या शरीराचे तापमान नेमके याच तापमानाच्या टप्प्यात असते. हा केवळ योगायोगच असेल? प्रत्येक घटनेला लागलीच पुरावा देऊन स्पष्टीकरण देणे कठीण असते. कित्येकदा ते शक्यही नसते; पण म्हणून अशी प्रत्येक घटना - जी शास्त्रीय विज्ञानाच्या कसोटीवर सिद्ध करता येत नाही, ती खोटी आहे किंवा तसे घडतच नाही म्हणून त्याची अवहेलना करणे कितपत योग्य आहे?

ज्या घटनेबाबत चटकन स्पष्टीकरण मिळू शकत नाही, त्याला जनसामान्यांच्या परिभाषेत 'गूढ' असे विशेषण लावले जाते. त्याबद्दल थोर तत्वचिंतक शास्त्रज्ञ डॉ. अल्बर्ट आईन्स्टाईन आपल्या 'द लिव्हिंग फिलॉसॉफीज' या ग्रंथात एके ठिकाणी म्हणतात, 'आयुष्यातील सर्वांत सुंदर अनुभव म्हणजे गूढरम्यता!'

संदर्भ

1: Saol S. G. and Bateman F.: Modern Experiment in Telepathy London: Fabre & Fabre 1954.

2: Yakolev B.: Telepathy Session - Moscow, Novosibirsk - Sputnik : Moscow, February 1965.

3: Nelson J. H.: Short Wave Radio Propagation in Correlation with Planetary Position: R. C. A. Review : 12: 26., 1951.

4: Nelson J. H.: Planetary Position Effect in Short Wave Signal Quality Electrical Engineering 71 : 471, 1952.

5: Pople J.: Theory Of Structure Of Water: Proceedings of Royal Society,: Azoz: 323, 1950.

6: Magat M.: Change of Properties of Water around 400 C.: Journal of Physical Radiation: 6: 105, 1936.

वैश्विकचक्राचा परिणाम

विश्व हा एक अस्ताव्यस्त पसारा आहे. त्यातील सर्व द्रव्ये आणि वस्तू (मॅटर) विखुरलेल्या अवस्थेत असतात आणि उत्तरोत्तर अधिकच अस्ताव्यस्त होत जातात, असे उष्मागतिकीचा (थर्मोडायनॅमिक्स) दुसरा नियम सांगतो. अधिकाधिक अस्ताव्यस्त होत जाण्याकडे प्रवृत्ती असल्यामुळे कोणतीही संगतवार रचना त्यात संभवत नाही. फार काय, एखाद्या मूलद्रव्याचे काही अणूदेखील एकत्रित येणे नियमाविरुद्ध आहे आणि सांख्यिकी शक्याशक्यतेनुसार (स्टॅटिस्टिकल प्रॉबेबिलिटी) अशक्यच आहे; परंतु सजीवांचे शरीर मात्र अत्यंत नियमबद्ध रचनेने घडलेले असते हे कसे?

पृथ्वीवर सापडणाऱ्या सुमारे एकशेदहा मूलद्रव्यांपैकी फक्त मोजकी सोळा द्रव्ये सजीवांचे शरीर घडवितात. त्यांच्या विशिष्ट क्रमवारीने संयुग साखळ्या (कंपाउंड चेन्स) बनविल्या जातात. मग ती निर्मिती एखाद्या बुरशीचे शरीर घडवीत असो वा प्रचंडकाय देवमासा अथवा हत्ती यांची निर्माण क्रिया असो, हा काय प्रकार असावा?

उत्तरोत्तर अधिकच अस्ताव्यस्त होत जाणाऱ्या पसाऱ्यात ही संगतवार मांडणी सर्वथैव अशक्य असताना विशिष्ट क्रमवार मांडणीने सजीवाची निर्मिती व्हावी, हा अलौकिक चमत्कारच म्हटला पाहिजे. आंतरराष्ट्रीय कीर्तीचे गर्भविकासतज्ज्ञ (डेव्हलपमेंटल बायोलॉजिस्ट) डॉ. वॉडिंग्टन म्हणतात, "एखाद्या दगडमातीच्या ढिगाऱ्यात विटा फेकीत जावे आणि त्यातून आपोआप सुंदर घर उभारले जावे, हे जितके अशक्य आहे त्यापेक्षाही जीवनिर्मिती अधिक असंभव आणि विलक्षण योगायोग मानावा लागेल..."आणि मग सहजच असा विचार मनात तरळून जातो, की डॉ. वॉडिंग्टनसारख्या विचारवंत शास्त्रज्ञाचा या योगायोगावर विश्वास बसू शकत नाही, मग खरोखरच तो योगायोग असू शकेल काय?

पृथ्वीवर सजीवांच्या उत्पत्तीबाबत अनेक वेगवेगळे सिद्धांत वेळोवेळी मांडले गेले. त्यांपैकी कोणताही सिद्धांत सर्वमान्य झाला नाही; परंतु सुमारे वीस अब्ज वर्षांपूर्वी समुद्राच्या पाण्यात काही विलक्षण योगायोगाने काही द्रव्ये एकत्र आली. सूर्याच्या उष्णतेमुळे त्यांची आपापसांत प्रक्रिया घडून गुंतागुंतीची संयुगे निर्माण झाली आणि त्यातूनच जीवनिर्मिती झाली, असे मानण्याकडे बहुसंख्य शास्त्रज्ञांचा कल दिसतो; परंतु थोर तत्वचिंतक डॉ. अल्बर्ट आइन्स्टाईन यांना मात्र ही उपपत्ती

मान्य नाही. ते म्हणतात, ''सारीपाट खेळताना सहज फासे फेकावेत त्याप्रमाणे परमेश्वर विश्वाशी सारीपाट खेळतोय अन् सजीवांची निर्मिती करतोय, या कल्पनेवर निदान मी तरी विश्वास ठेवणार नाही ...'' (आय कॅनॉट बिलिव्ह दॅट गॉड प्लेज डाइस विथ द कॉसमॉस - लंडन ऑब्झर्व्हर, ५ एप्रिल १९९४.)

काय घडले असावे, ते सांगणे निदान आज तरी अशक्य झाले; परंतु जे काही घडले ते उष्मागतिकीच्या नियमाविरुद्ध घडले हे सत्य आहे. म्हणूनच सभोवतालची झाडे-झुडपे, पशू-पक्षी वगैरे जीवसृष्टी - ज्यांना आपण 'निसर्ग' म्हणून संबोधतो, ती सर्व अत्यंत अनैसर्गिक निर्मिती आहे.

या चमत्काराच्या नंतरचा आणखी मोठा चमत्कार म्हणजे आजुबाजूच्या अस्ताव्यस्त पसाऱ्यातून नेमके घटक गोळा करून सजीव त्यांचे शोषण करतो आणि प्रजोत्पत्ती म्हणजे नवनिर्मिती करतो.

विश्वाच्या अस्ताव्यस्त पसाऱ्यात विद्युतचुंबकीय शक्तींचा आणि कंपन लहरींचा केवढा तरी गदारोळ माजलेला असतो; परंतु सजीव आपल्या ज्ञानेंद्रियांच्या साह्याने स्वतःला आवश्यक तेवढीच माहिती-चेतना गोळा करीत असतो. कारण इतर गदारोळासहित सर्व कंपन लहरींना शरीरात प्रवेश करू देणे म्हणजे मृत्यू ओढवून घेणेच आहे. त्यासाठी चाळणी (फिल्टर) लावण्यासाठी म्हणूनच कदाचित चेतासंस्था निर्माण झाली असावी. चेतासंस्थेमार्फत अनावश्यक कल्लोळ वगळले जातात. उदाहरणच द्यावयाचे झाले तर पाहा. गजबजलेल्या रस्त्यावरून जाताना कुणी ओळखीचे भेटले, तर आपण जरा थांबून सहज गप्पागोष्टी करतो. बाजूने मोटारी, रिक्षा, स्कूटर, बस, फुटपाथवरील विक्रेते वगैरेंचा केवढा तरी गोंगाट चालू असतो; परंतु त्या कोलाहलात तुम्हाला त्या परिचित व्यक्तींचा आवाज अगदी स्पष्ट ऐकू येत असतो. आता त्याच वेळी तेथे एखादा टेपरेकॉर्डर ठेवून तुमची रस्त्यात झालेली मुलाखत ध्वनिमुद्रित करा आणि घरी जाऊन अगदी शांत जागेत बसून ऐका. तुमचा आणि त्या परिचिताचा 'स्पष्ट' ऐकू आलेला आवाज आजुबाजूच्या कल्लोळात पूर्णपणे बुडून गेला असल्याचे आढळून येईल. कारण त्या यंत्राजवळ तुमच्या चेतासंस्थेसारखी अत्यंत प्रभावी चाळणी उपलब्ध नाही. तेव्हा आजुबाजूचा गोंधळ वगळून फक्त तुम्हा दोघांचा आवाज स्पष्टपणे ध्वनिमुद्रित होऊ शकत नाही.

या संदर्भात डॉ. जॉन डेस्मेट यांचे प्रयोग अत्यंत वेधक आहेत. त्यांनी मांजराच्या श्रवणेंद्रियाच्या चेतातंतूंना विद्युत अग्र (इलेक्ट्रॉड्स) जोडले आणि येणारे-जाणारे प्रेरणा आवेग (नर्व्ह इम्पल्सेस) यंत्रांवर नोंदविण्याची व्यवस्था केली. मांजराचे कान इतके तीक्ष्ण असतात, की आजच्या इलेक्ट्रॉनिक युगाच्या परिभाषेत त्यांचे वर्णन 'हाय फिडेलिटी इक्विपमेंट' असेच करता येईल. त्यानंतर डॉ. डेस्मेट यांनी एका विद्युत उपकरणाद्वारे केवळ एक दशांश सेकंद टिकेल इतकाच अत्यंत अस्पष्ट आवाज केला, तेव्हा मांजराने

चटकन कान टवकारले आणि कानोसा घेतला. नंतर त्या यंत्राद्वारे सतत 'टिक-टिक' असे आवाज करण्यास प्रारंभ केला. तेव्हा मांजराने त्या आवाजाकडे संपूर्ण दुर्लक्ष केले आणि त्याची दखल घेणेच सोडून दिले. यंत्रावर प्रेरणा आवेगांची काहीही नोंद होईना. नंतर डॉ. डेस्मेट यांनी यंत्राची 'टिक-टिक' बंद केली. तेव्हा मांजराने लागलीच पुन्हा कान टवकारले आणि या 'नव्या परिस्थिती' चा अंदाज घेतला.

समुद्रातून वेगाने मार्गक्रमण करणाऱ्या जहाजाच्या इंजिनाची केवढी तरी घरघर होत असते; परंतु खलाशी मात्र इंजिनाच्या जवळच अगदी आरामात शांत झोपलेले असतात. कारणपरत्वे जहाजाचा वेग कमी होऊन घरघर कमी झाली अथवा बंद पडली, तर खलाशी खडबडून जागे होतात हा नेहमीचा अनुभव आहे. याच पद्धतीने सजीव आपल्या भोवताली असलेल्या पर्यावरणातून स्वत:ला आवश्यक तेवढीच माहिती गोळा करतात आणि त्यानुसार आपले वर्तन ठरवितात. संगणकदेखील याच पद्धतीने काम करतो आणि म्हणूनच कदाचित आजच्या जमान्यात तो इतका महत्त्वाचा ठरला असावा.

पृथ्वी तासाला सुमारे एक हजार मैल या वेगाने स्वत:च्या आसाभोवती फिरत असते. त्याचप्रमाणे तासाला सुमारे साठ हजार मैल या वेगाने सूर्याभोवती प्रदक्षिणा घालत असते. या गतिमानतेमुळे पृथ्वी हे एक भलेमोठे जनित्रच बनले आहे. साहजिकच पृथ्वीसभोवती विद्युत चुंबकीय क्षेत्र निर्माण होते. त्याचा सजीवसृष्टीवर परिणाम होणे अपरिहार्यच आहे. शिवाय पृथ्वी अंतराळातून भ्रमण करीत असताना अनेक वैश्विक ऊर्जाशक्ती (कॉस्मिक फोर्सेस) विद्युत चुंबकीय लहरींच्या स्वरूपात आणि विकिरण (रेडिएशन) पद्धतीने पृथ्वीवर येऊन पोहोचतात. त्यांचादेखील सजीवांवर परिणाम होतोच.

अनेक वैश्विक शक्ती चक्रीय आवर्ती स्वरूपात आढळतात. पृथ्वीचे स्वत:च्या आसाभोवती फिरणे हे सर्वात लहान वैश्विक चक्र म्हणता येईल. यालाच 'दिनमान चक्र' असेही म्हणतात. सूर्य हा संदर्भबिंदू मानला, तर पृथ्वी चोवीस तासांत एक आवर्तन पूर्ण करते. चंद्र हा संदर्भबिंदू मानला, तर हे आवर्तन २४.८ तासांत पूर्ण होते आणि दूरस्थ ताऱ्याला संदर्भबिंदू मानले, तर हेच आवर्तन २३.९ तासांत पूर्ण होते, यालाच ज्योतिर्विद गोचरीकाल (सायडेरियल टाईम) असे म्हणतात.

चंद्र सुमारे २७.३ दिवसांत पृथ्वीभोवती एक प्रदक्षिणा पूर्ण करतो. प्रदक्षिणा करताना चंद्राचा एकच एक पृष्ठभाग सतत पृथ्वीकडे वळलेला असतो. त्यामुळे चंद्राचा पाठीमागील भाग आपणास कधीच दिसत नाही. पूर्वी राजा-महाराजांच्या काळात प्रजाजनांनी महाराजांकडे कधीही पाठ फिरवावयाची नाही, असा दंडक असे. त्याची सहज आठवण व्हावी. पृथ्वी मात्र २४.८ तासात आपला संपूर्ण चेहरामोहरा चंद्राला दाखविते. या 'चांद्रभ्रमण चक्रा'चा सजीवांवर खूपच प्रभाव पडतो.

पृथ्वी सुमारे एक वर्षाच्या कालावधीत सूर्याभोवती एक प्रदक्षिणा पूर्ण करते.

त्यामुळे ऋतू निर्माण होतात. याला 'वर्षमान चक्र' म्हणतात. सजीव कळत-नकळत या तिन्ही चक्रांबरोबर जुळवून घेत (अॅडॅप्टेशन) असतात.

ब्रिटिश वैद्यकीय महामंडळाच्या डॉ. मेरी लोबान यांनी दिनमान चक्राचा माणसावर होणारा परिणाम पडताळून पाहण्यासाठी काही स्वयंसेवक निवडून त्यांची दोन गटांत विभागणी केली. नॉर्वेच्या उत्तरेस स्पिट्झबर्जेन बेटांचा समूह आहे. उत्तर ध्रुवाजवळील या प्रदेशात सहा महिने दिवस आणि सहा महिने रात्र असा प्रकार असल्यामुळे दिनमान समजण्यासाठी घड्याळ हे एकमेव साधन उपलब्ध होते. डॉ. लोबान यांनी एका गटाला दिवसात तीन तास जलद चालणारी घड्याळे दिली तर दुसऱ्या गटाला तीन तास मंद चालणारी घड्याळे दिली आणि दोन्ही गटांना एकमेकांपासून दूरच्या बेटात उतरविले. घड्याळामुळे एका गटाचे दिनमान एकवीस तासांत पूर्ण होई तर दुसऱ्या गटाचे सत्तावीस तासांत पूर्ण होत असे. सर्व स्वयंसेवकांची दिवसातून ठराविक वेळी वैद्यकीय तपासणी करून त्याची तपशीलवार नोंद ठेवली जात असे. काही दिवसांतच दोन्ही गटांतील स्वयंसेवकांचे शरीर या नव्या दिनमान चक्राशी जुळवून घेऊ लागले. हृदय संपादनातील चढ-उतार, माध्यानी सर्वाधिक मूत्रनिचरा वगैरे 'जमवणूक' दाखवू लागले. साहजिकच पृथ्वीचे दिनमान चक्र आणि माणसाची शरीरक्रिया यांचा संबंध नसावा असा निष्कर्ष काढता यावा. कारण शरीर क्रिया घड्याळानुसार बदल दाखवीत होती.

परंतु तपशीलवार पाहणीत मात्र वेगळेच चित्र आढळून आले. शरीरातील सर्वांत महत्त्वाची चेतासंस्था दिवसाकाठी तीन ग्रॅम पोटॅशियम उपयोगात आणते. या पोटॅशियम चक्रात जरादेखील फेरबदल झाला नव्हता. मग खात्री करून घेण्यासाठी डॉ. लोबान यांनी आर्क्टिक आणि अंटार्क्टिक प्रदेशात दोन वर्षांपेक्षा अधिक काळ राहणाऱ्या शास्त्रज्ञांची वैद्यकीय तपासणी केली. तेव्हा त्यांच्या शरीरक्रियेतले पोटॅशियम चक्र अबाधितपणे चोवीस तासांचीच वेळ दर्शवीत होते. त्यात कोणताही फेरबदल झाला नव्हता.

म्हणजेच पृथ्वीचे दिनमान चक्र आणि माणसांच्या शरीरक्रियांचा घनिष्ठ संबंध आहे. या परस्पर संबंधांचा मागोवा घेताना आणखी एक अत्यंत महत्त्वाची गोष्ट आढळून आली. प्रात:काळी चार वाजण्याच्या सुमारास मातेचे शरीर कमाल शिथिल अवस्थेत असते. सर्व शरीरक्रिया किमान पातळीवर येतात आणि याच वेळेस जवळपास सर्वाधिक बालके जन्म घेतात. डॉ. फ्रान्स हालबर्ग यांनी इस्पितळांमधून लक्षावधी नोंदी तपासल्या तेव्हा दुपारी प्रसववेदना येणाऱ्या गर्भवतीपेक्षा रात्री वेणा येणाऱ्या गर्भवतींची संख्या दुपटीपेक्षा अधिक होती आणि पहाटे चारच्या जवळपास जन्म घेणाऱ्या बालकांची संख्या सर्वाधिक होती. सर्व शरीरक्रिया पहाटे मंदावलेली असते, हे आता सिद्ध झाले आहे. त्यामुळेच कदाचित गुन्हेगारांना पकडण्यासाठी पोलिसखाते हीच वेळ निवडत असावेत!

वर्षमान चक्र आणि मानवी शरीर यांतील संबंध पडताळून पाहताना असे आढळून

आले की पृथ्वीच्या उत्तरेकडील गोलार्धात मे-जून महिन्यात अथवा जवळपासच्या कालावधीत अधिकाधिक बालके जन्म घेतात. त्या तुलनेत नोव्हेंबर-डिसेंबर महिन्यात फार थोडी बालके जन्म घेतात. याचे सहज सुचणारे अतिसोपे आणि मनाला सकृतदर्शनी पटणारे स्पष्टीकरण असे देता येईल, की मूल जन्मण्याच्या अगोदरच्या वर्षी ऑगस्ट-सप्टेंबर हे आई-बापांना सुट्टीचे महिने असल्यामुळे अधिक गर्भधारणा झाली असावी; परंतु हे इतके वरवरचे सत्य नाही. जन्मलेल्या मुलांच्या दवाखान्यात केलेल्या सुमारे अडीच लाख नोंदी तपासून पाहिल्या तेव्हा असा निष्कर्ष निघाला की मे-जून महिन्यात जन्मलेली मुले नोव्हेंबर-डिसेंबर महिन्याच्या जवळपास जन्मलेल्या मुलांपेक्षा वजनात सरासरी दोनशे ग्रॅम अधिक असतात. म्हणजेच पर्यायाने अधिक सुदृढ असतात. दक्षिण गोलार्धात याच्या बरोबर उलट परिस्थिती दिसते. नोव्हेंबर-डिसेंबर महिन्याच्या सुमारास जन्मलेली मुले मे-जून महिन्याच्या कालावधीजवळ जन्मलेल्या मुलांपेक्षा निश्चित अधिक सुदृढ निपजतात. न्यूझीलंडमधील राष्ट्रीय सेनादलातील सर्वाधिक उंच आणि धिप्पाड असे एकवीस हजार सैनिक निवडून त्यांच्या जन्मनोंदी तपासल्या. तेव्हा ते सर्व सैनिक डिसेंबर-जानेवारी आणि फेब्रुवारी महिन्याच्या कालावधीतच जन्मले असल्याचे आढळले.

गेल्या पन्नास वर्षांत बुद्ध्यांक मोजण्याची प्रथाच पडून गेली आहे. याचा इतका अतिरेक झाला आहे, की 'शिशुविहार' मध्ये प्रवेश मिळविताना तीन-साडेतीन वर्षांच्या मुलांना प्रश्न विचारून त्यांचा बुद्ध्यांक मोजला जातो. वास्तविक, त्या लहान मुलांचा बुजरेपणा, त्यांना आई-बापांव्यतिरिक्त इतर कुणाबरोबर संभाषण करण्याची सवय नसणे, विचारलेल्या प्रश्नांत त्यांच्या ओळखीचे शब्द, परिचित भाषा नसणे किंवा मुलाखतीच्या वेळी त्यांचे मन इतरत्र गुंतलेले असणे असे अनेक घटक प्रभाव टाकीत असतात. तेव्हा इतक्या लहान मुलांचा बुद्ध्यांक मोजणे हे कितपत योग्य आहे, असा प्रश्न उपस्थित होतो; पण एरवी काही बाबतींत त्याचा उपयोग होतो हे निर्विवाद आहे. डॉ. हटिंग्टन यांनी न्यूयॉर्कमध्ये जन्मलेल्या सतरा हजारांपेक्षा अधिक बालकांच्या जन्मनोंदी आणि त्यांचा बुद्ध्यांक यांचा ताळमेळ तपासून पाहण्याचा यत्न केला. तेव्हा मे-जून महिन्यांत जन्मलेल्या मुलांचा बुद्ध्यांक सर्वांत अधिक असल्याचे आढळले. त्याचप्रमाणे डॉ. हेन्री नोब्लॉक यांनी ओहायो येथे मतिमंद मुलांच्या जन्मनोंदी तपासल्या. त्यात सर्वाधिक मतिमंद मुले डिसेंबर-जानेवारी या कालावधीत जन्मलेली होती.

मेनाकर डॉक्टर्स यांनी १९४८ ते १९५७ या दशकात न्यूयॉर्कमधील रुग्णालयात जन्मलेल्या पाच लाखांपेक्षा अधिक बालकांच्या जन्मनोंदी गोळा केल्या आणि जन्मवेळ आणि चंद्राची तिथी यांची सांगड घालण्याचा यत्न केला. तेव्हा चंद्राच्या संदर्भात ठळकपणे जाणवलेली गोष्ट अशी, की वद्य पक्षात अधिक बालके जन्म घेतात. त्या तुलनेत शुक्ल पक्षात कमी बालके जन्म घेतात. जन्मनोंदींचा चंद्राच्या तिथींबरोबर आलेख नोंदविला, तेव्हा असे आढळून आले, की पौर्णिमेनंतर वद्य पक्षात चंद्राच्या कला

घटत जातात, तसे जन्मप्रमाण वाढत जाते; परंतु अमावस्या जवळ येताच ते घटू लागते.

जगातील बहुतेक सर्व रुग्णालये आणि नर्सिंग होम्स यांमध्ये एक गोष्ट प्रकर्षाने जाणवते ती अशी, की बहुतेक परिचारिका आणि सुईणबाई (मिडवाईफ) कृतककोपाने 'नवजात बालकांमुळे आपली न्याहरीची वेळ नेहमीच टळून जाते' अशी लटकी तक्रार नोंदवीत असतात. काही युरोपीय राष्ट्रांमध्ये चंद्राला 'थोरल्या सुईणबाई' (द ग्रेट मिडवाईफ) असे संबोधले जाते.

खरोखरचे चंद्र, सूर्य आणि इतर आकाशस्थ ग्रह आणि मानवी जन्म यांचा काही परस्पर संबंध असू शकेल काय?

संदर्भ

Strategy of Genes: Allen & Unwin, London, 1957.

Desmedt J. E.: Neurophysical Mechanisms Controlling Acoustic Input, Spring Field Illniois, Thomas, 1960.

Lewis P. R. and Loban M. C. Discociations of Diurnal Rhythms in Human Subjects on animal Time Routine.

Quarterly Journal of Experimental Physiology- 42: 371, 1957.

Halberg F. The Twenty Four Hour Scale: A Time Dimension of Adaptive Functional Organisation: Perspective in Biology and Medicine, 3: 491, 1960.

Pengelley E. T. And Asmundsen S. J.: Annual Biological Clocks, Scientific American, 224:72, 1971.

Gouquelin M.: Contribution a letude de la variation Saissonize duploids des la naissance, Population, 3 : 544, 1967.

Reinberg A. And Ghata J: Rhythms et Cycles Biologiques: Paris Press Universitaires, 1957.

Huttington E.: Season of Birth: Its Relation to Human Abilities: New York, John Willey, 1938.

Knoblock H. and Pasamanick B.: Seasonal Variation in Birth of the Mentally Deficient: American Journal of Public Health, 48:1201, 1958.

चंद्राचा प्रभाव

दिशा, मग ती कोणतीही असो, तिला महत्त्व किती? पूर्वापार चालत आलेल्या अनेक रूढीप्रमाणे अमुक कार्याला प्रारंभ करताना अमुक दिशेकडे तोंड करून सुरुवात करावी, अमुक दिशेकडे तोंड करू नये, अमुक दिशेला तोंड करून ओवाळू नये असे सांगितले जाते. यात कितपत तथ्य असू शकेल?

ख्रिस्तपूर्व काळापासून चालत आलेल्या अशा प्रकारच्या रूढीपैकी एक म्हणजे दक्षिणेकडे पाय करून झोपू नये, मस्तक दक्षिण दिशेकडेच करून झोपावे, ही प्रथा अगदी लहानपणापासून अंगी बाणवली गेली आणि तसे करताना दक्षिण दिशेला स्वर्गदेवतांचे निवासस्थान असल्यामुळे दक्षिणेकडे पाय करून झोपू नये, अशा काही अंशी धार्मिक आचरणाच्या आणि काही अंशी पारमार्थिकतेच्या कल्पना त्याला चिकटविल्या गेल्या.

प्राचीन काळातील धार्मिक आणि पारमार्थिक विचार, कल्पना आणि आचारसंहिता त्या काळात उपलब्ध असलेल्या शास्त्रीय ज्ञानावरच आधारित होत्या आणि जनसामान्यांस त्याचा निश्चित उपयोग होत असे. अनेकदा चांगल्या हेतूने आणि उत्तम प्रकारे सुरू झालेल्या किती तरी नामवंत संस्था किंवा उपक्रम काळाच्या ओघात कर्तृत्वहीन, स्वार्थी लोकांच्या हाती पडून त्यांचा पूर्ण विचका झालेला आपण पाहतो. तसेच याही बाबतीत घडले असणार यात संदेह नाही.

शास्त्रीय ज्ञानावर आधारलेल्या उत्तम प्रथांमध्ये स्वार्थी मंडळींनी केवळ स्वत:ला फायदेशीर ठरतील अशा अनेक प्रथा, रूढी घुसडून दिल्या. त्या सर्वांची गल्लत होऊन त्यात भेदाभेद करणे सामान्य माणसास दुरापास्त झाले आणि मग सर्वच रूढींची टिंगलटवाळी होऊ लागली.

कोणाला झोप नीट लागत नसेल, तर मस्तकाखाली जरा उंच उशी घेऊन झोपण्याचा सल्ला दिला जातो. कारण स्पष्टच आहे. गुरुत्वाकर्षणामुळे मस्तकाकडे वाहणारा रक्तप्रवाह मंद होऊन चेतासंस्थेचे कार्य मंदावत जावे म्हणजे सुस्ती येऊन सहजच झोप लागावी, अशी कल्पना त्यामागे आहे.

चेतासंस्थेतून सतत वाहणारे प्रेरणा-आवेग (नर्व्ह इम्पल्सेस) विद्युत चुंबकीय

लहरींच्या स्वरूपाचे असतात. काही वेळा पहाट 'फुटते' आणि सूर्योदयापूर्वीची लालसर उष:प्रभा (अरोरा बोरीलिस) विलक्षण प्रकाशमान झालेली आढळते. त्यावेळी उत्तर ध्रुवाकडून प्रदीर्घ तरंगलांबी (वेव्ह लेंग्थ) असणारे 'रेडिओ सिग्नल्स' येत असतात. त्या दिवसाची वेधशाळेतील नोंद पाहिली, तर सूर्यावरून नेहमीपेक्षा किती तरी अधिक प्रमाणात 'विकीरण' (रेडिएशन) येत असते आणि त्यामुळे पृथ्वीच्या विद्युत-चुंबकीय क्षेत्रात मोठमोठे फेरबदल घडून आल्याची नोंद केलेली असते. या फेरबदलांचा सजीवांवर नेहमीच परिणाम होत असतो. म्हणूनच काही विपरीत परिणाम माणसाच्या मस्तकावर होऊ नये, या हेतूने जाणकार पूर्वसुरींनी उत्तरेकडे पाय करून झोपण्याची, म्हणजेच दक्षिणेकडे मस्तक करून झोपण्याची प्रथा कदाचित रूढ केली असावी.

लहान मुले किंवा सामान्य बुद्धिमत्तेच्या अशिक्षित मंडळींना हे सर्व ज्ञान पटवून देऊन त्यांच्याकडून योग्य ते वर्तन करवून घेण्यात अडचणी येत असाव्यात अथवा कालापव्यय होत असावा. त्यापेक्षा 'असे आपल्या शास्त्रात सांगितले आहे' म्हटल्यानंतर हीच मंडळी बिनतक्रार योग्य वर्तन करीत असतात, हा अनुभव आल्यामुळे असल्या रूढी धार्मिक आचारसंहितेत समाविष्ट करण्यात आल्या असतील. निदान तशी शक्यता नाकारता येत नाही.

याच संदर्भात एक गोष्ट आवर्जून सांगावीशी वाटते; की प्राचीन काळी भारतीय समाजात धार्मिक आणि पारमार्थिक कल्पनांवर आधारित अशी आचारसंहिता शास्त्रीय ज्ञानावर इतकी सुरेख बेतली होती, की त्यामुळे युरोपातील इंग्लंड, फ्रान्स, जर्मनी, इटली वगैरे देशांमध्ये तसेच अमेरिका आणि जपान या देशांतील प्रमुख विद्यापीठांमधून इंडॉलॉजी आणि ओरिएंटल स्टडीज हे प्राचीन भारताशी संबंधित विषय आवर्जून शिकविले जातात.

आपल्या शरीरातील रक्त हे द्रवरूप पेशीजाल (लिक्विड टिश्यू) असून शरीरात सतत खेळते ठेवले जाते. शरीरातील सर्व अभिक्रियांमध्ये (मेटॅबोलिझम) रक्त फार महत्त्वाची कामगिरी बजावते. आयुर्वेदात वर्णन केलेल्या रस, रक्त, मांस इत्यादी 'सप्तधातूं'मध्ये शरीराला पोषक अशा अन्नरसानंतर रक्ताचाच क्रम लावण्यात आला आहे. त्यावरून पूर्वसुरींना याची कल्पना होती हे स्पष्टच आहे. मानवी जीवनात मातेच्या उदरात गर्भधारणा होण्याच्या वेळेपासून रक्त हा अतिशय महत्त्वाचा घटक ठरतो. वयात आलेल्या स्त्रीच्या शरीरात सुमारे अठ्ठावीस दिवसांच्या कालावधीत एक बीज तयार होऊन गर्भाशयात उतरते. ही क्रिया चक्रीय आवर्ती (उस्ट्रस सायकल) क्रमाने चालते. बीज (अंडे) गर्भाशयात आल्यानंतर सुमारे दीड दिवस म्हणजे ३६ ते ४० तास गर्भाशयाच्या भित्तीला चिकटून राहते. या कालावधीत शुक्रजंतूंशी संयोग घडून फलन झाले, तरच मूल निर्माण होते. एरवी या कालावधीनंतर अंडे

नासून जाते आणि शरीराबाहेर फेकले जाते.

अंडे गर्भाशयात उतरण्याच्या सुमारास मूल निर्माण होईल या अपेक्षेने गर्भाच्या वाढीसाठी आवश्यक अशी द्रव्ये मिसळलेले भरपूर रक्त गर्भाशयाच्या भित्तींमध्ये जमा होते. फलन झाले नाही तर ही सर्व व्यवस्था वाया जाते आणि हे रक्त स्त्रीच्या शरीरात खेळणाऱ्या रक्तापेक्षा वेगळे असल्यामुळे शरीराबाहेर टाकून दिले जाते. यालाच 'रजोदर्शन' म्हणतात. हा कालावधी सुमारे महिन्याभराचा असल्यामुळे यालाच 'मासिक पाळी' असेही म्हटले जाते. विख्यात शास्त्रज्ञ आणि संशोधक डॉ. युजेन योनास यांनी तर ललित वाङ्मयात शोभून दिसेल इतक्या सुरेख काव्यमय शब्दांमध्ये या मासिक पाळीचे वर्णन केले आहे – 'गर्भधारणा न झाल्यामुळे निराश झालेल्या गर्भाशयाचे मूक रूदन', 'वीपिंग ऑफ द डिसअपॉइंटेड युटेरस'.

या चक्रीय आवर्ती रजोदर्शनाचा - मासिक पाळीचा कालावधी २८ दिवस आणि चंद्राचा पृथ्वीभोवती एक आवर्तन पूर्ण करण्याचा कालावधी २७.३ दिवस हा केवळ योगायोग असेल काय?

डॉ. स्वान्ते आऱ्हेनिअस या प्रख्यात स्विस संशोधकाने ११ हजार ८०७ स्त्रियांच्या मासिक पाळीची तारीख, वेळ, कालावधी, रक्तस्त्राव वगैरे बाबींची तपशीलवार नोंद करून त्यांची चंद्राच्या तिथीबरोबर सांगड घालण्याचा यत्न केला, तेव्हा शुक्ल पक्षात अधिकाधिक रक्तस्त्राव होतो, तर वद्य पक्षात चंद्राच्या कला क्षीण होत जाताना त्या मानाने खूपच कमी रक्तस्त्राव होतो असे आढळून आले.

त्यानंतर काही जर्मन डॉक्टरांनी सुमारे पाच हजार स्त्रियांच्या मासिक पाळीची तपशीलवार नोंद करून डॉ. आऱ्हेनिअस यांचे निष्कर्ष अचूक असल्याचा निर्वाळा दिला; परंतु यापेक्षा अंडकोशामधून अंडे केव्हा बाहेर पडते याची नोंद केली, तर चंद्राबरोबर मासिक पाळीचा संबंध अधिक अचूकपणे मोजता येईल.

डॉ. युजेन योनास यांच्या या संशोधनात आणखी एक विलक्षण गोष्ट नजरेला आली. पूर्व युरोपीय देशात त्यांनी केलेल्या पाहणीत असे आढळून आले, की सामान्यत: स्त्रीला मासिक पाळी येण्याचा चंद्रकलांचा आठवडा आणि तिचा स्वत:चा जन्म झाला तो चंद्रकलांचा आठवडा बहुधा एकच असतो.

डॉ. युजेन योनास यांनी या संशोधनाच्या आधारे पूर्व युरोपातील अगणित स्त्रियांना प्रत्येकीच्या जन्मतिथीवर आधारित असे वेळापत्रक तयार करून दिले. वेळापत्रकात 'सुरक्षित' आणि 'धोकादायक' दिवसांची स्पष्ट नोंद केलेली असे. वेळापत्रक राबविण्याचा उपक्रम सुरू झाल्यानंतर दहा वर्षांनी केलेल्या पाहणीत डॉ. योनास यांच्या वेळापत्रकांना अठ्ठ्याण्णव टक्क्यांपेक्षा अधिक यश मिळाल्याचा निर्वाळा देण्यात आला. म्हणजे गर्भनिरोधक गोळीपेक्षा अधिक सुरक्षित आणि कोणतेही दुष्परिणाम नसलेली डॉ. योनास यांची पद्धत मूल होण्यास किंवा मूल

होण्याचे टाळण्यास अधिक सोयिस्कर ठरावी.

अनेक स्त्री-आरोग्य तज्ज्ञ आणि स्त्री-उपचार तज्ज्ञांनी डॉ. योनास यांच्यावर टीका केली आहे. परंतु अमेरिकेत प्रिन्स्टनचे डॉ. जार्ज कॉर्नर यांच्या मते 'मासिक पाळी ही मुळातच इतकी गुंतागुंतीची शरीरक्रिया आहे, की ज्यात शरीर स्वत:चेच जिवंत पेशीजाल नष्ट करते. त्याचा संपूर्ण कार्यकारणभाव समजणे कठीणच आहे.' आणि पुढे ते म्हणतात, ''एरवी सुसूत्र आणि सुबद्ध कार्यपद्धती असणाऱ्या गर्भाशयाचा हा एक न समजण्यासारखा फार मोठा गोंधळ आहे.'' 'ॲन अन्‌एक्स्प्लेन्ड टरमॉइल इन द अदरवाइज को-ऑर्डिनेटेड प्रोसेस ऑफ द युटेराइन फंक्शन...'

चंद्रभ्रमणाची आवर्ती क्रिया आणि मानवी बीज-निर्मितीची आवर्ती क्रिया सुरुवातीला कदाचित परस्परांशी निगडित असतील. काळाच्या ओघात 'विकासाचे' (ऑरगॅनिक इव्होल्यूशन) पुढील टप्पे गाठताना मानवी बीज-निर्मितीची आवर्ती क्रिया अधिकाधिक स्वतंत्र होऊ लागली आणि परिणामी आजच्या जमान्यात मासिक पाळीचा कालावधी एकोणीस दिवसांपासून सदतीस दिवसांपर्यंत बदललेला आढळून येतो.

रक्तस्त्राव आणि चांद्रभ्रमण यांचा निश्चितच काही तरी परस्परसंबंध असावा. अमेरिकेत फ्लॉरिडा राज्यातील तलाहासी येथील जगद्विख्यात रूग्णालयाचे शल्यविशारद डॉ. एडसन ॲन्ड्र्यू यांनी रुग्णालयातील शस्त्रक्रियांपैकी अत्याधिक रक्तस्त्राव झालेल्या एक हजारांपेक्षा अधिक शस्त्रक्रियांची तपशीलवार नोंद ठेवली आहे. त्यांपैकी ८७० पेक्षा अधिक रुग्णांना रक्तस्त्राव थांबविण्यासाठी पुन: पुन्हा ऑपरेशन थिएटरमध्ये नेऊन विशेष प्रयत्न करावे लागले. या सर्व फायलींवर 'अतीव रक्तस्त्रावाच्या दुर्घटना' (हीमरेज क्रायसिस) असेच म्हटले आहे. डॉ. ॲन्ड्र्यू यांनी या सर्व घटना आणि चांद्रतिथी यांची सांगड घातली, तेव्हा सर्व नोंदी शुक्ल पक्षात चंद्रकला वाढताना आणि पौर्णिमेच्या एक-दोन दिवस नंतरपर्यंतच केलेल्या आढळल्या. त्यानंतर वद्य पक्षात अशा कोणत्याच नोंदी आढळल्या नाहीत.

या घटनांबाबत आपला अहवाल लिहिताना सर्जन एडसन ॲन्ड्र्यू म्हणतात, ''या सर्व घटना इतक्या निर्णायक आहेत, की मला आवर्जून म्हणावेसे वाटते, की चेटूक करणाऱ्या मांत्रिकाप्रमाणे अमावास्येजवळचे तथाकथित 'अशुभ दिवस' शस्त्रक्रियांसाठी वापरावेत आणि पौर्णिमेजवळच्या आल्हाददायक रात्री प्रणयाराधनासाठी राखून ठेवाव्यात...''

इंग्रजी भाषेतील 'लूनसी' म्हणजे 'वेड' आणि लुनॅटिक म्हणजे 'वेडा' किंवा 'सरकलेला' हे शब्द लॅटिन भाषेतील 'लूना' म्हणजे चंद्र या शब्दावरून निर्माण झाले आहेत. म्हणूनच कदाचित वेड लागण्याचा आणि चंद्राचा काही तरी घनिष्ट संबंध आहे, अशी समजूत पूर्वापार चालत आली आहे हे उघडच आहे.

ही समजूत इतकी दृढमूल होती, की सुमारे दोनशे वर्षांपूर्वी इंग्रजी कायद्यात

'इन्सेन' म्हणजे ठार वेडे आणि 'लुनाटिक' म्हणजे 'सरकलेले' किंवा 'तात्पुरते वेडाने पछाडलेले' असा अधिकृत भेदाभेद नमूद केलेला होता आणि पौर्णिमेच्या सुमारास या दुसऱ्या प्रकारच्या वेड्यांनी म्हणजे जरासे सरकलेल्यांनी केलेले गुन्हेगारी चाळे जरा सहृदयतेने हाताळले जात असत.

तुरुंगाधिकारी विशेष फर्मान काढून पौर्णिमेला सर्व शिपायांनी कामावर हजर असावे याची खबरदारी घेत. कुणी रजा घेतली असेल तर ती रद्द करून त्याला तत्काळ कामावर रुजू होण्यास फर्मावले जात असे आणि या 'जरा सरकलेल्या' वेड्यांना पौर्णिमेपूर्वी दोन दिवस अगोदर पकडून आणून यथेच्छ बडवून काढले जाई व ते काही 'गुन्हेगारी चाळे' करणार नाहीत याची 'खबरदारी' घेतली जात असे. 'खबरदारी' चे असले अघोरी मार्ग आज उपयोगात आणले जात नसले तरी इतके मात्र खरे, की 'चंद्रस्पर्शा'ने झपाटले जाण्याची अथवा 'सरकण्याची' पूर्वापार समजूत आजदेखील जनसामान्यांच्या मनांत घर करून आहे.

अमेरिकन इन्स्टिटयूट ऑफ क्लायमेटॉलॉजी यांनी प्रकाशित केलेल्या अहवालात पौर्णिमेचा मानवी वर्तणुकीवर होणारा परिणाम यावरील भाष्य मोठे उद्‌बोधक आहे. "...चोरी (लार्सेनी), उचलेगिरी (क्लेप्टोमॅनिया), विध्वंसक पद्धतीने गाडी चालविणे (डिस्ट्रक्टिव्ह ड्रायव्हिंग), मनुष्यवधाला कारणीभूत होईल इतके नशापान (होमिसायडल अल्कोहोलिझम) हे गुन्हे इतर कोणत्याही दिवसापेक्षा प्रकर्षाने पौर्णिमेच्या दिवशीच अधिक प्रमाणात घडतात. रात्र ढगाळलेली असली आणि चंद्र दिसत नसला, तरी या गुन्ह्यांमध्ये कित्येक पटींची वाढ होतच राहते..."

न्यूरॉलॉजिस्ट डॉ. लिओनार्ड रॅविट्झ यांनी चंद्र आणि मानवाची शरीरक्रिया यांचा थेट संबंध शोधण्याचा प्रयत्न केला.

डॉ. रॅविट्झ यांनी मनोरुग्णालयात अनेक वर्षे परिश्रमपूर्वक संशोधन करून, येणाऱ्या प्रत्येक मनोरुग्णाचे मस्तक आणि छाती या दोन अवयवांचे 'विद्युतभार संभाव्य' (इलेक्ट्रिकल पोटेन्शिअल) रोज चार वेळा मोजून त्याची तपशिलवार नोंद ठेवली. या शिवाय डॉ. रॅविट्झ कुणाही उपलब्ध निरोगी माणसाला बोलावून त्याचे नाव, गाव, वय इत्यादी विचारून घेत व त्याच्या मस्तकाचे व छातीचे 'विद्युत संभाव्य' मोजून त्यांची नोंद ठेवीत.

या नोंदी चंद्राच्या तिथीबरोबर ताडून पाहिल्या तेव्हा असे लक्षात आले की चंद्राच्या कला वाढताना या दोन अवयवांच्या 'विद्युत संभाव्यां'मध्ये फरक वाढत जातो आणि पौर्णिमेला 'कमाल' फरक पडतो. विशेषत: मनोरुग्ण व्यक्तींमध्ये हा फरक आश्चर्य वाटावे इतका मोठा असतो. साहजिकच डॉ. रॅविट्झ यांचा निष्कर्ष असा, की चंद्रामुळे पृथ्वीच्या विद्युत चुंबकीय क्षेत्रात सतत बदल घडत असतो. पौर्णिमेला चंद्राचा प्रभाव खूपच वाढतो. त्यामुळे चुंबकीय क्षेत्रातही मोठा फरक पडतो

आणि मनोरुग्ण हे मानसिकदृष्ट्या अधिक संवेदनशील असल्यामुळे त्यांच्या विद्युत संभाव्यामध्ये अधिक मोठा फरक पडत असावा.

डॉ. डब्ल्यू. पीटरसन यांनी याच संदर्भात क्षयरोगाच्या रुग्णांवर अधिक संशोधन करून रुग्णालयातील सर्व क्षयरोगी रुग्णांच्या तपशिलवार नोंदी गोळा केल्या आणि त्यांची चंद्राच्या तिर्थींबरोबर सांगड घातली. त्यांच्या मते, शुक्ल पक्षातील चार-पाच दिवस अगोदर क्षय रोगी दगावण्याचे प्रमाण वाढते आणि पौर्णिमेला नेहमीच सर्वाधिक क्षयरोगी दगावल्याची नोंद आढळते. डॉ. पीटरसन यांनी अधिक बारकाईने तपासणी केली तेव्हा रक्तातील आम्ल (ॲसिड) आणि अल्कल (अल्कली) यांचे एकमेकांशी असलेले प्रमाण चंद्राच्या कलांबरोबर कमी-अधिक होते असे आढळून आले. त्यामुळेच मृत्यू ओढवत असावा.

याच पद्धतीने जर्मन संशोधक डॉ. हान्स हेकर्ट यांनी न्युमोनियाच्या रुग्णांवर संशोधन केले. या संशोधनाला त्यांनी रुग्णाच्या शरीरातील रक्तात असलेल्या युरिक ॲसिडचे प्रमाण, मृत्यूची वेळ आणि तिथी यांची सांगड घातली तेव्हा त्यांचा निष्कर्ष डॉ. रॅविट्झ यांच्या निष्कर्षाला बळकटी देणाराच आढळला.

चंद्राचे गुरुत्वाकर्षण हा तर सरळ सरळ जाणविणारा प्रभाव आहे. परंतु इतर अनेक प्रकारे चंद्राचा माणसावर परिणाम होतच असतो. वास्तविक चंद्राचा प्रकाश हा सूर्याचा परावर्तित प्रकाश असून, सूर्यप्रकाशापेक्षा तो तीन लाख पटींनी क्षीण आहे. साहजिकच सूर्याचा प्रभाव किती तरी अधिक असणार हे उघड आहे.

संदर्भ

Rubin F: The Lunar Cycle in Relation to Human Conception and Sex of Offspring: Astrological Journal 9: 4, 1968.

Smith A.: The Body: Allen and Unwin, London, 1968.

Huff. D: Cycles in Your Life: Victor Golanz, London 1965.

Ravitz L. J.: Periodic Changes in Electromagnetic Fields: Annals of the New York Academy of Sciences: 96: 1181, 1960.

Peterson W.: Man, Weater, Sun: Springfield, Illinois, Thomas, 1946.

Haeckert Hans: Lunations Rhythmen des menschilchem Organismus, Leipzig, Greest and Portig. 1961.

ग्रह आणि व्यवसाय

''आपण स्वत:ला कुणी 'बाजीराव' समजत असलो आणि कदाचित आपल्या हातून घडलेल्या कर्तृत्वामुळे आजुबाजूचे लोकदेखील आपल्याला कुणी 'बाजीराव' अथवा 'बाजीरावका बेटा' समजत असतील... तरीदेखील इतके मात्र निश्चितच आहे की आपण सर्व विद्युतभाराने चालणारी यंत्रेच आहोत. वेळोवेळी कार्यरत होणाऱ्या घटकांमुळे वैश्विक शक्ती चालविल्या जातात. (उदाहरणार्थ, चांद्रभ्रमणामागे क्रियाशील असणाऱ्या वैश्विक शक्ती) आणि त्यामुळे आपल्या शरीरात असणाऱ्या त्रुटी आणखीनच तीव्रतर होत जातात...''

न्यूयॉर्कमध्ये तीस वर्षांहून अधिक काळ न्युरॉलॉजिस्ट आणि मानसपोचार तज्ज्ञ म्हणून संशोधन करणाऱ्या डॉ. लिओनार्ड रॅविट्झ यांचे उद्‌गार खूपच बोलके आणि विचार करायला लावणारे आहेत. खरेच असे असेल तर मानवाचे विश्वातील स्थान काय?

सूर्यप्रकाश परावर्तित करून केवळ मध्यस्थाची भूमिका बजावणारा चंद्र, मानवी जीवनावर केवढा तरी प्रभाव टाकतो. त्यांपैकी फक्त काही मोजकेच परिणाम आपण पाहिले. सूर्य त्यापेक्षा किती तरी अधिक प्रभावशाली आहे. चंद्रप्रकाशापेक्षा किमान तीन लाख पटींनी अधिक तेजस्वी आणि स्वयंभू ऊर्जास्त्रोत असणाऱ्या सूर्याभोवती पृथ्वी वर्षात एक आवर्तन पूर्ण करते.

सर जॉन हर्शल यांनी इसवी सन १८०१ मध्ये सूर्यावर येणारे डाग आवर्ती क्रमाने दर अकरा वर्षांनी उद्‌भवतात हे शोधून काढले. त्या वेळी सूर्यामधून फार मोठ्या प्रमाणात ऊर्जा बाहेर पडून सूर्यमालेत फेकली जाते. ती पृथ्वीपर्यंत येऊन पोहोचते. या अतिरिक्त ऊर्जेमुळे पृथ्वीच्या विद्युत चुंबकीय क्षेत्रात फार मोठे बदल घडून येतात. त्यांचा सजीवांवर परिणाम घडून येणे अपरिहार्य आहे. हे सत्य सर्वांनाच ठाऊक आहे.

इसवी सन १६६५ मधील घटना. प्लेगच्या साथीने इंग्लंडमध्ये थैमान घातले होते. शाळा-कॉलेजे, विद्यापीठे, कचेऱ्या सर्व काही बेमुदत बंद होते. या कालावधीत काहीच व्यवसाय नसल्यामुळे इतस्ततः भटकत असताना सर ऐझॅक न्यूटन यांना

गुरूत्वाकर्षण या वैश्विक शक्तीचा साक्षात्कार झाला. हा चांगला भाग जरा बाजूला ठेवून, त्या कालावधीची खगोल शास्त्रीय नोंद पाहिली तर ते सौर डाग उद्‌भवण्याचे वर्ष होते. इसवी सन १३४८ मध्ये तर याहीपेक्षा भयानक प्लेगची साथ येऊन संपूर्ण युरोप ग्रासला गेला होता. गणित पडताळून पाहिले तर हे वर्षदेखील सौर डाग उद्‌भवण्याचेच वर्ष असल्याचे आढळून येते. मग सहजच मनात विचार यावा, की सौर डाग आणि प्लेगच्या साथीचा काही परस्परसंबंध असेल काय?

रशियाचे डॉ. आर्नोल्ड शिजेव्हस्की यांनी सैबेरियात चाळीस वर्षांहून अधिक काळ अविरत संशोधन करून एक धक्कादायक निष्कर्ष काढला की, समाजातील मोठमोठी स्थित्यंतरेदेखील या सौर डागांच्या कालावधीतच घडून येतात. सिद्धांताच्या पुष्टीदाखल त्यांनी युरोपातील प्लेगच्या साथी, कॉलरा आणि घटसर्पांच्या साथी, रशियातील टायफस, शिकागोमधील देवीची साथ आदी विध्वंसक घटना सौर डागांच्या आवर्ती क्रमाच्या वर्षीच उफाळून आल्या असल्याचे तारखा देऊन प्रतिपादन केले. सिद्धांताला बळकटी आणण्यासाठी त्यांनी त्या काळात जगभर पसरलेल्या आणि 'ज्यावर सूर्य कधी मावळत नाही' अशा वर्णनाच्या महाबलाढ्य ब्रिटिश साम्राज्यातील सत्ता हस्तांतरणाचा, इसवी सन १८३० ते १९३० अशा शंभर वर्षांचा इतिहास या सौर डागांच्या आवर्ती क्रमाशी पडताळून पाहिला. त्यांनी या शंभर वर्षांत चक्रीय क्रमाने येणारी सौर डागांची वर्षे नमूद केली आणि त्याला समांतर अशी सत्तातंराची हकिगत नोंदविली. विलक्षण धक्कादायक गोष्ट अशी, की सौर डाग येणाऱ्या सर्व वर्षांत मजूर पक्षाचे सरकार सत्तेवर आले, तर एरवीच्या शांत वर्षांत हुजूर पक्षाचेच सरकार स्थिर राहिले.

हा पुरावा तर निश्चितच विचार करायला लावतो. यातील परस्परसंबंध आणि कार्यकारणभाव आज जरी आम्हाला माहीत नसला, तरी आणखी काही वर्षांच्या संशोधनात त्यावर प्रकाश पडू शकेल. 'एक विलक्षण यगोयोग', असे त्याचे वर्णन करून त्याच्याकडे दुर्लक्ष करायचे का?

माणसाची वागणूक त्याच्या शरीरक्रियेवर अवलंबून असते. सौर ऊर्जेचा शरीरक्रियेवर सतत परिणाम घडत असतो. 'ताकाता अभिक्रिये'मुळे (ताकाता रिॲक्शन) जागतिक कीर्ती लाभलेल्या जपानमधील तोहो विद्यापीठाचे आ. माकी ताकाता यांनी वैश्विक शक्तींमुळे माणसाच्या रक्तातील अल्ब्युमिनचे प्रमाण सतत कमी-अधिक होत असते, यावर अनेक संशोधनपत्रिका प्रसिद्ध केल्या. त्यावर जगात अनेक ठिकाणी पुनर्संशोधन होऊन त्यांचे निष्कर्ष अबाधित ठरले.

यामुळे प्रभावित होऊन रशियातील संशोधकांनी काळ्या समुद्राजवळील प्रदेशात सव्वा लाखांपेक्षा अधिक व्यक्तींवर परिश्रमपूर्वक संशोधन केले आणि सौर डागांचा मानवी शरीरावर काय परिणाम होतो याचा मागोवा घेतला. त्यांनी धडधाकट निरोगी

माणसांच्या रक्तातील चिमुकल्या आकाराच्या श्वेतपेशींचे (लिम्फोसाइट्स) प्रमाण मोजले. ते सुमारे वीस ते पंचवीस टक्के असल्याचे आढळते. परंतु सौर डागांच्या कालावधीत हेच प्रमाण घटून सुमारे सात ते आठ टक्के इतके कमी झाले आणि हे धडधाकट-निरोगी लोक आजारी पडल्याचे आढळले.

१७ मे १९५९ रोजी सूर्यावर तीन मोठे उद्रेक झाल्याची नोंद जगातील बहुतेक वेधशाळांनी केली. काळ्या समुद्राच्या तीरावरील रुग्णालयात दिवसाकाठी दोनपेक्षा अधिक हृदयविकाराचे झटके येणारे रुग्ण कधीच दाखल होत नसत. परंतु सूर्यावर उद्रेक झाल्यानंतरच्या दुसऱ्या दिवशी म्हणजे १८ मे रोजी वीसपेक्षा अधिक हृदयविकाराचे रुग्ण दाखल झाल्याची नोंद आढळते.

दोन फ्रेंच संशोधकांनी शरीरात होणारे फेरबदल आणि सौर डाग, यांचा हृदयविकाराबरोबर असलेला परस्परसंबंध अधिक बारकाईने शोधण्याचा प्रयत्न केला. तेव्हा त्यांना असे आढळून आले की सौर डागांच्या उद्रेकामुळे रक्त साकळते आणि हृदयविकाराचे झटके (मायोकार्डिअल इनफार्कशन) येण्याचे प्रमाण खूपच वाढते. रक्त साकळण्याची क्रिया शरीराच्या पृष्ठभागावर असलेल्या त्वचेजवळच होते. लहान लहान गुठळ्या तयार होतात आणि त्या रक्तप्रवाहाबरोबर वाहत हृदयात प्रवेश करतात. हृदयाच्या भिंतींना रक्त पुरविणाऱ्या 'करोनरी' धमन्यांमध्ये या गुठळ्या जाऊन अडकल्या तर रक्तप्रवाह थांबण्याची किंवा अडथळा होऊन हृदयाच्या भित्तीमधील काही स्नायूपेशी (कार्डिॲक मसल फायबर्स) मरण्याची शक्यता वाढते.

जर्मन संशोधक डी. ओ. लिंजेमान यांनी फुफ्फुसात रक्तस्त्राव होऊन दगावलेल्या अनेक क्षयरोग्यांची मरणोत्तर तपासणी केली, तेव्हा रक्तात लहान लहान गुठळ्या होऊन, त्या फुफ्फुसातील केशवाहिन्यांत अडकून रक्तवाहिन्या फुटल्याचे आणि सर्वाधिक मृत्यू-नोंदणीची वेळ सौर डागांच्या उद्रेकांच्या कालावधीतच असल्याचे त्यांना आढळून आले. तेव्हा रक्तस्त्राव, मृत्यू आणि सौर डाग यांचा काही तरी परस्परसंबंध असणारच असा निष्कर्ष त्यांनी काढला.

माणसाची चेतासंस्था विद्युत चुंबकीय लहरींद्वारे कार्य करीत असते. पृथ्वीच्या विद्युत चुंबकीय क्षेत्रावर सूर्याचा फार मोठा प्रभाव पडत असतो. साहजिकच माणसाच्या शरीरातील अभिक्रियांवर त्याचा परिणाम होणे अपरिहार्य आहे असा तर्क सहज करता येतो.

जर्मनीतील कोळसाखाणीत होणाऱ्या अपघातांची तपशीलवार नोंद उपलब्ध आहे. त्यांपैकी सर्वाधिक मोठ्या आणि अतिभयानक स्वरूपाच्या ५ हजार ५८० अपघातांच्या नोंदी आणि सौर डागांचा कालावधी किंवा वेधशाळेने 'अधिक विकीरण' येण्याचा वर्तविलेला कालावधी एकच असल्याचे आढळून आले. साहजिकच या दोन घटनांमधील परस्परसंबंध शोधून काढण्यासाठी जर्मनी आणि

रशियातील रस्त्यांवरील रहदारीच्या अपघातांच्या नोंदी तपासल्या. तेव्हा नेहमी होणाऱ्या अपघातांच्या तुलनेत या सौर विकीरण अथवा सौर डाग कालावधीत होणाऱ्या अपघातांचे प्रमाण किमान चौपटीने वाढते असे आढळून आले. वेधशाळेने सूर्याच्या विद्युत चुंबकीय क्षेत्रात मोठे फेरबदल होण्याचा कालावधी वर्तविला होता. त्या विशिष्ट कालावधीत न्यूयॉर्कमधील मानसोपचार रुग्णालयातील २८ हजार ६४२ नोंदीपैकी नेहमीपेक्षा कित्येक पटींनी अधिक मनोरुग्ण दाखल झाल्याचे आढळले. हे सर्व संशोधन खूप बोलके आहे. त्याकडे दुर्लक्ष करून चालणार नाही, अत्यंत दीर्घ लहरी लांबीच्या रेडिओ सिग्नलपासून प्रकाश लहरीपर्यंत सर्व लहरींना मानवी शरीर संवेदनशील आहे.

स्ट्रासबर्ग येथील मनोशरीर विज्ञानाचे (सायकोसोमॅटिक) संशोधक डॉ. मायकेल गॉकिलिन यांनी वीस वर्षांहून अधिक काळ विद्युत चुंबकीय क्षेत्रातील फेरबदलांचा मनोरुग्णांवर होणारा बरा-वाईट परिणाम बारकाईने अभ्यासला आणि ' कॉस्मिक क्लॉक्स' नावाचा सुरेख ग्रंथ प्रकाशित केला. डॉ. गॉकिलिन यांना ग्रहांची लयबद्ध गती आणि त्याचे माणसावर होणारे परिणाम, यात फार रस होता. त्याबाबतचेच हे संशोधन आहे. युरोपात जन्म-मृत्यूच्या नोंदी काळजीपूर्वक केल्या जातात. डॉ. गॉकिलिन यांनी प्रथम फेंच मेडिकल ॲकेडमीच्या ५७६ सभासदांच्या जन्मनोंदी गोळा करून त्यांची जन्मवेळेच्या ग्रहस्थितीबरोबर सांगड घातली. तेव्हा ५५८ व्यक्तींच्या जन्मवेळी शनी आणि मंगळ हे दोन ग्रह क्षितिजावर - म्हणजेच ज्योतिर्विदांच्या परिभाषेत पहिल्या स्थानात किंवा जन्मलग्नी असल्याचे आढळून आले. साहजिकच या दोन ग्रहांच्या विशिष्ट स्थानांचा वैद्यकीय व्यवसायाशी असलेला संबंध पडताळून पाहण्यासाठी म्हणून डॉ. गॉकिलिन यांनी युरोपातील वेगवेगळ्या देशातील ख्यातनाम आणि यशस्वी अशा ५०८ डॉक्टरांच्या जन्मनोंदी गोळा करून, त्या वेळची या दोन ग्रहांची स्थाने तपासली, तेव्हा हे दोन्ही ग्रह त्याच स्थानात असल्याचे आढळले. आता सहजच असा निष्कर्ष निघतो, की या ग्रहस्थितीच्या काळात जन्म घेणारी बालके वैद्यकीय व्यवसायाकडे वळतात किंवा या दोन ग्रहांच्या स्थानाचा आणि नवजात अर्भकाचा भविष्यकाळात डॉक्टर होण्याचा काही तरी निश्चित संबंध असावा. कारण हा केवळ योगायोग आहे असे गृहीत धरून सांख्यिक पद्धतीने त्याची शक्याशक्यता तपासली, तर सरासरीने एक कोटी योगायोगात जेमतेम एक बालकच डॉक्टर होण्याची शक्यता वर्तविली जाते. म्हणजे हा केवळ योगायोग निश्चित नाही, असे म्हणावयास प्रत्यवाय नाही. या संशोधनातील सर्वांत महत्त्वाचा भाग असा की एका शास्त्रज्ञाने विज्ञानाच्या आधाराने 'ज्योतिष' हे शास्त्र आहे, याची सत्यता पटवून देण्यासाठी सादर केलेला हा पहिलाच ठोस पुरावा आहे.

पृथ्वीच्या विद्युत चुंबकीय क्षेत्रात सतत घडून येणारे बदल माणसाच्या

जीवनावर प्रभाव टाकीत असतात, हे सत्य कुणीच नाकारू शकत नाही. परंतु वैश्विक शक्तींचा परिणाम किती प्रमाणात घडतो, याबद्दल मतभेद असू शकतील. फलज्योतिषीदेखील याच ग्रहस्थितीबद्दल बोलत असतात. त्यांचे निष्कर्ष पूर्वसुरींच्या अनुभवांवर आधारलेले आहेत आणि अद्यापतरी विज्ञानाच्या पुराव्याने सिद्ध झालेले नाहीत. परंतु त्यात निदान काही सत्य असल्याचा पुरावा आता उपलब्ध होऊ लागला आहे. डॉ. गॉकिलिन यांनी या क्षेत्रात फार उत्तम कामगिरी बजावली आहे यात शंका नाही. मंगळ आणि शनी हे दोन ग्रह आणि वैद्यकशास्त्र याबाबत संशोधन केल्यानंतर त्यांनी इतर व्यवसायांकडे लक्ष वळविले. डॉ. गॉकिलिन यांनी फ्रान्समधील ११५ अतिप्रसिद्ध व्यक्तींची जन्मवेळ आणि जन्मवेळी असलेली ग्रहस्थिती आणि त्यांचा व्यवसाय यांची सांगड घालण्याचा प्रयत्न केला, तेव्हा पूर्वीचेच निष्कर्ष अधिक बळकट झाले. 'शनी-मंगळा'शी निगडित असलेल्या व्यक्ती वैद्यकीय व्यवसायात होत्या, तर 'गुरू' ग्रहाच्या प्रभावाखालील व्यक्ती सेनादलात आणि राजकारणात उच्च पदावर होत्या. गुरू ग्रहाशी निगडित व्यक्ती क्वचितच विज्ञान शाखेकडे वळलेली आढळली. शनी लग्नी असणारी कुणीही व्यक्ती सुप्रसिद्ध लेखक नव्हती. एकांड्या शिलेदाराप्रमाणे काम करणारे लेखक आणि मॅरेथॉन धावपटू चंद्राच्या प्रभावाखाली असल्याचे आढळून आले. त्यानंतर डॉ. गॉकिलिन यांनी हॉलंड, बेल्जियम, जर्मनी आणि इटली या प्रत्येक देशात दोन-तीन किंवा अधिक वर्षे संशोधन करून पंचवीस हजारांपेक्षा अधिक जन्मनोंदी गोळा करून, त्या प्रत्येक वेळेची ग्रहस्थिती पडताळून नवजात बालकाचा व्यवसाय काय असू शकेल, याबद्दल आडाखे बांधले, तेव्हा शनी-मंगळाशी निगडित सर्व बालके वैद्यकीय व्यवसायाकडे वळल्याचे आढळून आले. गुरू प्रभावातील सर्व बालके सेनादल अथवा राजकारण या दोनच व्यवसायांकडे वळली आणि मॅरेथॉनपटू आणि लेखक चंद्राशी निगडित होते. बर्लिन विद्यापीठातील 'मॅथॅमॅटिकल थिअरीचे' प्रा. टॉर्निएर या जगद्विख्यात शास्त्रज्ञाने डॉ. गॉकिलिन यांच्या संशोधनातील सर्व बारकावे सांख्यिकी पद्धतीने तपासून त्यात काहीही चूक नसल्याचा निर्वाळा दिला. जागतिक कीर्तीचे सांख्यिक प्राध्यापक फावरजे यांचा समावेश असलेल्या पॅरिसमधील विख्यात सोर्बोन विद्यापीठातील शास्त्रज्ञांच्या एका गटाने गॉकिलिन यांच्या संशोधनाची बारकाईने तपासणी करून त्यातले सांख्यिकी निष्कर्ष अचूक असल्याचे मत प्रदर्शित केले आणि डॉ. गॉकिलिन यांचे 'ग्रह आणि व्यवसाय' याबाबतचे निष्कर्ष पडताळून पाहण्यासाठी फ्रान्समधील वेगवेगळ्या शहरांतील व्यक्तींची जन्मवेळ, व्यवसाय आणि जन्मवेळची ग्रहस्थिती यांची तपासणी करून डॉ. गॉकिलिन यांचे निष्कर्ष तंतोतंत अचूक असल्याचे मत प्रदर्शित केले.

डॉ. गॉकिलिन यांचे निष्कर्ष वादातीत आहेत. वेगवेगळ्या ग्रहांचा माणसांवर निश्चित प्रभाव पडतो, असे या संशोधनाद्वारे स्पष्ट दिसून येते; परंतु हा परिणाम ते ग्रह स्वत: घडवून आणतात, की त्यांच्या विशिष्ट स्थानामुळे हा प्रभाव पडतो, यावर अधिक संशोधन व्हावयास पाहिजे. कारण ग्रह हे वैश्विक रचनेचाच एक भाग असल्यामुळे हा प्रभाव वैश्विक शक्तींचा असू शकेल, असेही म्हणता येईल. सोर्बोन विद्यापीठातील सांख्यिकी तज्ज्ञांच्या मतांचा विचार करताना असे म्हणावेसे वाटते की फलज्योतिषी जर विशिष्ट वेळेची ग्रहस्थिती पाहून अचूक भविष्य वर्तवू शकत असतील, तर तो परिणाम कशामुळे घडून येतो, हे फारसे महत्त्वाचे नाही. वीज कशामुळे निर्माण होते आणि ती कशा पद्धतीने कार्य करते, हे समजण्यापूर्वीच बरीच वर्षे विजेचा वापर केला जातच होता. तेव्हा आजच्या क्षणाला जर काही महत्त्वाचे असेल, तर ग्रहस्थितीचा माणसाच्या आयुष्यावर काय परिणाम घडून येतो ते समजून घेणे इतकेच! मग तो परिणाम कोणत्या पद्धतीने घडून येतो, हा भाग नंतर येऊ शकतो.

संदर्भ

Tschijevsky A. L.: 'I' Actiion de 'I' activite periodique solaire sur les epidemics": Traite de climatologic bilogique et medicale. Paris, Mason 1934.

Romensky N. Y.: Recencil des tranvanx Scientifique de I' adminstration des stations thermales et climateriques, Sotchi 1960.

Poumaillux J. and Viart R: Correlations possibles entre I'incidence des infarcus du myocrade et I'augmentation des activites solaire geomagnatigue: Bull Acad 143 : 167, 1959.

Lingemann O.:
Tuberkuloses Iungenbluten and meteorbiologische Einflusse der Tuberkulosarzt: 9: 261, 1955.

Podoshiyakin A. K.: Solar and Road Accidents. New Scientist 25th April 1968.

Friedman H. Becker R and Bachman C: Geomagnetic Parameters and Psychiatry Hospital Admissions: Nature: 200: 625: 1963.

Nelson J. H.: Planetary Position: Effect on Short Wave Signal

Quality: Electrical Engineering: 71: 421: 1952.
Gauquelin M.: "Cosmic Clocks" Peter Owen, London 1969.
Gauqunelin M. and Gauquelin F: Methodes pour etudier repartition des astress dansa movement diurne." Paris 1957.
Gauquelin M: Lcs Hommect les astres, Paris Denoel, 1960.

ग्रहस्थितीवरून वेध भविष्याचा

हजारो बालकांची जन्मवेळ, त्या जन्मवेळी असणारी ग्रहस्थिती - म्हणजे स्थानपरत्वे बालकाच्या जीवनावर प्रभाव टाकणारे ग्रह आणि नंतरच्या आयुष्यात त्या बालकांनी निवडलेला व्यवसाय याबाबत डॉ. मायकेल गॉकिलिन यांनी काढलेले निष्कर्ष निश्चित विचार करावयास लावतात. पृथ्वीच्या विद्युत चुंबकीय क्षेत्रात जेव्हा फार मोठे फेरबदल संभवतात, तेव्हा त्या कालावधीत नेहमीच्या सरासरीपेक्षा किती तरी अधिक बालके जन्म घेतात अशी रुग्णालयातील नोंद दर्शविते. साहजिकच मंगळासारखा निकटवर्ती ग्रह जेव्हा पृथ्वीच्या विद्युत चुंबकीय क्षेत्रावर प्रभाव टाकून फेरबदल घडवून आणतो, तेव्हा अधिकाधिक गर्भवतींना प्रसूतिवेणा येऊन अधिक संख्येने बालके जन्म घेतात. आता प्रश्न उद्‌भवतो तो असा की, गर्भवती मातेचे शरीर आणि तिच्या सभोवताली बाह्य जगात होत असलेले विद्युत चुंबकीय क्षेत्रातील फेरबदल यात काही परस्परसंबंध निर्माण होऊन मूल जन्मले असे गृहीत धरले, तरी त्यात मुलाचा सहभाग किती असू शकेल? आणि त्याहीपेक्षा पुढे जाऊन असे म्हणता येईल, की मंगळाने विद्युत चुंबकीय क्षेत्रावर प्रभाव गाजविण्यामुळे प्रसूती होऊन मूल जन्मले हा भाग मान्य केला, तरी भावी आयुष्यात ते मूल वैद्यकीय व्यवसाय का निवडते? किंवा थोडा वेगळा विचार असा, की जन्म घेणाऱ्या मुलावर विशिष्ट वेळेच्या ग्रहस्थितीचा काही तरी बरा-वाईट परिणाम घडून येत असावा आणि त्यामुळे मुलाच्या भवितव्याला काहीतरी विशिष्ट वळण लागून त्याच्या आयुष्याचे भाकीत ठरत असावे. परंतु मला स्वतःला हा विचार तितकासा पटत नाही आणि आजचे ज्योतिर्विददेखील इतकी ठाम भूमिका घेत नाहीत.

जीवशास्त्रीय भूमिकेतून विचार केला, तर नवजात बालकाचा जन्म होण्याचा निश्चित क्षण कोणता? सामान्यत: बालकाचा जन्म होताना त्याचे मस्तक बाहेर दिसू लागल्यापासून ते मूल संपूर्णपणे बाहेर येण्यास सुमारे दोन तासांचा अवधी लागतो. या कालावधीत आकाशातील ग्रहस्थिती किती तरी बदलत जाते. मग या कालावधीतील कोणता क्षण बालकाचे भविष्य घडवितो? ज्या क्षणी मुलाचा रुदनस्वर कानी पडतो, तो क्षण हा 'जन्मक्षण' आहे असे काही भविष्यवेत्ते मानतात. परंतु

अनेक अर्भकांच्या बाबतीत हा क्षण विलक्षण मागे-पुढे होतो, हे रुग्णालयातील निरीक्षक सहज सांगू शकेल. मग तो 'रुदनक्षण' इतका महत्त्वाचा कसा?

जन्म घेणाऱ्या बालकाला अत्यंत अवघड परिस्थितीतून जावे लागते. चार-पाच इंच लांबीच्या निरुंद नलिका मार्गातून बाहेर पडताना त्याला केवढातरी दाब आणि धक्के सहन करावे लागतात. मस्तकावर खूप दाब पडून ते जरा आकुंचित झाल्यानंतरच मूल बाहेर पडू शकते. हा दाब अत्यंत जबरदस्त असतो. इतके सगळे झाल्यानंतर मुलाचा मेंदू काम करू लागतो आणि त्यावर वैश्विक शक्तींचा प्रभाव पडू लागतो. खरे तर हा क्षण महत्त्वाचा मानता येईल. परंतु हे जर मान्य केले तर 'सिझेरिअन' ऑपरेशन होऊन बाहेर पडणाऱ्या बालकाला कोणत्याच अवघड परिस्थितीला तोंड द्यावे लागत नाही, कोणतेही दिव्य करावे लागत नाही. मग या पद्धतीने जगात पदार्पण करणाऱ्या मुलाचा जन्मक्षण कोणता? आणि तो क्षण जर ऑपरेशन करणारा शल्यविशारद निश्चित करतो, तर मग त्या मुलाचे भविष्य कोण घडविते?

पूर्वी शास्त्रीय मानल्या गेलेल्या कल्पना काळानुसार बदलत जातात. पूर्वी भाजलेल्या जखमेला जराही पाणी लागू नये याची दक्षता घेत असत. आता भाजलेली जखम तत्काळ थंड पाण्यात बुडवून ठेवण्यास सांगतात. अत्यंत सुरक्षित मानली गेलेली गर्भाशय ही जागा आरामदायक, उबदार आणि वातानुकूलित असली, तरी पूर्वापार कल्पनेइतकी सुरक्षित खासच नाही. कारण इतर घटक तितकेसे नियंत्रित नसतात. गर्भवती मातेच्या ताणलेल्या पोटातून धूसर प्रकाश किरण आत पोहोचत असतात. मोठा आवाज किंवा कोलाहल गर्भाला त्रासदायक ठरतो आणि मूल गर्भाशयाच्या भित्तीवर आघात करून निषेध नोंदवीत असते, हे अनुभवी माता सहज सांगू शकतील. गर्भवती मातेच्या शरीरातून किरणोत्सर्ग गर्भाशयापर्यंत पोहोचतो. मग मूल मातेच्या उदरातून बाहेर आल्यानंतरच हे घटक मुलावर प्रभाव टाकतात, असे विधान करणे कितपत योग्य आहे?

गर्भाशयातील शांत जागी राहून वाढणारे मूल प्रथम क्षीण प्रभावांना प्रतिसाद देण्यात शिकत असावे आणि तो प्रतिसाददेखील क्षीणच असल्यामुळे गर्भवती मातेला जाणवत नसावा. परंतु या क्षीण प्रभावांना प्रतिसाद देऊन आपण केव्हा जन्म घ्यावा, हे ते मूल स्वतःच ठरवीत असेल आणि त्याप्रमाणे मातेच्या शरीराला जोडणाऱ्या नाळेला आदेश देत असेल आणि नंतर प्रसूतिवेणा सुरू होत असतील. याचाच अर्थ असा, की अत्यंत लहान वयात असतानाच गर्भावर प्रभाव टाकून वैश्विक शक्ती त्याचे भविष्य, भावी आयुष्य घडवीत असतील आणि नंतर मातेच्या उदरातून बाहेर आल्यानंतर ते नवजात अर्भक या वैश्विक शक्तींच्या सुरात सूर मिळवून त्यांच्या सहकार्याने आयुष्य जगण्यास शिकत असेल ही शक्यता नाकारता येत नाही.

डॉ. मायकेल गॉकिलिन यांच्या धारणेप्रमाणे जन्म घेणाऱ्या बालकाला

अनुवांशिकतेच्या तत्वाप्रमाणे आई-बापांकडून काही विशिष्ट जनुके (जीन्स) मिळतात. अनुवांशिकतेच्या या विशिष्ट घटकांमुळेच गर्भवती मातेच्या उदरात असणाऱ्या जीवाला आपण कोणत्या ना कोणत्या विशिष्ट ग्रहाच्या प्रभावात जन्म घ्यावा, अशी स्वाभाविक प्रवृत्ती होत असेल.

या कल्पनेचा पाठपुरावा करण्यासाठी डॉ. गॉकिलिन यांनी पॅरिस शहराच्या परिसरातील तीस हजारांपेक्षा अधिक आई-बापांच्या जोड्या आणि त्यांची मुले यांच्या जन्मनोंदी गोळा केल्या. डॉक्टरांनी प्रथम आई-बापांच्या जन्मनोंदीप्रमाणे त्यांच्या जन्मवेळच्या ग्रहस्थितीप्रमाणे शुक्र, मंगळ, गुरू आणि शनी या चार ग्रहांची स्थाने निश्चित केली. त्यानंतर त्या आई-बापांच्या मुलाची जन्मवेळ आणि मुलाच्या जन्मवेळची ग्रहस्थिती पाहून त्या वेळची या चार ग्रहांची स्थाने आई-बापांच्या वेळच्या स्थानांबरोबर ताडून पाहिली आणि त्यांच्या आश्चर्याला पारावारच उरला नाही. आई-बाप ज्या ग्रहाच्या प्रभावाखाली जन्मले होते, त्याच ग्रहाच्या प्रभावाखाली बहुतेक मुले जन्मली होती. मुलाचे लिंग किंवा अगोदर जन्मलेली भावंडे वगैरे कोणत्याही घटकामुळे निष्कर्ष बदलत नव्हता.

म्हणजे विचार पुन्हा पहिल्या निष्कर्षाकडेच झुकतो, की आपण केव्हा जन्म घ्यावा हे अर्भकाने स्वतःच निश्चित केलेले असते. आई-बापांकडून मिळालेल्या अनुवांशिकतेच्या घटकांमुळे म्हणजेच मुलाला मिळालेल्या जनुकांमुळे (जीन्स) ते मूल आई-बापांप्रमाणेच कोणत्या तरी विशिष्ट ग्रहाच्या प्रभावाला अधिक संवेदनशील असणार आणि त्या ग्रहाच्या प्रभावानुसार आपली जन्मवेळ ठरवीत असणार. डॉ. गॉकिलिन यांचे हे संशोधन पाहिल्यानंतर निश्चितच असा विचार मनात आल्यावाचून राहत नाही की 'नवजात अर्भकाच्या जन्मवेळी असलेल्या ग्रहस्थितीवरून त्या बालकाच्या आयुष्याचे भाकीत नक्कीच वर्तविता येईल.' असा निष्कर्ष त्यांना काढायचा होता. इतर काही कारणांमुळे डॉक्टर मायकेल गॉकिलिन तशी स्पष्ट कबुली देत नाहीत. परंतु त्यांचा अभिप्राय मात्र तोच आहे. भविष्यवेत्ते, फलज्योतिषीतरी वेगळे काय करतात?

'फलज्योतिष' हा शब्द वापरल्यानंतर एक गोष्ट येथेच स्पष्ट करावयास हवी. नियतकालिकांमध्ये अथवा वर्तमानपत्रात वेळोवेळी छापून येणारे राशी-भविष्य हे 'फलज्योतिष' नव्हे. तो भाग या लेखनाच्या संदर्भात वगळणेच योग्य ठरेल. त्या राशीभविष्यानुसार जगाची एकूण लोकसंख्या बारा राशींमध्ये विभागली, तर प्रत्येक राशीत जगातले सुमारे एकद्वादशांश लोक समाविष्ट असतील आणि मग कोणत्या तरी एका आठवड्यात एक द्वादशांश लोकांचे प्रेमविवाह जमतील, दुसऱ्या द्वादशांश लोकांना नव्या नोकरीची संधी चालून येईल, तिसऱ्या द्वादशांश लोकांची आप्तेष्टांकडून फसवणूक होईल वा वरिष्ठांचे गैरसमज होऊन बोलणी खावी लागतील वगैरे कथन

हे फलज्योतिष नव्हे. 'जन्मपत्रिका' किंवा 'कुंडली' हा जन्मवेळी असलेल्या आकाशस्थ ग्रह-नक्षत्रांचा नकाशा आहे. तो अत्यंत काळजीपूर्वक गणित मांडून रेखाटलेला असतो. पंचाग किंवा 'ग्रीनिच इफेमेरी' किंवा अलिकडच्या काळात 'उज्जैन इफेमेरी' यात दिलेल्या गणिताच्या आधाराने ग्रह - नक्षत्रांची स्थाने मांडली जातात. प्रत्येक ग्रहाच्या भ्रमणगतीचे गणित मांडून कोणत्याही विशिष्ट दिवशी, विशिष्ट वेळी कोणता ग्रह अथवा नक्षत्र कोठे असेल याचे तपशिलवार गणित त्यात दिलेले असते. त्यामुळे कुणीही शास्त्रज्ञ अथवा गणिती त्याबद्दल आक्षेप घेऊ शकणार नाही.

पृथ्वी पश्चिमेकडून पूर्वेकडे फिरत असते म्हणजे भौगोलिक नकाशात घड्याळाच्या दिशेने (क्लॉकवाइज) फिरते. त्यामुळे सभोवतालचे आकाश याच्याबरोबर उलट दिशेने (अ‍ॅन्टिक्लॉकवाइज) फिरताना दिसते. हाच क्रम जन्मपत्रिका मांडताना वापरला जातो. जन्मपत्रिकेचा मध्यबिंदू हे पृथ्वीचे स्थान आणि भोवतीचे वर्तुळाकार आकाश ३६० अंशांचे कल्पून त्याचे प्रत्येकी ३० अंशांचे बारा भाग पाडले जातात. हीच जन्मपत्रिकेतली बारा 'स्थाने' अथवा 'घरे'. पृथ्वी चोवीस तासात एक आवर्तन पूर्ण करते म्हणजे प्रत्येक स्थान सुमारे दोन तासात ओलांडले जाते. पहिले स्थान हे सूर्योदयाचे क्षितीज, दहावे स्थान ही माध्यान्ह आणि सातवे स्थान ही सूर्यास्ताची जागा. याच क्रमाने चौथे स्थान ही मध्यरात्र, असा हा जन्मपत्रिकेचा नकाशा मांडला जातो. भारतीय ज्योतिर्विदांनी आकाशस्थ तारका आणि नक्षत्रांचे काळजीपूर्वक निरीक्षण करून सत्तावीस तारकापुंज नक्षत्रे म्हणून कायम केली. यांच्यामुळे आकाशाचे स्थूलमानाने सत्तावीस विभाग पाडले जातात. यावर मूळ भारतीय ज्योतिष आधारलेले होते. नंतर मध्य-पूर्वेतील बाबिलोनियन किंवा खाल्डियन संस्कृतीतील लोकांनी 'राशी' कल्पना मांडली. या बारा राशी (झोडिअ‍ॅक्स) संपूर्णपणे काल्पनिक आहेत. वृश्चिक राशीसारखा एखादा अपवाद वगळता कोणत्याही राशीची आकृती स्पष्टपणे आकाशात राशीच्या नावाप्रमाणे दिसू शकत नाही. आता सत्तावीस नक्षत्रे आणि बारा राशी यांचा मेळ घालताना प्रत्येक राशीमध्ये सव्वा दोन नक्षत्रांचा समावेश असणार, हे उघडच आहे. त्याचप्रमाणे चोवीस तासांचा दिवस आहे म्हटल्यानंतर प्रत्येक दोन तासांनी नवी रास क्षितिजावर असणार, हे गणितही समजण्यास अडचण पडू नये. पृथ्वी पश्चिमेकडून पूर्वेकडे फिरते. साहजिकच आकाशातील राशी आणि नक्षत्रे उलट क्रमाने फिरताना दिसतात. म्हणूनच जन्मपत्रिकेत राशींचे क्रमांक घड्याळाच्या उलट दिशेने मांडले जातात.

सूर्योदयाला कोणती तरी एक रास पूर्व क्षितीजावर असते. हा क्रम महिनाभर चालतो. उदाहरणार्थ २१ मार्च ते २० एप्रिल या कालावधीत मेष (एरीज) ही क्रमांक एकने दर्शविलेली रास क्षितीजावर असते. २१ एप्रिल ते २० मे या कालावधीत वृषभ (टॉरस) ही दुसऱ्या क्रमाकांची रास पूर्व क्षितीजावर असते. या क्रमाने वर्षभरात बारा राशी क्षितीजावर असतात. या सूर्योदयकालीन राशीप्रमाणे

पाश्चात्त्य राशी-भविष्य कथन केलेले असते. चंद्र सुमारे सव्वादोन दिवस एका राशीत असतो. जन्मकाली चंद्र ज्या राशीत असेल ती मुलाची 'रास' समजली जाते. पौर्वात्य पद्धतीचे राशी-भविष्य या चंद्रराशीवरून कथन केले जाते.

फलज्योतिष कथन करणारे ज्योतिर्विद या जन्मकालीन ग्रहस्थितीला फार महत्त्व देतात. त्यांच्या धारणेप्रमाणे जन्मकालीन ग्रहांची विशिष्ट स्थाने आणि एकमेकांशी स्थानपरत्वे होणारे योग यांचा एकूण परिणाम होऊन जन्म घेणाऱ्या मुलाचे भविष्य घडते. ग्रहांचा आणि ग्रहयोगांचा मुलावर निश्चित परिणाम होतो. डॉ. जॉन नेल्सन यांचे 'रेडिओ लहरींवर ग्रहांच्या विद्युत चुंबकीय प्रभावामुळे आणि विकीरणामुळे होणारे परिणाम' याबाबतचे संशोधन आणि त्यानंतर डॉ. मायकेल गॉकिलिन यांनी 'जन्मकालीन ग्रहस्थिती आणि जन्म घेणाऱ्या मुलाचा व्यवसाय' याबाबत केलेले संशोधन या दोन्हींमध्ये काही तरी निश्चित स्वरूपाचा परस्परसंबंध असावा असे दर्शवितात. ते विज्ञानाधिष्ठित संशोधन कुणीही नाकारू शकणार नाही. परंतु हा संबंध कोणत्या स्वरूपाचा असावा?

फलज्योतिषी जन्मकालीन ग्रहस्थिती-ग्रहयोग वगैरे पाहून जे संभाव्य परिणाम ठामपणे सांगतात, त्याबद्दल वाद सुरू होते. फलज्योतिष्यात सुमारे दहा लाख किंवा त्यापेक्षाही अधिक वेगवेगळे ग्रहयोग पूर्वसूरींनी कथन केले आहेत आणि त्यांचे परिणाम - त्यांची 'फले'देखील वर्णन केली आहेत. आजचे फलज्योतिषी या पूर्वसूरींच्या लिखितावरूनच भविष्य कथन करतात. काही प्रमाणात त्यांचा स्वतःचा अनुभवदेखील असतो. परंतु या सर्व ठोकताळ्यांना आधार काय? पूर्वसूरींनी निरीक्षण आणि अनुभव यांची सांगड घालून ही फले वर्तविली असावीत. परंतु त्यांचे ठोकताळे विसंगत तुकड्यांमध्येच - म्हणजे काही वेळा बरोबर किंवा काही वेळा निराळेच काही - असे अनुभवाला येतात. त्यांचे मूळ संशोधन उपलब्ध नाही. ते कसे केले असावे याबद्दल अधिकृत माहिती उपलब्ध नाही. त्यात काही तर्कशास्त्राचे निकष वापरले असल्यास त्याची माहिती उपलब्ध नाही. म्हणून त्यावर पद्धतशीरपणे अधिक संशोधन व्हायला पाहिजे असे जाणकार फलज्योतिषी आवर्जून प्रतिपादन करतात. मात्र फलज्योतिषांनी वर्तविलेल्या भविष्यापैकी काही भाग तंतोतंत बरोबर येतो, हा पुष्कळांचा अनुभव आहे.

अमेरिकन मानसशास्त्रज्ञ डॉ. व्हर्नान क्लार्क यांनी याबाबत केलेले संशोधन अत्यंत लक्षणीय आहे. त्यांनी फलज्योतिष कथनाच्या खरेखोटेपणाबद्दलच संशोधनाचा रोख ठेवला होता, असे म्हटले तर अधिक योग्य ठरावे. सुरुवातीला डॉ. व्हर्नान क्लार्क यांनी आपापल्या व्यवसायांत पूर्णपणे मुरलेल्या आणि यानंतरच्या आयुष्यात व्यवसाय बदलण्याची शक्यता नसलेल्या अशा चाळीस ते साठ वर्षांचे आयुर्मान असलेल्या वयोगटातील दहा वेगवेगळ्या व्यवसायांतील व्यक्ती निवडल्या. त्यांत निम्मे पुरूष होते आणि निम्म्या स्त्रिया निवडल्या होत्या. डॉ. क्लार्क यांनी निवडलेले

व्यवसाय संगीततज्ज्ञ, ग्रंथपाल, जनावरांचा डॉक्टर, कला समीक्षक, वेश्या, सट्टा बेटिंग घेणारा, सर्पतज्ज्ञ, कलाशिक्षक, कळसूत्री बाहुल्यांचे खेळ करणारा आणि बालरोगतज्ज्ञ असे होते. यातील निवड अत्यंत वैविध्यपूर्ण होती. या प्रत्येकाची जन्मपत्रिका आणि सोबत या दहा व्यवसायांची यादी असे कागदपत्र डॉ. क्लार्क यांनी वीस वेगवेगळ्या ख्यातनाम फलज्योतिषांकडे पाठविले आणि त्यांना जन्मपत्रिका आणि व्यवसाय यांची सांगड घालण्यास सांगितले. याचा ताळा (कंट्रोल) म्हणून हेच कागदपत्र वीस समाजसेवकांना आणि वीस मनोवैज्ञानिकांकडे पाठवून त्यांनादेखील सांगड घालण्याचा प्रयत्न करण्यास सांगितले, समाजसेवकांपैकी दोघांनी तीन जोड्या, तर मनोवैज्ञानिकांनी आणखी दोन जोड्या बरोबर जमविल्या. कदाचित हा योगायोग म्हणता येईल. परंतु वीस फलज्योतिष्यांपैकी अठरा ज्योतिषांनी अचूक जोड्या जमविल्या. दोघांच्या दोन किंवा तीन जोड्या चुकल्या, पण बहुतेक सर्व काम अचूक होते. म्हणजे जन्मपत्रिकेत दर्शविलेली ग्रहस्थाने - ग्रहयोग आणि व्यवसाय यांचा काही तरी परस्परसंबंध असणार, असा निष्कर्ष सहजच काढता यावा. नंतर अधिक संशोधनासाठी डॉ. क्लार्क यांनी या वीस ज्योतिषांना जन्मपत्रिकांच्या दहा जोड्या पाठविल्या आणि सोबत आयुष्यात घडलेल्या ठळक प्रसंगांची, उदाहरणार्थ, अपघात, लग्न, मूल होणे, व्यवसाय-नोकरी, मृत्यू अशा घटनांची यादी जोडली होती. त्याची आणि त्या कोणत्या व्यक्तीच्या आयुष्यात घडल्या त्याची जन्मपत्रिका यांची सांगड घालण्यास सांगितले आणि ते काम आणखीनच बिकट व्हावे म्हणून नवरा-बायकोच्या पत्रिकांच्या जोडीऐवजी दोन समलिंगी व्यक्तीच्या पत्रिका, दोन एकाच वस्तीत राहणाऱ्या व्यक्तींच्या पत्रिका अशा जोड्या लावल्या होत्या. मात्र त्याची कल्पना ज्योतिषांना दिली गेली नव्हती. आश्चर्य म्हणजे वीस ज्योतिषांपैकी तीन ज्योतिषांनी सर्व दहाचे दहा प्रसंग आणि ज्या व्यक्तींच्या आयुष्यात ते घडले, त्यांच्या जन्मपत्रिका अचूक जोडून दाखविल्या. इतरांनी सात-आठ किंवा नऊ प्रसंग आणि व्यक्तींची जन्मपत्रिका बरोबर जोडून दाखविली. याचा अर्थ स्पष्टच आहे, की फलज्योतिषी अपघात, अपत्यसंभव, लग्न वगैरे आयुष्यातील ठळक प्रसंग निश्चित सांगू शकतात.

परंतु डॉ. व्हर्नान क्लार्क यांचे अद्याप पूर्ण समाधान झाले नव्हते. यानंतर त्यांनी जन्मपत्रिकांच्या दहा जोड्या पाठविल्या. त्याबद्दल नवरा-बायको, प्रेमिक किंवा मित्र अशी कोणतीही सूचना जोडली नव्हती. कोणत्याही तारखा किंवा महत्त्वाचे प्रसंग दिले नव्हते. सोबत फक्त एक यादी पाठविली होती. त्यात कुणाला तरी सेरेब्रल पाल्सी झाला आहे, कुणाला अर्धांगवायू झाला आहे इतकीच नोंद होती आणि डॉ. क्लार्क यांच्या आश्चर्याला पारावर उरला नाही. सर्व वीस ज्योतिष्यांनी या जन्मपत्रिकांमधील रुग्ण आणि त्यांचे वैयक्तिक आजार यांची अचूक सांगड घातली होती.

याचा सरळ अर्थ असा की फलज्योतिषी केवळ जन्मपत्रिकेवरून माणसे अचूक ओळखू शकतात आणि सर्वांनी केवळ दृष्टिविहीन अंधांप्रमाणे अथवा रुग्ण न पाहता

निदान करणाऱ्या डॉक्टरप्रमाणे काम केले होते.या सर्वांचा साहजिकच निष्कर्ष असा काढता येईल की फलज्योतिष हे केवळ आडाखे बांधलेले किंवा अनुमानधक्क्यावर आधारलेले नसून ते काही तरी निश्चित साधन आहे आणि त्यावर अधिक तपशीलवार संशोधन केल्यास त्याचा खूपच परिणामकारक रीतीने उपयोग होऊ शकेल. अर्थात हे फलज्योतिषाचे चित्र राशी-भविष्यापेक्षा खूपच वेगळे आहे.

याविषयी बोलताना आपल्या 'द केस फॉर ॲस्ट्रॉलॉजी' या अत्यंत माहितीपूर्ण ग्रंथात जॉन वेस्ट आणि टुंडर म्हणतात, ''बाबिलोनियन आणि खाल्डियन जमातींचे तुटपुंजे ज्योतिषशास्त्र इजिप्तच्या लोकांनी पूर्णत्वाला नेले आणि कला, धर्म, विज्ञान आणि तत्वज्ञान सर्वच एका सलग साखळीत गुंफले. त्यातून एक सलग ज्ञानपद्धती निर्माण झाली. त्यापूर्वी भारतीयांनी हे ज्ञान केव्हाच अत्युच्च कोटीला नेऊन ठेवले होते. परंतु कोणत्या ग्रहस्थितीमुळे काय परिणाम होतो, हे शोधून काढणे म्हणजे रंगसूत्रातील (क्रोमोझोम्स) मधील सहस्त्रावधी जनुकांपैकी (जीन्स) कोणत्या जनुकाचा काय परिणाम होतो, हे शोधून काढण्यासारखेच आहे. अमेरिकन जेनेटिक्स सोसायटीचे (अनुवांशिकता शास्त्रज्ञ मंडळ) तीन हजारांपेक्षा अधिक सभासद असून त्यांना एका रंगसूत्रावरील जनुकाचा परिणाम शोधण्यास पन्नास वर्षांपेक्षा अधिक काळ लागला, तर अमेरिकन ॲस्ट्रॉलॉजिकल सोसायटी (ग्रह-नक्षत्र फलादेश मंडळ) चे केवळ तेराशे सभासद आहेत. त्यांना एका योगाचा छडा लावण्यास त्याच हिशेबाने पस्तीस हजार वर्षांपेक्षा अधिक काळ लागेल.

म्हणजे फलज्योतिष हे कुणा एकट्यादुकट्या संशोधकाचे काम नाही, ते काही तरी वेगळ्याच पद्धतीने निर्माण झाले असावे. नेमके काय घडले असेल?

संदर्भ

Reiter R: 'Wetter and Zahl der Gubberten' Dtch Med Wochenschr: 77: 1606, 1952

Gauquelin M: Note sur le rythme. journaliar du debut de travail de i accounhement Gynecologie et Obsterique: 66: 231, 1967

Clark Vernon in 'The Case for Astrology': John West and John Toonder, New York 1959.

John West and John Toonder: 'The Case for Astrology' New York 1970.

आत्मा म्हणजे...?

अवकाशातून अगणित ऊर्जालहरी प्रत्यही पृथ्वीवर येऊन आदळत असतात. तरंग लांबीप्रमाणे (वेव्हलेंग्थ) त्या सर्वांची एकाच आलेखात मांडणी केली, तर साधारणत: आलेखाच्या मध्यावर आपल्या डोळ्यांना दिसणाऱ्या अतिनील (अल्ट्राव्हायोलेट) आणि अवरक्त (इन्फ्रारेड) लहरी यांच्या दरम्यान असलेल्या सप्तरंगी प्रकाशलहरी असतील. एका टोकाला इतक्या सूक्ष्म तरंग लांबीच्या ऊर्जालहरी असतील, की कल्पनाच करायची झाली तर सुमारे एक कोटी तरंग लांबी एकमेकांपुढे सलग मांडल्या, तर हाताच्या नखाइतकीच जेमतेम लांबी होऊ शकेल आणि दुसऱ्या टोकाला चौदा कोटी मैलांपेक्षादेखील अधिक लांबी असणाऱ्या दीर्घ लहरी असतील.

माणसाचे डोळे बहुधा ३८० ते ७६० मिलीमायक्रॉन तरंग लांबीला संवेदनशील असतात. बाकीच्या ऊर्जालहरींची संवेदना माणसाला जाणवत नाही. परंतु त्यांचा मानवी जीवनावर निश्चितच प्रभाव पडत असतो.

प्रत्येक जिवंत प्राण्याच्या शरीरातून काही ठराविक कालावधीने विद्युत चुंबकीय लहरी बाहेर पडत असतात. शरीराच्या प्रत्येक अवयवातून, प्रत्येक पेशीजालातून आणि प्रत्येक पेशीतून कमी-अधिक प्रमाणात या लहरी बाहेर टाकल्या जातात. शरीराभोवती त्या सर्वांचे एक विद्युत चुंबकीय क्षेत्र निर्माण होते. संवेदनशील गॅल्व्हानोमीटर आणि व्होल्टमीटरच्या साह्याने या क्षेत्राचे मोजमापदेखील करता येते. जीव-विद्युतशास्त्र (बायो-इलेक्ट्रोमेट्री) ही गोष्ट विज्ञानाला नवीन राहिलेली नाही.

अमेरिकेतील येल विद्यापीठाचे डॉ. हॅरोल्ड बर यांचे या क्षेत्रातील संशोधन मोठे वेधक आहे. प्रत्येक जिवंत प्राणी आपल्या शरीरातून विद्युत चुंबकीय लहरी निर्माण करीत असतो हे पडताळून पाहण्यासाठी म्हणून त्यांनी अत्यंत मंद हालचाली करणारा, सरड्याप्रमाणे दिसणारा, परंतु बेडकाच्या जातीचा उभयचर वर्गातील सॅलामॅन्डर नावाचा प्राणी एका खाऱ्या पाण्याच्या परातवजा तसराळ्यात ठेवला. पाण्यात विद्युतअग्र (इलेक्ट्रॉड्स) सोडून त्यांच्या दुसऱ्या टोकाला विद्युत उपकरणे जोडली. नंतर तसराळे गरगरा फिरविले, तर विद्युत उपकरणांचे काटे लागलीच

विद्युतभार असल्याचे दाखवू लागले.

नंतर ताळा करण्यासाठी डॉ. बर यांनी तसराळ्यातून सॅलामॅन्डर बाहेर काढून ठेवला आणि तसराळे पुन्हा गरगरा फिरविले. परंतु वारंवार प्रयत्न करूनदेखील उपकरणे विद्युतभार दाखवत नव्हते. म्हणजे अर्थ स्पष्टच होता, की विद्युतभार जिवंत सॅलामॅन्डरच्या शरीरातूनच बाहेर पडत होता.

डॉ. हॅरोल्ड बर यांनी माणसांवर प्रयोग करण्यासाठी कांजीसारखा द्रवपदार्थ तयार करून एका भांड्यात ठेवला आणि त्यात विद्युतअग्र सोडून दुसऱ्या टोकाला विद्युत उपकरणे जोडली आणि रोज विद्यापीठात येणाऱ्या आपल्या विद्यार्थी-विद्यार्थिनींना त्या कांजीत तर्जनी बुडवून विद्युत उपकरणावर दिसणारा विद्युतभार नोंदवून ठेवण्यास सांगितले. नंतर वर्षभर केलेल्या तपशीलवार नोंदी तपासल्या, तेव्हा विद्यार्थ्यांच्या नोंदी नियमित चढ-उतार दाखवीत असल्याचे आढळले. परंतु विद्यार्थिनींच्या नोंदी मात्र महिन्यातून एकदा खूप मोठा फरक दाखवीत असल्याचे दिसून आले. साहजिकच अंदुकनिर्मिती (ओव्ह्यूलेशन) म्हणजेच मासिक पाळीच्या वेळी हा फरक पडत असणार, हा तर्क करणे अवघड नव्हते. डॉ. बर यांनी नंतर सशांवर प्रयोग करून त्याबाबत खात्री करून घेतली.

योगायोगाने डॉ. बर यांच्या एका विद्यार्थिनीवर कारणपरत्वे शस्त्रक्रिया करण्यात येणार होती. तेव्हा डॉ. बर यांनी विद्यार्थिनी आणि शल्यविशारद यांच्या संमतीने त्या विद्यार्थिनीच्या अंदुकी (ओव्हरीज) काही काळ उघड्याच ठेवल्या आणि अंदुकनिर्मिती होत असल्याचे दिसताच त्या विद्यार्थिनीला कांजीत बोट बुडविण्यास सांगितले. डॉ. बर यांच्या अपेक्षेप्रमाणे विद्युत उपकरणे फार मोठा फरक दाखवू लागली. म्हणजेच डॉ. बर यांच्या धारणेप्रमाणे स्त्रीचे शरीर अंदुकनिर्मितीच्या वेळी विद्युतभारात फार मोठा फरक दाखवते, हे सत्य असल्याचे सिद्ध झाले.

डॉ. हॅरोल्ड बर यांच्या संशोधनाचा मागोवा घेताना सहजच असा विचार मनात डोकावून जातो, की आपल्याकडे कुटुंबनियोजन कार्यक्रम राबविण्याची नितांत आवश्यकता आहे. त्यासाठी कोणतीही साधने न वापरता ही अत्यंत खात्रीशीर पद्धत उपयोगात आणता येईल आणि डॉ. यूजेन योनास यांच्या तारखांचे वेळापत्रकदेखील पाहण्याची आवश्यकता उरणार नाही आणि त्याहीपेक्षा अधिक महत्त्वाचे म्हणजे ज्या स्त्रियांना काही शारीरिक वैगुण्यामुळे मूल होण्यास अडचण पडते आणि कृत्रिम गर्भधारणा करून घ्यावी लागते, त्या स्त्रियांना आपल्या शरीरात अंडे नक्की कोणत्या वेळी निर्माण होते, याचा अचूक अंदाज घेता येईल.

डॉ. बर यांचे संशोधन इतक्यावरच मर्यादित नव्हते. शरीराचे विद्युत चुंबकीय क्षेत्र आणि शरीरक्रिया (फिजिऑलॉजी) एकमेकांशी निगडित आहेत हे उमजल्यानंतर त्यांनी न्यूयॉर्क येथील प्रसिद्ध बेलेव्ह्यू इस्पितळात येणाऱ्या एक हजारांपेक्षा अधिक

स्त्री रुग्णांच्या शरीराच्या विविध अवयवांचा विद्युतभार मोजून तपशीलवार नोंदी केल्या. त्यात त्यांना १०२ स्त्रियांच्या बाबतीत ओटीपोट (ॲब्डॉमेन) आणि गर्भाशयाची ग्रीवा (सर्विक्स) या दोन अवयवांच्या विद्युतभारात वाजवीपेक्षा फारच अधिक तफावत आढळली. कालांतराने त्या सर्व स्त्रियांवर कारणपरत्वे शस्त्रक्रिया करण्यात आली तेव्हा १०२ पैकी ९५ स्त्रियांना गर्भाशयाचा अथवा गर्भाशय ग्रीवेचा कर्करोग जडल्याचे आढळून आले.

यावरून सहजच निष्कर्ष काढता यावा की कर्करोग होण्यापूर्वी शरीराच्या अवयवांच्या विद्युतभारात म्हणजेच चुंबकीय क्षेत्रात लक्षणीय बदल घडून येतात आणि हे फार मोठे बदल म्हणजे एक प्रकारे कालांतराने येणाऱ्या गंभीर संकटाची पूर्वसूचनाच म्हणता येईल आणि रोगनिदान करण्यासाठी या पद्धतीचा खूपच उपयोग होईल.

डॉ. हॅरोल्ड बर यांनी आणखी बराच काळ या पद्धतीने संशोधन करून माणसाच्या विद्युत चुंबकीय भारात विशिष्ट चढ-उतार (ग्रेडिएन्ट) दिसून येतात आणि त्यात फरक पडल्यास शरीराच्या आतील भागात जखम (अल्सर) असू शकते हे शोधून काढले. इतकेच नव्हे तर शस्त्रक्रिया केल्यानंतर आत राहून गेलेल्या जखमांचादेखील छडा लागू शकतो, हे अनेक प्रयोगांद्वारे सिद्ध केले. त्या दृष्टीने पाहता ही विद्युत चुंबकीय परीक्षा म्हणजे जणू अतिशक्तीमान क्ष-किरण आहेत असे म्हणावयास हरकत नाही.

संपूर्ण शरीराचे विद्युत चुंबकीय क्षेत्र मोजताना एक गोष्ट लक्षात घ्यावयास पाहिजे, की हा सरलधारा विद्युतप्रवाह (डी.सी.) आहे. माणसाच्या चेतासंस्थेतून, मेंदूतून निघणाऱ्या विद्युत चुंबकीय लहरी त्यापेक्षा भिन्न आहेत. हृदयाला किंवा मेंदूला चेतावणी दिली तर त्यातून विद्युत चुंबकीय लहरी बाहेर टाकल्या जातात आणि त्या वेगळ्या मोजता येतात. हे क्षेत्र सर्व अवयवांमधून निघालेल्या एकूण लहरींची गोळाबेरीज आहे.

विद्युत अग्र शरीरापासून जरा दूर ठेवले तरी संवेदनशील व्होल्टमीटरवर हे क्षेत्र मोजता येते. विद्युतभार उपकरणावर नोंदविला जातो. एखाद्या निरोगी शरीराची सतत नोंद ठेवली आणि त्यांचा आलेख मांडला, तर त्यातील चढ-उतार आणि उच्च-नीच बिंदू आलेखात व्यवस्थित नोंदविता येतात आणि विद्युतभाराचा आलेख जोमदार असल्याचे दिसून येते. एखाद्या व्याधिग्रस्त शरीराची सतत नोंद ठेवून आलेख नोंदविला, तर तो अत्यंत वेडावाकडा आणि क्षीण असल्याचे दिसून येते. त्यातले बदलदेखील मोठमोठे असतात.

निरोगी शरीराचा आलेख पाहताना शरीर केव्हा जोमदार आहे आणि केव्हा क्षीण आहे, हे त्यातील उच्च-नीच बिंदू पाहून सहजच सांगता येते. त्यामुळे मोटारसायकल रेसिंग, मोटार रेसिंग किंवा मुष्टियुद्धासारखे आक्रस्ताळी आणि धसमुसळे खेळ केव्हा

टाळावेत अथवा शरीर क्षीण पातळी दाखवीत असल्यामुळे केव्हा अपघात होण्याचा संभव आहे, हे सहज सांगता येते. म्हणजेच आपण पुन्हा फलज्योतिषाच्या जवळ येऊन पोहोचतो. अर्थातच कुणाही माणसाच्या शरीराला सतत विद्युत उपकरण जोडून ठेवणे शक्य होणार नाही. त्यामुळे डॉ. लिओनार्ड रॅविट्झ यांचा एक सन्माननीय अपवाद वगळता असे दीर्घ मुदतीचे संशोधन कुणी केलेले आढळत नाहीत. डॉ. रॅविट्झ यांनी महिनोन्महिने सलग नोंदी करून माणसाचे विद्युत चुंबकीय क्षेत्र पौर्णिमेला सर्वांत अधिक जोरकस असते आणि अमावस्येला क्षीणतम असते असा निष्कर्ष काढला.

गंमत अशी की हे विद्युत चुंबकीय क्षेत्र स्वत:च्या शरीराभोवती असून, आपल्याला ते दिसू शकत नाही, ऐकू येत नाही अथवा त्याला स्पर्शदेखील करता येत नाही. त्याची कोणतीही जाणीव होऊ नये हे काहीसे गूढ वाटते. परंतु लहानशा एकपेशीय युग्लिनापासून ते अगणित पेशींनी बनलेल्या माणसापर्यंत प्रत्येक सजीवाला हे विद्युत चुंबकीय क्षेत्र असते आणि ते उपकरणांवर नोंदविले जाऊ शकते. ते स्वयंभू नाही. सजीवाच्या निर्मितीबरोबरच ते निर्माण होते आणि मृत्युबरोबर नाहीसे होते.

डॉ. बर यांच्या संशोधनाने प्रभावित होऊन डॉ. एडवर्ड रसेल या संशोधन क्षेत्राकडे वळले आणि बऱ्याच काळच्या व्यासंगानंतर त्यांनी 'नियतीची संकल्पना' नावाचा सुरेख प्रबंधवजा ग्रंथ प्रकाशित केला. त्यात "सजीवाचे विद्युत चुंबकीय क्षेत्र हे एक एकात्मिभूत कार्यतंत्र आहे आणि सजीवाचा मृत्यू झाल्यानंतरदेखील हे विद्युत चुंबकीय क्षेत्र काही काळ मागे उरते," असे प्रतिपादन केले आहे आणि यालाच कदाचित आत्मा म्हणत असावेत, असे डॉ. रसेल यांनी सूचित केले आहे.

डॉ. एडवर्ड रसेल यांच्या पुस्तकाच्या वेष्टणावरच 'आत्म्या'ची जाहिरात करण्यात आली आहे. अर्थात डॉ. रसेल यांच्या प्रतिपादनावर अधिक सखोल संशोधनाची आवश्यकता आहे. परंतु सहजच असा एक विचार मनाला स्पर्श करून जातो, की माणसाच्या मृत्यूनंतर त्याचा देह नष्ट होतो. डॉ रसेल यांच्या प्रतिपादनाप्रमाणे त्या देहाचे विद्युत चुंबकीय क्षेत्र काही काळ तसेच मागे उरते आणि कालांतराने नष्ट होते. हे शास्त्रीय सत्य आहे. आपल्या रूढीप्रमाणे माणूस मृत्यू पावल्यानंतर त्या जागी दहा दिवसांपर्यंत दिवा लावून ठेवण्याचा धार्मिक संस्कार पाळला जातो. दिव्यामुळे उष्णता निर्माण होते आणि उष्णतेमुळे चुंबकत्व नष्ट होते, हेदेखील शास्त्रीय सत्य आहे. मग त्याच ज्ञानावर आधारित अशी ही रूढी सुरू करण्यात आली असेल काय? आणि उष्णतेमुळे तीन-चार दिवसांच्या कालावधीनंतर ते विद्युत चुंबकीय क्षेत्र मोडले जात असेल आणि ते नष्ट झाल्याच्या सुमारास 'तीन दिवसांनी आत्म्याला गती मिळते' वगैरे कल्पना मांडण्यात आल्या असतील. मग डॉ. एडवर्ड रसेल यांची आत्म्याबाबत असलेली कल्पना बरोबर असेल काय?

ही 'आत्म्या'बाबतची संकल्पना डॉ. हॅरोल्ड बर यांच्या संशोधनाला लागू करावयाची, असे म्हटले तर बेडकाचे अंडे निर्माण होण्यापूर्वी, अंडे निर्माण झाल्यानंतर, त्यातून बेडूकमासा (टॅडपोल) निर्माण झाल्यानंतर, त्याचा प्रौढ बेडूक बनल्यानंतर आणि प्रौढावस्थेच्या मृत्यूनंतरदेखील हे विद्युत चुबंकीय क्षेत्र सतत सलग कायम असले पाहिजे. तरच त्याला आत्मा म्हणता येऊ शकेल. परंतु डॉ. बर त्याबाबत काहीही विधान करीत नाहीत आणि उपलब्ध पुरावा मात्र नेमका उलट दिशेकडे बोट दाखवितो.

डॉ. बर यांचे एक थोडे वेगळे संशोधनदेखील लक्ष वेधून घेते. त्यांनी मक्याच्या दोन शुद्ध जातीच्या संकराबाबत विलक्षण कुतूहलजनक प्रयोग सिद्ध केला. संकर घडवून आणल्यानंतर संकरक्रियेत फक्त एकच जनुक (जीन) संकरित झाल्याचे आढळले. संकरित जातीचे दाणे शुद्ध जातीपासून वेगळे दाखविता येईनात, इतके सारखेपण त्यात होते. फक्त झाड उगवल्यानंतरच शुद्ध जात आणि संकरित जातीचे रोप हे वेगळे दाखविणे शक्य होत असे. दाणे मात्र वेगळे काढता येईनात. डॉ. बर यांनी त्या शुद्ध जातीच्या दाण्यांचे आणि संकरित जातीच्या दाण्यांचे विद्युतसंभार उपकरणावर मोजून पाहिले, तो ते खूपच वेगळे होते. म्हणजेच विद्युतभाराचा आलेख पाहून त्यापासून कोणते झाड निर्माण होणार याचे भाकीत करणे शक्य होते. फलज्योतिषी तरी वेगळे काय करतात?

क्षितिजावर कोणते ग्रह कोठे आहेत, हे पाहून मूल कोण होणार याचे भाकीत वर्तवितात. त्यातलाच हा प्रकार. म्हणजे आपण पुन्हा फलज्योतिषावर येऊन ठेपतो.

हे विद्युत चुंबकीय क्षेत्र शोधून काढणे हीच मोठी लक्षणीय घटना आहे. त्यामुळे अनेक गोष्टींचा उलगडा होतो.

सूर्यमालेबाहेरील वैश्विक शक्तीदेखील पृथ्वीवर येऊन पोहोचतात. वेगवेगळ्या तारकांच्या प्रकाशासमवेत सूक्ष्म तरंग लांबीच्या ऊर्जालहरी येत असतात. त्यातली बरीच ऊर्जा वर वातावरणातच शोषून घेतली जाते. हवेतील कार्बन-डाय-ऑक्साईड वायूपासून त्याचा रेडिओ समस्थितीक (रेडिओ आयसोटोप) कार्बन - १४ निर्माण होतो आणि तो सर्व वस्तुमात्रांमध्ये प्रवेश करतो. हवेतील अनेक अणूंचे आयनीभवन (आयोनायझेशन) होते. हे विद्युतभार वाहणारे सुटे अणू हवेत इतस्ततः फिरत असतात. कित्येक अणू घनभारित (पॉझिटिव्ह), तर कित्येक ऋणभारित (निगेटिव्ह) असतात. हवेत घनभारित अणूंची संख्या वाढली, तर माणूस बहुधा उदास होतो, मरगळतो. याउलट ऋणभारित अणूंची संख्या वाढली, तर माणूस उत्साहित बनतो.

माणसाचे स्वतःचे विद्युत चुंबकीय क्षेत्र जेव्हा घनभाराने उच्च स्तरावर असते, त्या वेळी तो अधिकाधिक ऋणभारित अणू आकर्षिक करतो आणि त्याला खूपच उत्साहित (युफोरिया) वाटू लागते. यावरून सहजच कल्पना यावी, की 'जरा सरकलेले' किंवा

'झपाटलेले' मनोरुग्ण पौर्णिमेला अधिकच झपाटले जातात. त्याचप्रमाणे जखमांमधून अथवा मासिक पाळीतून अधिक रक्तस्त्राव होणे साहजिकच आहे.

दीर्घ तरंग लांबीच्या विद्युत चुंबकीय लहरींपैकी कित्येकांची तरंग लांबी कित्येक कोटी मैलांपेक्षा अधिक असते; परंतु या अतिक्षीण लहरी असतात आणि माणसाच्या संवेदनेला जाणवत नाहीत. परंतु त्यांचा कळत न कळत प्रभाव पडतच असतो. डॉ. कोनिंग आणि त्यांच्या सहकाऱ्यांनी उपकरणाद्वारे या दीर्घ तरंग लांबीच्या लहरी जवळून जात असताना त्रेपन्न हजारांपेक्षा अधिक सामान्यत: निरोगी व्यक्तींची चाचणी घेतली तेव्हा असे आढळून आले, की या दीर्घ तरंग लांबीच्या लहरी अंगावरून जात असताना माणसाची संवेदना कमी होते आणि नेहमी जाणवणाऱ्या रंगलहरी, ध्वनिलहरी इत्यादी संवेदना जाणविण्यास पुष्कळ विलंब लागतो.

सूर्यमालेच्या बाहेरून येणाऱ्या ऊर्जालहरी सूर्यमालेतील ग्रहांच्या परिमाणातदेखील बदल घडवून आणतात. त्यामुळे त्यांचा एकत्रित बदललेला प्रभाव पृथ्वीच्या क्षेत्रात बदल घडवून आणतो आणि पर्यायाने प्रत्येक सजीवाच्या वैयक्तिक क्षेत्रात त्या प्रभावामुळे कमी-अधिक बदल घडून येतात.

संदर्भ

Burr H. S., Lana L. T. and Nims L. F.: A Vaccum Tube Voltmeter for Measurement of Biological Phenomena: Yale Journal of Biology and Medicine: 9: 65, 1936.

Burr H. S. and Musselman L. K.: Bio-electric Phenomena associated with Menstruation: Yale Journal of Biology and Medicine: 9: 2, 1936.

Burr H. S. and Langman L: Electronic Timings of Human Ovulation: American Journal of Obstetrics and Gynecology: 44: 233, 1942.

Burr H. S. and Langman L: Electromagnetic Studies in Women with Malignancy of Cervix of Uteri: Science: 105: 209, 1947.

Burr H. S. Harvey S. C. and Taffel M: 'Bioelectric Correlates of Wound Healing': Yale Journal of Biology and Medicine : 12: 483, 1940.

Ravitz L. F.: History, Measurement and Applicability of Perio-dic Changes in Electromagnetic Field in Health and Disease: Annals of New Yark Academy of Sciences: 98: 144,

1962.
Russel Edward W: 'Design for Destiny' Neville Spearman, London 1971.
Burr H. S.: Field Properties of Developing Frog's Egg. Proceedings of National Academy of Sciences: 29: 163, 1943.
Krueger A and Smith R.: The Physiological Significance of Positive and Negative Ionization of Atmosphere in Man's Dependence on Earthly Atmosphere: McMillan, New York 1962.
Konig H. and Ankermuller F.: Uber den Einfluss besonders neidenfrequenter electrischer Vorgange in der Atmosphere auf den Menscher: Naturwiss; 21: 483, 1960.

उपद्‌व्यापी कंपनलहरी

माणसाचे शरीर विद्युतवाहक आहे हे प्राथमिक ज्ञान उपलब्ध होण्याच्या काळात फ्रान्सचा बादशहा पंधरावा लुई याने केवळ 'मनोविनोद' म्हणून सातशे कार्थ्युसिअन धर्मगुरूंना आपल्यासमोर पटांगणात हातात हात धरून उभे राहण्यास सांगितले आणि पहिल्या धर्मगुरूच्या हातात धातूची तार देऊन तारेचे दुसरे टोक लेडन जार बॅटरीला जोडले आणि सर्व धर्मगुरूंना एकाच वेळी विजेचा झटका दिला. यातनांनी विव्हळणाऱ्या धर्मगुरूंना पाहून बादशहा लुई आणि विकृत मनोवृत्तीच्या दरबारी अमीर-उमरावांची काय करमणूक झाली असेल ती असो; परंतु अठराव्या शतकाच्या मध्यावधीत विद्युत-शरीरक्रिया (इलेक्ट्रोफिजिऑलॉजी) विज्ञानाची सुरुवात झाली.

इसवी सन १८७५ च्या सुमारास इंग्रज डॉक्टरांनी माणसाचा मेंदू - चेतासंस्था - विद्युतलहरी बाहेर टाकते हे शोधून काढले. जर्मन डॉ. हान्स बर्जर याने इसवी सन १९२८ मध्ये मेंदूतून बाहेर पडणाऱ्या लहरींचा परिश्रमपूर्वक अभ्यास करून या लहरी सलग बाहेर फेकल्या जात नाहीत, तर थांबून थांबून कालांतराने बाहेर टाकल्या जातात हे सिद्ध केले. इतकेच नव्हे, तर उपकरणाच्या साह्याने या विद्युतलहरींचा आलेख (इलेक्ट्रोकेफॅलोग्राम) नोंदवून दाखविला. या लहरी अत्यंत क्षीण आणि तरलतम असतात. त्यांचा दाब सुमारे एक कोट्यांश व्होल्ट इतकाच असतो. म्हणजे अशा तीनशे कोटी लहरी एकत्र केल्या तर लहानशा विजेरीचा दिवा क्षणमात्र लागू शकेल.

मेंदूतून बाहेर पडणाऱ्या लहरी प्रतिसेकंद मोजल्या जातात. माणूस गाढ झोपेत असताना प्रतिसेकंद एक ते तीन लहरी बाहेर पडतात. यांना 'डेल्टा' (Δ) लहरी असे म्हणतात. माणसाच्या भावनावेगाबरोबर निगडित असणाऱ्या लहरींना 'थिटा' (θ) लहरी म्हणतात. या प्रतिसेकंद चार ते सात असू शकतात. माणूस आरामात विश्रांती घेत असताना दर सेकंदाला आठ ते बारा लहरी बाहेर पडतात. यांना 'अल्फा' (α) लहरी असे संबोधतात आणि जेव्हा माणूस खूप विचार करीत असतो त्या वेळी, म्हणजे सर्व गुंतागुंतीच्या प्रक्रियांच्या वेळी प्रतिसेकंद तेरा ते बावीस लहरी बाहेर टाकल्या जातात, यांना 'बीटा' (β) लहरी म्हणतात.

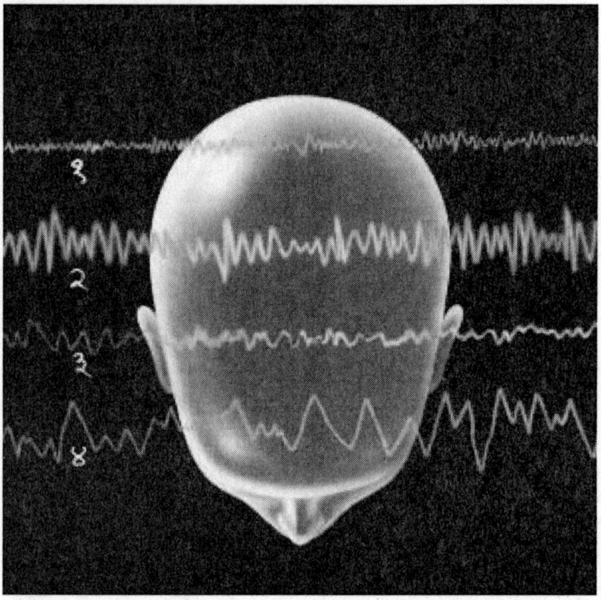

मानवी मेंदूतून बाहेर पडणाऱ्या विद्युत-चुंबकीय लहरींचा विद्युत उपकरणावर नोंदविलेला आलेख.
१. बीटा लहरी २. अल्फा लहरी ३. थिटा लहरी ४. डेल्टा लहरी

विसाव्या शतकाच्या पूर्वार्धापर्यंत या शाखेतील संशोधन तसे जुजबीच होते, असे म्हणावयास हरकत नाही. डॉ. वॉल्टर ग्रे आदी मंडळींनी नंतर या संशोधनाची दिशाच बदलून टाकली.

सुरुवातीला त्यांनी माणसाच्या डोळ्यांसमोर प्रखर झोताच्या विजेरीच्या प्रकाशाची उघडझाप करण्यास सुरुवात केली. हा प्रयोग सतत चालू ठेवल्यानंतर काही लोकांना फेफरे येऊन झीट आली, तेव्हा डॉ. वॉल्टर ग्रे यांनी फेफरे असणाऱ्या (एपिलेप्टिक फिट्स) रुग्णांच्या मेंदूतून बाहेर पडणाऱ्या लहरींची नोंद केली. त्या सामान्यत: आठ ते बारा प्रतिसेकंद या बेताने बाहेर पडतात. जेव्हा डॉक्टरांनी त्या लयीत विजेरीच्या प्रकाशाची उघडझाप करण्यास सुरुवात केली, तेव्हा सर्व रुग्णांमध्ये लागलीच झटका येऊन झीट येण्याचा परिणाम दिसून आला; परंतु नंतर असे लक्षात आले की निरोगी लोकांवरदेखील हा प्रयोग केल्यास सुमारे पाच टक्के लोकांना झीट येऊ शकते. इतर लोकांना त्यांची प्रतिक्रिया विचारता 'डोक्यात काही तरी तरंगत

असल्याप्रमाणे वाटते अथवा मळमळते' वगैरे प्रतिक्रिया नोंदविल्या गेल्या. खुद्द डॉ. वॉल्टर ग्रे यांनी या प्रयोगांचे मोठे काव्यमय वर्णन केले आहे. ''...सुरेल मैफल ऐकत असताना तीन-चार किंवा अधिक सूर एकदम वाजू लागावेत आणि असह्य कल्लोळ निर्माण व्हावा, तसा हा प्रकार वाटत होता...''

सुरुवातीला फेफरे येणारे रुग्ण हुडकून काढण्यासाठीच विजेरीच्या प्रकाशाची उघडझाप करून तपासणी केली जात असे, परंतु पाच टक्के निरोगी लोकांनादेखील झीट येऊ शकतात, हे समजल्यानंतर ही पद्धत तितकी भरवशाची मानली जात नाही.

या संदर्भात जागतिक सायकल स्पर्धेतील एक उदाहरण येथे उद्धृत करण्याचा मोह अनावर होतो. काही युरोपीय सायकल ग्रांप्री स्पर्धांमध्ये उत्तमोत्तम सायकलपटूंना गंभीर स्वरूपाचे अपघात झाले. सरळ मार्गाने कोणताही अडथळा नसताना कसलेले सायकलपटू तोल जाऊन खाली पडतात, ही घटना अतर्क्यच आहे. परंतु नीट लक्षपूर्वक पाहिले तर सुमारे हजार किंवा अधिक किलोमीटर अंतराच्या या स्पर्धांत सायकलस्वारांना उन्हाची तिरीप लागू नये म्हणून दुतर्फा झाडे असलेले सावलीचे मार्ग निवडले जातात. आता झाडांतून उन्हाचे कवडसे रस्त्यावर इतस्तत: विखुरलेले असतात. त्या मार्गाने अतिवेगाने जाताना कदाचित प्रतिसेकंद आठ ते बारा वेळा विजेरीच्या प्रकाशाची उघडझाप केल्याप्रमाणे ऊन-सावलीच्या आलटून-पालटून येण्याची लय जमून आली असण्याची शक्यता नाकारता येत नाही. त्यामुळे सायकलपटूंवर परिणाम झाला असणे शक्य आहे, पण अद्याप त्यावर अधिकृत स्पष्टीकरण मात्र कुणीही दिले असल्याचे आढळत नाही.

अशीच एक विचित्र घटना. एका व्यक्तीला चित्रपटगृहात गेल्यानंतर शेजारी बसलेल्या इसमाचा गळा दाबण्याची अनावर ऊर्मी उफाळून येत असे. एका प्रसंगी चित्रपटगृहात तो भानावर आला तेव्हा त्याच्या हाताची बोटे शेजारच्या प्रेक्षकाचा गळा आवळत होती आणि तो शेजारी मदतीसाठी आरडाओरडा करीत होता. या रुग्णाची परीक्षा करताना तेव्हा विजेरीच्या प्रकाशाची प्रतिसेकंदाला चोवीस वेळा उघडझाप होऊ लागली, तेव्हा रुग्णाला पुन्हा शेजारच्याचा गळा दाबण्याची इच्छा होऊ लागली. यावरून एक गोष्ट स्पष्ट झाली, की चित्रपट दाखविताना चित्रपटफीत प्रत्येक सेकंदाला चोवीस चौकटी या वेगाने पुढे सरकत असते आणि त्याच वेगाने केलेली उघडझाप रुग्णाला विकृत वागण्यासाठी प्रवृत्त करीत होती.

दैनंदिन जीवनात आपण अनेक वेळा दिव्यांची उघडझाप पाहत असतो. घराघरांतून लावलेल्या फ्लॉरिसंट ट्यूब्ज प्रतिसेकंद शंभर ते दोनशे वेळा उघडझाप करीत असतात; परंतु ते आपणास जाणवत नाही. अर्थात त्याचे दीर्घकालीन परिणाम काय होऊ शकतील, हे अद्याप समजायचे आहे.

ब्रिटिश ॲकॉस्टिकल सोसायटीत सध्या मंद कंपनांच्या ध्वनींच्या परिणामाबाबत

अत्यंत महत्त्वाचे संशोधन करण्यात येत आहे. त्यांच्या धारणेनुसार बहुतेक आधुनिक स्वयंचलित वाहने - म्हणजे मोटारी, स्कूटर वगैरे दर सेकंदाला दहा ते वीस कंपनांचा मंद, लयबद्ध आवाज निर्माण करीत असतात. हा आवाज मानवी श्रवणेंद्रियांना मुळीच जाणवत नाही; परंतु त्याचा विजेरीच्या उघडझाप करण्याप्रमाणेच परिणाम होत असावा. गाडी चालविणाऱ्याला उगाचच उत्साहित वाटू लागते आणि त्यामुळेच बहुधा वाहनचालक निष्काळजी बनतो. त्याचा स्वत:वरील ताबा सुटतो आणि तो मध्यरेषेवरून सुसाट वेगाने गाडी चालवू लागतो. बेफाम गाडी चालविल्यामुळे जे अपघात घडले आणि ज्यांचे स्पष्टीकरण देता आले नाही, असे अपघात बहुधा याच कारणामुळे घडले असावेत.

फ्रान्समध्ये मार्सेलिस येथे संशोधन करणारे प्रा. गाव्हरॉड यांना आपल्या नवीन वातानुकूलित कार्यालयात आल्यानंतर नेहमीच चक्कर येणे, मळमळणे किंवा अस्वस्थ वाटणे अशी काही तरी विचित्र भावना जाणवत असे. हवा प्रदूषण, प्रकाश व्यवस्था इतर काही रासायनिक गंध वगैरे सर्व अगदी 'गायगर काउंटर' लावण्यापर्यंत संपूर्ण तपासणी झाली. काहीही दोष सापडेना. शेवटी हताश होऊन प्रा. गाव्हरॉड आपल्या या 'वातानुकूलित' कार्यालयात भिंतीला टेकून उभे राहिले अन् त्यांना भिंत थरथरत असल्याची जाणीव झाली. त्याची तपासणी करताच इमारतीच्या वरच्या मजल्यावर असलेले वातानुकूलन यंत्र सेकंदाला सात कंपने निर्माण करीत होते असे आढळून आले. प्रा. गाव्हरॉड यांच्या कार्यालयाचा आकार आणि कंपन एखाद्या वाद्याच्या भोपळ्याप्रमाणे (साउंड बॉक्स) त्या कंपनाला मिळते-जुळते असल्यामुळे ही भिंत सहकंपन (रिझोनन्स) देत होती. त्याचाच परिणाम गाव्हरॉड यांना अस्वस्थ करीत होता. यंत्र बंद केल्यानंतर कंपन थांबले आणि अस्वस्थता जाणवेना. हे लक्षात येताच प्रभावित होऊन प्राध्यापकांनी त्यावर संशोधन सुरू केले.

प्रथम त्यांनी अवश्राव्य ध्वनी (इन्फ्रॉसॉनिक साउंड) निर्माण करणारी काही उपकरणे निर्माण केली. फ्रान्समधील, हत्यारी पोलीस वापरतात तसली अत्यंत खालच्या पट्टीत आवाज करणारी, परंतु सहा फूट लांब अशी भलीमोठी शिट्टी बनविली आणि आपल्या प्रयोगशाळेतील एका कामगाराला त्या शिट्टीला हवेचा कॉम्प्रेसर जोडून तो सुरू करण्यास सांगितले. परिणाम मात्र भयानक झाला. कॉम्प्रेसरवर बोट ठेवणारा कामगार जागीच गतप्राण होऊन पडला. मरणोत्तर तपासणीत कामगाराच्या शरीरांतर्गत अवयवांचा चेंदामेंदा झाला होता.

नंतरचा प्रयोग करताना प्रा. गाव्हरॉड यांनी सिमेंटचा 'बंकर' तयार करून काही जाणकार शास्त्रज्ञांना प्रयोग पाहण्यास बोलाविले आणि सर्वांनी गावाबाहेर बांधलेल्या बंकरच्या आत बसून कॉम्प्रेसर सुरू केला असता सुमारे अर्धा किलोमीटर दूर असलेल्या घराची सर्व तावदाने फुटली. या अवश्राव्य ध्वनीची आता कल्पना आल्यामुळे प्रा. गाव्हरॉड यांनी त्याच प्रकारच्या लहान लहान शिट्ट्या तयार केल्या आणि त्यातून नादनिर्मिती

केल्यानंतर निर्माण होणाऱ्या अवश्राव्य ध्वनिलहरी कोणत्याही एका विशिष्ट बिंदूवर केंद्रित करण्याचे तंत्र हस्तगत केले. मग अनेक जाणकार शास्त्रज्ञांना बोलावून गावाबाहेर दूर पाच मैल अंतरावर असणाऱ्या एका पडीक इमारतीवर ध्वनिलहरी केंद्रित केल्या आणि त्या सर्वांच्या उपस्थितीत दोन जनित्रांमार्फत या शिट्ट्या वाजविण्यास सुरुवात केली. तेव्हा जणू एखादा भूकंप व्हावा त्याप्रमाणे ती पडीक इमारत कोसळून जमीनदोस्त झाली.

भूकंपाची नोंद सिस्मोग्राफ नावाच्या उपकरणावर केली जाते. भूकंप होण्यापूर्वी किती तरी वेळ अगोदर सेकंदाला सात ते चौदा कंपने दाखविणाऱ्या लहरी नोंदवल्या गेल्याचे आढळते. ही भूकंप होण्याची पूर्वसूचना मानावयास हरकत नाही. अनेक मुक्या प्राण्यांना या अवश्राव्य लहरी जाणवतात आणि ते सैरावैरा पळू लागतात. हरणांचे कळप केंद्रबिंदूपासून दूर जाण्याचा यत्न करतात. जपानी लोक याच कारणासाठी गोल्ड फिश पाळतात.

भूकंपाची ही कंपने डॉ. गाव्हरॉडच्या सहकंपनांसारखीच आहेत. त्यामुळेच कदाचित भूकंपाची आशंका माणसाला रुग्णप्राय बनविते. ग्रीस आणि तुर्कस्तान यांच्या दरम्यान असलेल्या भू-मध्य समुद्राच्या भागाला 'एजिअन समुद्र' म्हणतात. त्यात भूकंपाच्या उद्रेकाने निर्माण झालेले 'सांतोरिनी' नावाचे लहानसे बेट आहे. इसवी सनापूर्वी सुमारे १ हजार ४५० वर्षे या भागात अटलांटिस नावाचे अत्यंत प्रगत आणि समृद्ध राज्य होते; परंतु भूकंपामुळे ते समुद्रतळाशी गेले, अशी काही पुरातत्त्ववेत्त्यांची धारणा आहे. 'सांतोरिनी' बेटावर १९५६ मध्ये फार मोठा भूकंप झाला, तेव्हापासून ग्रीक शासनाने तेथे सिस्मोग्राफ आणि शास्त्रज्ञ यांची अष्टौप्रहर व्यवस्था केली आहे; परंतु या कर्मचाऱ्यांव्यतिरिक्त कुणाही इतर माणसाला प्रयत्न करूनदेखील एक-दोन दिवसांपेक्षा अधिक काळ या बेटावर राहणे शक्य होत नाही. सतत मळमळणे, डोकेदुखी किंवा मरगळून जाणे असे काही तरी होऊ लागते. तेथील अर्धवट निद्रितावस्थेत असलेल्या भू-गर्भाखालील घडामोडींच्या कंपनांचाच हा परिणाम आहे, हे सांगणे नकोच! प्रा. गाव्हरॉड यांचे संशोधन याच प्रकारचे होते.

हवेचा दाब, भू-पृष्ठाचे थरथरणे (ट्रेमर्स) किंवा वैश्विक ऊर्जालहरी या सर्वांमध्ये सामान्यत: कमी कंपने सारखीच दिसून येतात आणि सजीवांना ती कोणत्या ना कोणत्या प्रकारे जाणवतात. उदाहरण द्यायचे झाले तर समान कंपनशीलता असलेल्या दोन ट्युनिंग फोर्कचे घेता येईल. एका ट्युनिंग फोर्कवर श्रवणेंद्रिये नसलेला कीटक बसलेला असावा किंवा दुसरा फोर्क आपटून नादनिर्मिती करावी. मग पहिला ट्युनिंग फोर्क सहकंपने देऊ लागेल. ती कीटकाला निश्चितपणे जाणवतील. 'नाद' ही कल्पनाच नसलेल्या कीटकाला संवेदना होते म्हणजे नादऊर्जा आपल्या वर्तुळाबाहेर जाऊन परिणाम घडवून आणते. यालाच 'जाणिवेच्या पलीकडे जाणे' असे म्हणता येईल. याच पद्धतीने विश्वात कोठे तरी होत असणारी कंपने पृथ्वीवर येऊन आदळत असतील आणि यदाकदाचित पृथ्वीचा विशिष्ट भाग सहकंपन करू लागला, तर त्या

भागात विद्युत चुंबकीय क्षेत्र निर्माण होऊन त्याचे तरलतम संदेश सजीवांना जाणवत असतील. म्हणजेच जाणिवेपलिकडील घटना जाणिवेच्या क्षेत्रात येऊन पोहोचतात.

कोणताही नाद निर्माण होताना आजुबाजूच्या हवेत कंपने निर्माण होतात आणि त्या हवेतून ध्वनिलहरी दूरवर नेल्या जातात. निर्वात पोकळीतून ध्वनिलहरी जाऊ शकत नाहीत. विद्युत चुंबकीय ऊर्जालहरींना मात्र अशा माध्यमाची आवश्यकता नसते. त्या कशा जातात अथवा त्यांच्या सहकंपनाचे घटक काय असावेत, याबद्दल अद्याप काही माहिती उपलब्ध नाही; परंतु 'आकार' हा एक घटक असू शकेल, हे दाखविणारा पुरावा नुकताच उपलब्ध झाला आहे. तो म्हणजे इजिप्तमधील पिरॅमिड. सुमारे पाच हजार वर्षांपूर्वी किंवा त्याहीपेक्षा अलिकडील काळात बांधलेल्या या रहस्यमय रचनांचे कोडे अद्याप उलगडलेले नाही.

फ्रेंच विज्ञान समीक्षक मॉसिए बोव्ही यांनी पिरॅमिडमधील केरकचऱ्यात मरून पडलेले मांजराचे पिल्लू शोधून काढले. त्यावर काहीही प्रक्रिया न करतादेखील त्या मांजराची 'ममी' तयार झाली होती. तेव्हा कदाचित हा त्या इमारतीच्या विशिष्ट आकाराचा परिणाम असावा, अशी कल्पना त्यांनी बोलून दाखविली. त्यामुळे प्रभावित होऊन झेक इलेक्ट्रॉनिक इंजिनिअर करोल ड्रबाल याने पिरॅमिडची प्रतिकृती तयार करून त्यात नाशवंत खाद्यपदार्थ ठेवले आणि आश्चर्याची गोष्ट म्हणजे त्या आकारात ठेवलेले दूध, अंडी वगैरे पदार्थ सुमारे तीन आठवडे तसेच टिकून राहिले. त्यात वस्तऱ्याची वापरून जुनी झालेली ब्लेड ठेवली तर ती नव्याप्रमाणे लखलखीत धारदार बनली. या शोधाचे पेटंट घेऊन त्याने कोट्याधीश बनण्याची किमया साधली.

कैरोच्या ईन शम्स विद्यापीठाने या रहस्याचा शोध लावण्यासाठी डॉ. अमर गोहेड यांच्या नेतृत्वाखाली १९६८ मध्ये दहा लाख डॉलर खर्च करून एक महत्त्वाकांक्षी संशोधन प्रकल्प राबविला. त्यात १ हजार १२० आयबीएम संगणकासहित अनेक विद्युत उपकरणे होती; परंतु सुमारे चौदा महिने सतत संशोधन करूनदेखील प्रा. गोहेड यांना पिरॅमिडच्या आत ठेवलेली विद्युत उपकरणे कोणताही बिघाड न होता बंद का पडतात, हे कोडे उलगडले नाही. आत ठेवलेले सर्व विद्युत डिटेक्टर सतत बंद पडत असत. शेवटी प्रा. अमर गोहेड यांनी निराश होऊन उद्‌गार काढले, "ही किमया असेल अथवा पिरॅमिड बांधणाऱ्या फॅरावचा शाप असेल; परंतु उपकरणे बंद कशी पडतात हे शास्त्राला न उमगणारे कोडेच आहे ..."

आकारमान आणि रासायनिक किंवा जैव-रासायनिक प्रक्रिया यांचा परस्पर संबंध आहे किंवा असावा ही कल्पना नवीन नाही. फ्रेंच कंपनीने योगर्ट बनविताना एका ठराविक आकाराच्या भांड्यात दही चांगले लागत असल्याचे शोधून काढले आणि त्याचे पेटंट घेतले. बिअर बनविणाऱ्या झेक मंडळींनी गोल, चौकोनी किंवा दंडगोलाकृती डब्यापेक्षा मधल्या भागात फुगीर असणाऱ्या पिंपात दारू किंवा बिअर अधिक

स्वादिष्ट बनते, असा अनुभवाने निष्कर्ष काढला.

जर्मन प्राणिशास्त्रज्ञांनी पांढऱ्या उंदरांवर प्रयोग करताना झालेल्या जखमा उंदरांना चौकोनी अथवा आयताकृती पिंजऱ्यात ठेवण्यापेक्षा गोलट आकाराच्या पिंजऱ्यात ठेवल्यास अधिक लवकर भरून येतात, असा निष्कर्ष नोंदविला आहे.

कॅनडात मानसोपचार तज्ज्ञांसाठी विविध आकारांची इस्पितळे बांधणाऱ्या स्थापत्यविशारदांनी शिझोफ्रेनिया झालेल्या मनोरुग्णांना जेव्हा असमांतर भिंतींच्या आणि तिरपे-उतरते छप्पर असलेल्या खोलीत ठेवले तेव्हा ते अपेक्षेपेक्षा अधिक लवकर सुधारले असा अभिप्राय नोंदविला. म्हणजेच आकारमान आणि ऊर्जालहरी यांचा काही तरी परस्परसंबंध असावा.

संदर्भ

Watson L.: 'Physics of life in Natural History of Super Nature': 91: Hodder and Stoughton, London, 1974.

Tempest W.: 'Noise Makes Drivers Drunk' London Observer, 28th Nov. 1971.

Danyken E. V.: in Search of Ancient Gods: 52-53, Corgi Books, London, 1981.

योगायोग, की...?

कंपनलहरी आणि वस्तूंचे आकार यांचा काही तरी परस्परसंबंध असावा. या संबंधात संशोधन करताना अठराव्या शतकात डॉ. अर्न्स्ट क्लाड्नी यांनी कंपनलहरींचा आलेख नोंदविण्यास सुरुवात केली. व्हायोलिन या वाद्यावर एक पातळ पत्रा ठेवून त्यावर बारीक चाळलेल्या रेतीचा थर पसरला व वाद्याच्या तारांवरून गज फिरविण्यास सुरुवात केली. तारांची कंपने सुरू होताच रेतीचा थर सस्पंदन (रेझोनेट) करू लागला. काही क्षणांतच रेतीवर अतिसुंदर आकृतीबंध उमटलेले दिसू लागले. प्रत्येक वेळी वेगवेगळे स्वर छेडताच वेगवेगळ्या कंपनलहरींचे वेगवेगळे आकृतीबंध उमटू लागले. या आकृतीबंधांना आज 'क्लाड्नीचे आकृतीबंध' असेच संबोधले जाते. कंपनलहरींचे अस्तित्त्व दाखविण्यासाठी आज विज्ञान क्षेत्रात क्लाड्नीच्या आकृतीबंधांचा खूपच उपयोग केला जातो.

आज रेतीऐवजी वजनात हलक्या असलेल्या वेगवेगळ्या भुकटीच्या साह्याने वेगवेगळ्या तरल स्वरांचे अथवा स्वरपुंजांचे आकृतीबंध रेखाटता येतात. अगणित वेळा रेखाटल्या गेलेल्या आकृतीबंधांचा अभ्यास करताना एक गोष्ट प्रकर्षाने जाणवते ती अशी, की काही विशिष्ट आकारबंध वारंवार निर्माण झाल्याचे आढळून येते आणि वारंवार दृष्टोत्पत्तीस येणाऱ्या या आकृतींचे कोणत्या ना कोणत्या तरी सजीवाच्या शरीराबरोबर कमालीचे साम्य आढळून येते. समकेंद्री रिंगण असलेल्या आकृती आणि एखाद्या वृक्षाच्या बुंध्याच्या काटछेदात दिसणाऱ्या वृद्धिरेषा (ग्रोथ लाईन्स) अतिशय सारख्या असल्याचे आढळते.

आलटूनपालटून येणारे पट्टे झेब्रा या अश्वसदृश्य प्राण्याच्या शरीरावर आढळणाऱ्या पट्ट्यांप्रमाणेच दिसतात. मोठमोठ्या शहरात पादचाऱ्यांना रस्ता ओलांडण्यासाठी विवक्षित जागा नियुक्त करून तो भाग काळ्या-पांढऱ्या पट्ट्यांनी निर्देशित केला जातो. त्यालादेखील झेब्रा क्रॉसिंग असेच म्हटले जाते. अनेकदा एकमेकांना जोडलेल्या लहान लहान षटकोनांचा मिळून एक आकृतीबंध रेखाटला जातो. मधमाशांच्या पोळ्याची आकृती यापेक्षा वेगळी ती काय असते?

कधी कधी वर्तुळाकार आकृतीत आरे रेखाटले जातात. समुद्रात आढळणाऱ्या जेली

फिश नावाच्या प्राण्याच्या पचनसंस्थेत अशाच अरीय नाली (रेडियल कॅनाल्स) आढळून येतात.

तापलेल्या हवेप्रमाणे अगर धुराप्रमाणे वातावरणात गिरक्या घेत उंच जाणाऱ्या मळसूत्री (स्पायरल थर्मल) प्रमाणे उमटणारा आकृतीबंध गोगलगाईंच्या शंखाप्रमाणेच दिसतो. वृक्षाच्या आधाराने वर चढणारी वेल असाच आकृतीबंध रेखाटताना आढळते. अतिसूक्ष्म बुरशीपासून अजस्त्र आकाराच्या देवमाशाच्या शरीरात असणारे अतिमहत्त्वाचे द्रव्य डी.एन.ए. (डीऑक्सीरायबोज न्यूक्लिक ॲसिड) अशीच मळसूत्री (हेलिकॉइड) आकृती दर्शविते.

पृष्ठभागावरून वाहणाऱ्या वाऱ्यामुळे जलाशयावर लाटा उमटतात. सागरात आढळणारा महाकाय चपटा मासा 'मॉंटो' अथवा ईगल रे हालचाल करीत असताना त्याच्या पाठीवरील स्नायू याच पद्धतीच्या लाटांचे तरंग दर्शवितात. पाण्यात राहणारे चपटे कृमी पोहताना असेच आढळतात.

निसर्गात आढळणाऱ्या या विविध आकृतीबंधांच्या शास्त्राला 'सायमॅटिक्स' असे म्हणतात. आणखी थोडे खोलात जाऊन परमाणू पातळीवर विचार केला तर बुरशीसारखे क्षुद्र जीवजंतू आणि मानवासारखा अत्यंत विकसित आणि गुंतागुंतीचा देह या दोन्हींमध्ये ॲमिनो ॲसिड्स एकाच पद्धतीने कशी निर्माण केली जातात?

या सर्वांचा अर्थ सहजच असा लावता येईल, की निसर्ग एक प्रश्न फक्त एकाच पद्धतीने सोडवितो किंवा एका प्रश्नाचे योग्य उत्तर फक्त एकच असू शकते. नाही तर इतक्या विविध आणि भिन्न प्रकारच्या सजीवांमध्ये तोच आकृतीबंध पुन:पुन्हा कसा उद्भवला असता? आणि वारंवार तोच तो आकार निर्माण होणे हा योगायोग खासच नाही. त्यामागे काही विशिष्ट तत्त्वप्रणाली असली पाहिजे आणि त्यानुसारच हे विविध आकृतीबंध तयार होत असणार. अर्थात वैयक्तिक आवश्यकतेनुसार आणि सजीवांवर होणाऱ्या विशिष्ट पर्यावरणाच्या प्रभावामुळे काही बारीकसारीक बदल होणे अपरिहार्य आहे; परंतु मूळ साचा मात्र बदलत नाही.

या बारीकसारीक बदलांचे उदाहरणच द्यावयाचे झाले तर पाहा - सरपटणारे प्राणी (रेप्टाइल्स) म्हणजे सुसरी, कासव वगैरे प्राणी गोलाकार कवच असलेली अंडी घालतात आणि ती ओलसर मातीत किंवा रेतीत पुरून ठेवतात. या सरीसृप प्राण्यांपासूनच विकसित झालेले पक्षी आपल्या अंड्याभोवती टणक कवच निर्माण करतात. या टणक कवचातून हवा आत जाऊ शकत नाही. त्यामुळे अंड्याच्या आतच एक हवेची पोकळी निर्माण केली जाते; परंतु अशी पोकळी असलेले अंडे वातावरणाचा दाब, गुरुत्वाकर्षण इत्यादींच्या प्रभावामुळे फुटण्याची शक्यता अधिक, म्हणून कवच थोडे लांबुळके करून एका बाजूला निमुळते केले जाते. त्यामुळे उपयोगात आणलेल्या द्रव्यातच कवच अधिक कठीण होते; परंतु आतील रचनेत कोणताही बदल केला जात नाही. हा थोडा फार फरक केवळ गरजेपोटी केला गेला हे सांगणे नकोच.

क्लाड्नीच्या आकृतीबंधांमुळे प्रभावित झालेले स्विस संशोधक डॉ. हान्स येनी यांनी कंपनलहरी आणि त्यांच्या प्रभावामुळे घडविली जाणारी आकृती यातील कार्यकारणभाव लक्षात घेऊन 'टोनोस्कोप' या नावाचे एक विलक्षण यंत्र निर्माण केले. या यंत्राद्वारे कोणत्याही ध्वनिलहरींची त्रिमिती आकृती तत्काळ रेखाटली जाते. या यंत्राच्या ध्वनिक्षेपकात 'ओ' असा ध्वनी मुद्रित केला, तेव्हा आश्चर्याला पारावारच उरला नाही. 'ओ' या ध्वनीची आकृती गोलाकार रेखाटली गेली. आपण 'ओ' उच्चार करतानादेखील ओठांचा वर्तुळाकार आकार करतो आणि लिहितानादेखील जगातील अनेक भाषांमध्ये 'ओ' हे इंग्रजी अक्षर वर्तुळाकारच लिहिले जाते. हा योगायोग मानावा काय?

उच्चार आणि परिणती यांचा काही संबंध असावा काय? आपण स्वत:च्या नावाला काही तरी खास वैशिष्ट्य असल्याप्रमाणे महत्त्व देतो. झोपेतदेखील इतर कोणत्याही आवाजापेक्षा स्वत:च्या नावाला अधिक प्रतिसाद देतो हे सिद्ध झाले आहे. लहान मुले तर प्रत्येक वस्तूचे नाव विचारीत असतात. सर्व वस्तूंना नाव असते किंवा नसते याबद्दल त्यांच्या निरागस मनात काही संदेह नसतो आणि म्हणूनच ते नाव माहीत असावे आणि उच्चारता यावे ही गोष्ट त्यांना महत्त्वाची वाटते.

आता प्रश्न असा उद्‌भवतो, की या ध्वनिनिर्मितीमुळे एकूण शब्द उच्चारला गेल्यानंतर त्याची जी काही कंपने निर्माण होतात त्यांना खरोखरच काही महत्त्व असू शकेल काय? त्या विशिष्ट उच्चारणातून जी ध्वनिकंपने निर्माण होतात, त्यातून काही ऊर्जानिर्मिती अथवा शक्ती निर्माण होते काय? म्हणजेच गूढविद्या किंवा साधना करणाऱ्यांच्या मंत्रोच्चारांमुळे किंवा जपामुळे काही सामर्थ्य निर्माण होते काय? आणि ते विशिष्ट पद्धतीने केलेल्या उच्चारणाचे सामर्थ्य सामान्यत: नेहमी उच्चारल्या जाणाऱ्या शब्दोच्चारांपेक्षा वेगळे असेल काय? डॉ. हान्स येनी यांच्या त्रिमिती चित्र काढणाऱ्या विलक्षण यंत्रामुळे तसे काही तरी असण्याची पुसटशी शंका मनाला स्पर्श करून जाते. काय असेल हे?

जगातील वेगवेगळ्या भाषांमधील शब्दोच्चारण आणि ते करताना त्यातून निर्माण होणारे ध्वनी लक्षात घेऊन आंतरराष्ट्रीय ध्वन्यानुरोधी (फोनेटिक) वर्णमाला निर्माण करण्यात आली आणि त्यात वेगवेगळ्या चिन्हांच्या मदतीने उच्चारण ध्वनीच्या वेगवेगळ्या छटा स्पष्ट केल्या जातात.

माणसाच्या फुप्फुसातून बाहेर पडणारी हवा स्वरयंत्रातील स्वरतंतू आंदोलित करून ध्वनी निर्माण करते. हवा बाहेर पडताना नाक, घसा आणि तोंडाची पोकळी यात सस्पंदित होते आणि त्याला ओठ, जीभ, टाळू आणि दात यांच्या साह्याने थोडी मुरड घालून वेगवेगळे ध्वनी निर्माण केले जातात. बाहेर पडणाऱ्या हवेला कोणताही अडथळा वा घर्षण होऊ न देता केलेल्या उच्चारणाला 'स्वर' असे म्हणतात. उदाहरणार्थ, अ, आ, इ, ए, ओ वगैरे. याउलट, हवा कोणत्या तरी भागात बंदिस्त

करून अथवा घर्षण करून बाहेर सोडताना जो ध्वनी निर्माण होतो, त्याला 'व्यंजन' म्हणतात. स्वर हे उच्चारण्यास आणि ऐकण्यासदेखील सोपे असतात.

स्वर हे स्वरतंतूंच्या कंपनांमुळे निर्माण होतात आणि त्यांचे सामर्थ्य व्यंजनांपेक्षा किती तरी अधिक असते. स्वर बहुधा नऊ ते सत्तेचाळीस मायक्रोवॉट इतक्या ताकदीने उच्चारले जातात, तर त्या तुलनेत व्यंजने दोन मायक्रोवॉट किंवा त्यापेक्षा कमी ताकदीनेच उच्चारली जातात.

व्यंजने बहुधा स्फोटक पद्धतीने उच्चारली जातात. उदाहरणार्थ 'प' किंवा 'फ' उच्चारताना हवा ओठांच्या आत बंदिस्त करून एकदम सोडली जाते किंवा 'स' किंवा 'श' या उच्चारांप्रमाणे हवा दाबून घर्षणाने सोडली जाते; परंतु तरीदेखील त्यांची ताकद जेमतेम एक मायक्रोवॉटच्या जवळपासच असते; परंतु कंपने मात्र खूपच अधिक असतात. साहजिकच अतिशय तीक्ष्ण श्रवणेंद्रिये असलेले आणि सूक्ष्मतर आवाजाचा कानोसा घेणारे मांजर - ज्याला आपण आधुनिक विज्ञानाच्या भाषेत हाय फिडेलिटी इक्विपमेंट असलेला प्राणी म्हणू शकतो त्या मांजराला जगातील वेगवेगळ्या भाषा बोलणारे सर्व लोक हीच दोन अत्यंत कमी शक्ती असणारी व्यंजने जोडून 'फिस फिस' असा आवाज करून साद घालतात, हे आश्चर्य नव्हे काय? हेदेखील शब्दोच्चारणाचे सामर्थ्य नव्हे काय?

जपानमधील सामुराई तलवार बहाद्दरांनी हवेचे सस्पंदन घेऊन केलेली गर्जना शत्रूच्या मनात भीती उत्पन्न करते हा अनुभव आहे. 'किआई' अशा काही तरी उद्‌गाराचा शब्द जेव्हा खालच्या पट्टीत उच्चारला जातो, तेव्हा आत्यंतिक भीती निर्माण होऊन रक्तदाब कमी होतो आणि अर्धांगवायूची लक्षणे निर्माण होतात; परंतु हाच शब्द वरच्या पट्टीत उच्चारला तर रक्तदाब वाढतो आणि वृत्ती उद्दीपित होतात असा अनुभव आहे. या संदर्भात संगीत हे एक उत्तम उदाहरण म्हणून सांगता येईल. त्यातील कंपने निश्चित संख्येने आणि हेतुपुरस्सर केली जातात. डॉ. डोनाल्ड अॅन्ड्र्यू यांनी या संदर्भात एक विलक्षण प्रयोगसिद्ध कल्पना आपल्या 'सिंफनी ऑफ लाईफ' या ग्रंथात मांडली आहे. त्यांच्या सिद्धान्ताप्रमाणे विश्वातील सर्व अणू हे कंपनशील आहेत आणि एखाद्या गोलाकार घंटेप्रमाणे सतत नादनिर्मिती करीत असतात. परमाणू हे स्वरसमूह आहेत आणि सजीवांचे शरीर हे एक वाद्य आहे. त्यातून सतत संगीत बाहेर पडत असते.

आपला सिद्धान्त प्रमाणसिद्ध करण्यासाठी डॉ. अॅन्ड्र्यू यांनी सर्वांसमक्ष एक व्हायोलिन टेबलावर ठेवले आणि त्याला अत्यंत सूक्ष्मतम आवाज ग्रहण करणारी उपकरणे जोडली. तेव्हा ते व्हायोलिन न वाजवितादेखील सतत गुणगुणत असल्याचे उपकरणांद्वारे सिद्ध झाले. चराचरातील प्रत्येक अणू-रेणू याच पद्धतीने नादनिर्मिती करीत असतो.

विश्वात नादनिर्मिती करणाऱ्या अनेक वेगवेगळ्या लहरलांबींची कंपने आढळतात.

वास्तविक प्रत्येक लहरलांबीची स्वत:ची कंपने नियमित असली, तरी एकूण आवाजाचा नुसता गोंगाटच असतो. सांगीतिक स्वरांचेदेखील असेच आहे. नाद निर्माण करताना कंपनसंख्येत काही ठराविक अंतर असेल तरच ते स्वर सुसंवादी वाटतात. एरवी अनेक मंजुळ स्वर ठराविक अंतर न ठेवता एकत्रित वाजविले तर त्यांचा नुसता कल्लोळ होऊन शीण येतो. तीन स्वर एकत्र वाजविले असताना श्रवणीय अथवा मंजुळ भासले तर त्यांच्या कंपनसंख्या ४ : ५ : ६ याच प्रमाणात असल्याचे आढळते. कंपायमान तारेच्या कंपनाने स्वरनाद निर्माण होत असेल आणि त्या तारेची लहरलांबी दुप्पट अथवा निमपट केली, तर तोच स्वर वरच्या किंवा खालच्या सप्तकात वाजत असलेला आढळून येतो आणि तो सुसंवादी असतो. म्हणजेच गणिती भाषेत बोलावयाचे तर नादनिर्मितीमध्ये काही ठराविक 'प्रमाण' हाच घटक प्रकर्षाने जाणवतो.

मानवी मनाला काही विशिष्ट आकार अधिक भावतात, याचे ज्ञान कलावंतांना फार प्राचीन काळापासून अवगत आहे आणि ते वास्तुशास्त्रात सहज प्रत्ययाला येते. उदाहरणच द्यावयाचे तर पाहा - चौकोन (किंवा चतुष्कोन) या आकृतीत समभुज चौकोन, समांतरभुज चौकोन, चौरस, आयत असे अनेक प्रकार येतात. त्यात आणखी भर म्हणून आयताकृतीत उंचीपेक्षा रूंदी थोडी अधिक या प्रमाणापासून, उंची अगदी कमी आणि रूंदी उंचीच्या कित्येक पट असे अनेक आयत ठेवा आणि कुणालाही त्याच्या आवडीप्रमाणे आकार निवडण्यास सांगा. बहुतेक व्यक्ती उंचीच्या जवळपास दीडपट दुप्पट लांबीचा आयताकार निवडतात, असे आढळून येईल. बहुसंख्य लोकांना आवडणाऱ्या आयताकृतीची अचूक मापे १:१.६१८ या प्रमाणात असतात.

या आवडीनिवडींवर रूढी, परंपरा अथवा संस्कृतीचा काही प्रभाव आहे किंवा नाही, याचा पडताळा पाहण्यासाठी युरोपात पाश्चात्य संस्कृतीत वाढलेल्या आणि जगाच्या दुसऱ्या टोकाला जपानमध्ये अत्यंत रूढीप्रिय पौर्वात्य संस्कृतीत वाढलेल्या चित्रकला विद्यार्थ्यांनी सादर केलेल्या कलाकृतींचे बारकाईने परीक्षण केले, तेव्हा अत्यंत आश्चर्यकारक निष्कर्ष निघाले. पारंपरिक कला कितीही वेगवेगळ्या असल्या तरी नक्षीकामात वापरलेले आकारांचे प्रमाण आणि रंगसंगती यात कमालीचे साम्य आढळले. म्हणजेच मानवी मनाला भावणारे 'प्रमाण' येथून तेथून एकच आहे. ते निसर्गदत्त असून त्यात फरक होत नाही.

कदाचित मोजमापांबद्दलची आपली संवेदना आपल्या दोन डोळ्यांच्या दरम्यान असलेल्या अंतरावर अवलंबून असावी. जन्मापासून 'एकाक्ष' असणाऱ्या व्यक्तींना दोन डोळ्यांनी दिसणाऱ्या चित्राची कल्पनाच असू शकत नाही. अशा अनेक व्यक्तींची चाचणी घेतली तेव्हा त्यांना आयताकृतीपेक्षा चौरस आकारच अधिक भावतो असे आढळले. अधिक तपासणी केली तेव्हा त्यांच्या मेंदूची एक बाजू अधिक विकसित आढळली.

एकोणिसाव्या शतकात विद्युत आणि चुंबकत्व या विज्ञानाच्या दोन शाखांमध्ये

झपाट्याने संशोधन झाले. त्यामुळे या कालावधीत गूढविद्या जोपासणाऱ्या साधकांमध्ये 'कंपनशील विश्वा'ची कल्पना अधिकच लोकप्रिय झाली. मुळात इसवी सनापूर्वी पाचव्या शतकात पायथॅगोरस या विख्यात गणित तज्ज्ञाने ही कल्पना पुरस्कृत केली. सर्व विश्व हे एकमेकांशी निगडित असलेले गुंतागुंतीचे एकच चित्र आहे, अशी त्याची धारणा होती आणि पायथॅगोरसच्या शिष्यगणांनी सांगीतिक स्वरांच्या कंपनांमधील अंतराचे गणित मांडून ती सिद्ध करण्याचा खूपच प्रयत्न केला.

त्या दृष्टीने पाहता ते जगातील आद्य संख्याशास्त्रज्ञ होते, असे म्हणायला हरकत नाही. संख्याशास्त्रज्ञ 'सात' या आकड्यावर खूपच भर देतात. इंद्रधनुष्याचे सात रंग, आठवड्याचे सात दिवस, सात भुवने, सप्त पाताळ, सप्तपदी, सप्तै ते चिरंजीवीना:, झोराष्ट्रीयन सात अमशास्पंद, ख्रिस्ती उपासनेच्या सात मुख्य जागा अशा अनेक उदाहरणांनी 'सात' आकड्याचे महत्त्व विषद केले जाते. व्हॉन गटे 'तीन' या आकड्याने झपाटला होता ... त्रिवार सत्य वगैरे. अमेरिकन खलाशी तेवीस (स्वोबोदा) या आकड्याला खूप महत्त्व देतात. मानसशास्त्रज्ञ डॉ. सिग्मंड फ्रॉइड 'सत्तावीस' या आकड्यावर भर देत असे. पायथॅगोरस आणि त्याच्या सहकाऱ्यांचे बारा जणांचे गुप्तविद्या साधन मंडळ होते आणि त्यात इतर कुणी शिरून गौप्यस्फोट होऊ नये म्हणून 'तेरा' हा आकडा अत्यंत अशुभ असल्याची कल्पना पायथॅगोरसने प्रसृत केली. तेव्हापासून 'तेरा' हा आकडा अशुभ मानला जाऊ लागला.

खरे तर यातील कार्यकारणभाव शोधून काढणे अशक्यप्रायच वाटते. कारण कोणताही आकडा इतर कोणत्याही आकड्याइतकाच शुभाशुभ असू शकतो; परंतु सर्वच गोष्टी 'त्यात काही अर्थ नाही' असे म्हणून झटकून टाकणेदेखील योग्य नाही. कारण केव्हा केव्हा त्यात सत्यांशदेखील आढळतो.

ज्योतिर्विदांनी ग्रहांनादेखील आकडे बहाल केले आहेत आणि संख्याशास्त्रज्ञ 'होरा' शोधून काढण्यासाठी सूर्याला 'एक' हा क्रमांक दिला आहे, तर मंगळाला नऊ क्रमांक दिला आहे. हे आकडे कोणत्या आधारावर अथवा गुणवैशिष्ट्यामुळे देण्यात आले याची माहिती उपलब्ध नाही.

विद्यापीठांमधून आणि संशोधन शाळांमधून गणितासाठी 'लॉगॅरिथम टेबल'चा नेहमीच उपयोग करण्यात येतो. एका प्राध्यापक महाशयांनी काही वर्षे अनेक विद्यापीठांमधून ही जुनी झालेली 'लॉग टेबल' पुस्तके गोळा केली आणि मळलेल्या पानांवरून त्यातले कोणते अंक अधिकतर उपयोगात येतात याचे सर्वेक्षण केले, तेव्हा 'एक' या आकड्याचा सर्वाधिक म्हणजे तीस टक्के उपयोग केला जातो, तर त्याखालोखाल 'नऊ' हा आकडा पाच-सात टक्के वापरला जातो असा निष्कर्ष निघाला. यात लक्ष वेधून घेणारी गोष्ट अशी, की स्थापत्य आणि इतर गणितशास्त्रात नेहमीच उपयोगात आणले जाणारे उपकरण 'स्लाइड रूल' या उपकरणात एक

आणि नऊ या आकड्यांना याच प्रमाणात जागा देण्यात आली आहे आणि सूर्याचा अंकदेखील 'एक' आहे, की हादेखील योगायोगच?

अर्थात हे फक्त निरीक्षण आहे. कारण आकडे वेगवेगळ्या प्रसंगी कसे वागतात याचे अनुमान करणे दुरापास्त आहे.

योगायोग हा एक भाग असतोच. केव्हा तरी पूर्वी कधीही न ऐकलेले नाव ऐकू यावे आणि नंतर काही कालावधीत ते सतत कानी पडावे आणि नंतर कधीही ऐकू येऊ नये असे घडते. एखाद्या लहान घोळक्यात सामील व्हावे आणि त्यात अनेकांचे नाव एकच असावे अथवा जन्मतारीख एकच असावी असा अनुभव येतो. काही संशोधकांनी या योगायोगाचा मागोवा घेण्यात हयात घालविली आहे. जीवशास्त्रज्ञ डॉ. कॅमेरर यांनी या संशोधनाला 'अनुक्रमिता' (सीरिआलिझम) असे संबोधिले आहे. रस्त्यात उभे राहून किती लोक टाय लावून अथवा काठी घेऊन येतात याची नोंद करावी, तर लागोपाठ अनेक मंडळी टाय लावून अथवा काठी घेऊन येत असल्याचे आढळून यावे आणि नंतर तो प्रकार एकदम बंद होऊन जावा असा अनुभव येतो.

या पद्धतीच्या योगायोगाची स्टॉकब्रोकर किंवा सट्टाबेटिंग घेणाऱ्या व्यक्तींना फार चांगली माहिती असते. काही विमा कंपन्यादेखील या शक्याशक्यतेच्या सरासरीचा उपयोग करून घेताना आढळतात.

डॉ. कॅमेररच्या मते हे योगायोग विश्वनियंत्रण करणाऱ्या उष्मागतिकीच्या (थर्मोडायनॅमिक्स) अस्ताव्यस्ततेच्या नियमाच्या अगदी उलट घडतात. मग काय असेल हे? कोणती कंपने किंवा कोणते आकार अथवा इतर ऊर्जाशक्ती हे घडवीत असतील?

संदर्भ

Jenny H.: 'Cymatics', Basilius Press, Basil, 1966.

Krauf J.: 'Nature's Way', Time Magazine, Nov. 1971.

Jenny H.: 'Visualising Sound' Science Journal, June 1968.

Andrews D. H.: 'The Symphony of life', Unity Books, Missouri, 1966.

Borissov Leich M.: 'The Golden Number', Tiranti, London 1958.

Eysenck H.: 'Is Beauty Absolute?' Perpetual and Motor Skills: 31:817, 1971.

Kammerer P.: 'Das Gesetz der Serialism': Stutgart, Dtsch. Vet Anst, 1919.

मानसिक सामर्थ्य

ग्रीक तत्त्वचिंतकांची मोठी उज्ज्वल परंपरा आहे. याच परंपरेतील डेमॉक्रिट्स (ख्रिस्तपूर्व ४६० ते ३५० वर्षे) हा थोर तत्त्वज्ञ 'अणुवादी' म्हणून ओळखला जातो. डेमॉक्रिट्स याने प्रथमच अणू या शब्दाचा वैज्ञानिक दृष्टीने उपयोग केला आणि विश्वातील प्रत्येक द्रव्य हे अत्यंत सूक्ष्म आणि अविभाज्य अणुरेणूंचे बनले आहे, या कल्पनेचा पुरस्कार केला. त्यानंतर सुमारे दोन हजार वर्षांनी जॉन डाल्टन (इसवी सन १७६६ - १८४४) याने सारे विश्व अणूंचे बनले असल्याचा सिद्धान्त मांडला. भारतीय ऋषीमुनींना या अणुवादाची पूर्ण कल्पना किमान पाच हजार वर्षांपूर्वीच आली होती, हे प्राचीन ग्रंथांमधील लिखाणावरून स्पष्ट दिसून येते. प्राचीन ग्रीक तत्त्ववेत्ते आणि भारतीय ऋषीमुनी यांच्यामधील एक फार मोठे साम्य असे की या दोघांनीही विश्वाची अणूंपासून झालेली रचना कोणत्याही प्रयोगशाळेविना, कोणत्याही उपकरणांवाचून केवळ मानसिक सामर्थ्याने जाणली होती. कसे घडले असेल हे?

विसाव्या शतकाच्या मध्यापर्यंत अणू अविभाज्य असल्याचा सिद्धान्त अबाधित राहिला आणि अणूमध्ये प्रचंड ऊर्जा असून अणुस्फोट होऊ शकतो, या प्राचीन भारतीय मताची 'पुराणातील वांगी' म्हणून सतत हेटाळणी झाली. त्या कालावधीपर्यंत शाळा-महाविद्यालयातून शिकताना 'अणू अविभाज्य आहे' हा सिद्धान्त घोकणारे माझ्या पिढीतील आणि त्या पूर्वीच्या पिढ्यांमधील शास्त्र शाखेचे किती तरी विद्यार्थी आज हयात आहेत.

दुसऱ्या जागतिक महायुद्धाच्या अखेरीला अणूचे विभाजन होऊ शकते हे कळल्यानंतर एका मध्यवर्ती केंद्रकाभोवती इलेक्ट्रॉन्स ग्रहमालेप्रमाणे फिरत असतात, अशीच कल्पना प्रचलित होती; परंतु कालांतराने हे इलेक्ट्रॉन्स विद्युतभारित मेघांप्रमाणे कंपनलहरी निर्माण करीत असतात असे दिसून आले.

कल्पनाच करायची झाली तर पाहा - अणू खूप मोठा करून एखाद्या क्रिकेट किंवा फुटबॉल स्टेडियमएवढा केला, तर मैदानाच्या मध्यभागी वाटाण्याच्या आकाराएवढेच केंद्रक असेल आणि इलेक्ट्रॉन्स चारशे मीटरच्या लंबवर्तुळाकृती धावपट्टीवरून गरगरा पळत असतील. यातून एक महत्त्वाची गोष्ट लक्षात येते ती

अशी, की अणूच्या अंतरंगात खूप मोकळी जागा आहे आणि बाहेर विश्वाच्या अवकाशात तशीच खूप मोकळी जागा आहे. (ज्ञानेश्वरीमध्ये 'पैस' हा शब्द किती कल्पकतेने योजला आहे याची कल्पना यावी) सर्व द्रव्यांची रचना अशीच असते. एखाद्या स्पंजप्रमाणे भासणाऱ्या या मोकळ्या जागा खूप दाब देऊन नष्ट केल्या तर एखाद्या सहा फूट उंच आणि अडीचशे पौंड वजन असणाऱ्या मुष्टियोद्ध्याचा देह, घरमाशीने खिडकीच्या तावदानावर विष्ठा टाकल्यानंतर जेवढा ठिपका पडेल, तेवढ्याच आकाराचा होईल; परंतु अंतरंगात खूप मोकळ्या जागा असणाऱ्या परमाणूंनी बनलेले आपले शरीर त्या अणू-परमाणूंच्या दरम्यान असलेल्या विद्युत चुंबकीय आकर्षण शक्तीमुळेच एकत्रित राहते आणि मोठ्या घन आकाराचा आभास निर्माण होतो.

याचा स्पष्टच अर्थ असा की आपले शरीर हे विश्वातील इतर निर्जीव पदार्थांपेक्षा वेगळी रचना दाखवीत नाही. तेच मूल कण अणू-परमाणू त्याच मूल क्रिया-प्रतिक्रिया दाखवीत असतात. फरक इतकाच की विश्वाच्या पसाऱ्यात अणू-रेणूंना काही संगतवार क्रमवारी नसते. सजीवांच्या शरीरातील अणू-परमाणू मात्र काही ठराविक क्रमवारीनेच मांडले जातात आणि ती क्रमवारी कायम राखली जाते. सजीव आपल्या वातावरणातून काही द्रव्ये शोषून घेऊन ऊर्जानिर्मिती करतात आणि शेवटी ती ऊर्जा वातावरणात पुन्हा सोडली जाते.

सजीव सृष्टी - म्हणजेच प्राणी आणि वनस्पती – पर्यावरणातील ऑक्सिजन, कार्बन-डाय-ऑक्साईड, पाणी वगैरेंची त्यांच्यातील देवाणघेवाण यांचे ज्ञान आजच्या शाळकरी मुलांनादेखील आहे; परंतु सजीव आणि त्यांचे पर्यावरण यांच्यामधील परस्परसंबंध मात्र असे अणू-परमाणू पातळीपर्यंत मर्यादित नाहीत. याहीपेक्षा तरलतम परस्परसंबंध आहेत आणि ते शारीरिक अथवा रासायनिक पातळीवर नसून, विद्युत चुंबकीय शक्ती अथवा तत्सम शक्तींद्वारा व्यक्त होतात. या शक्ती सजीवांवर सतत प्रभाव टाकीत असतात, परिणाम करीत असतात. परंतु त्या शक्ती आपल्या 'निसर्ग' या कल्पनेत बसत नाहीत. मग या शक्तींचे नेमके स्थान काय असावे?

सजीव आपापल्या आसमंतातून वेगवेगळी उपयुक्त माहिती गोळा करीत असतात. ही माहिती बहुधा तीन प्रकारात मोडते:

१. विद्युत चुंबकीय लहरी - उदाहरणार्थ, प्रकाश;

२. यांत्रिक, रचनात्मक दाब - उदाहरणार्थ, ध्वनी; आणि,

३. रासायनिक संवेदना - उदाहरणार्थ, चव घेणे, वास घेणे, इत्यादी.

या तिन्ही प्रकारच्या संवेदना आपल्या ज्ञानेंद्रियांमार्फत विद्युत चुंबकीय लहरींमध्ये रूपांतरित होतात आणि चेतातंतूंच्या माध्यमातून मेंदूकडे पाठविल्या

जातात. सर्व संवेग एकाच पद्धतीने पाठविले जातात. एक चेतातंतू तोडून दुसऱ्या चेतातंतूला जोडला तरी कोणताही अडथळा न होता संवेग मेंदूपर्यंत पोहोचतात. म्हणजे संवेगांचे 'वहन' एकाच पद्धतीने चालते; परंतु मध्यवर्ती चेतासंस्थेत (मेंदूत) प्रत्येक संवेगाचे अर्थ वेगवेगळे लावले जातात. उदाहरणार्थ - जिभेवर लिंबाचा रस टाकला तर आंबट चव मेंदूपर्यंत पोहोचते. आता जिभेचे चेतातंतू (ग्लॉसोफॅरिजिअल नर्व्ह) तोडून श्रवणेंद्रियांच्या चेतातंतू (ऑडिटरी नर्व्ह) ला जोडले आणि नंतर जिभेवर लिंबाचा रस टाकला तर मेंदूत फार मोठा स्फोट झाल्याप्रमाणे आवाज ऐकू येतो.

मादक पदार्थ सेवन केल्यामुळे याच पद्धतीने चुकीचे आभास निर्माण होतात. संवेगांच्या विद्युत चुंबकीय लहरींमध्ये कोठे तरी 'शॉर्ट सर्किट' होत असणार आणि त्यामुळे संगीत ऐकताना एकदम लख्ख प्रकाश पडल्याप्रमाणे भास होणे वगैरे आभास (हॅल्युसिनेशन्स) होतात. मुळात चेतासंस्थेवरच ताण पडल्यामुळे हे आभास निर्माण होतात.

चेतातंतू अतिशय लांब आणि बारीक असतात. संवेग निर्माण झाल्यानंतर तासाला दोनशे मैल या वेगाने संवेग मेंदूकडे पोहोचविले जातात. एखादे धुराचे वलय हवेतून वेगाने जात असावे, तसा हा प्रकार दिसतो. प्रखर शक्तीच्या सूक्ष्मदर्शित्रातून तो पाहता येतो. संवेग जात असताना थोडी धडधडदेखील दिसू शकते. त्याचा विद्युत चुंबकीय आलेखपट काढला, तर अति सहजतेने पाहता येतो. बाह्य चेतावणीमुळे संवेग उत्पन्न होऊन मेंदूकडे पाठविले जातात आणि त्याची प्रतिक्रिया म्हणून मेंदूतून त्यापेक्षा किती तरी अधिक शक्तिमान संवेग निर्माण होतात. या सर्वांचे मिळून विद्युत चुंबकीय क्षेत्र निर्माण होते. त्याचे मोजमाप करणारी उपकरणे उपलब्ध आहेत. त्यावर हे विद्युत चुबंकीय क्षेत्र मोजले जाऊ शकते.

लेनिनग्राड विद्यापीठाचे प्राध्यापक डॉ. पवल गुलियाएव्ह यांनी इतके संवेदनशील उपकरण तयार केले, की माणसाच्या शरीरापासून हे उपकरण काही अंतरावर ठेवले, तरी ते या क्षेत्राची मोजदाद अचूकपणे करू शकते. वास्तविक संवेग निर्माण झाल्याक्षणीच विद्युत चुंबकीय क्षेत्र निर्माण होते; परंतु ते क्षीण असते आणि लवकरच नाहीसे होते. प्रेरणा संवेग जोरदार असेल - उदाहरणार्थ कापणे, भाजणे, सुई टोचणे वगैरे - तर सेकंदाच्या विसाव्या भागातच प्रतिक्षिप्त क्रियेने शरीराची योग्य ती हालचाल केली जाते; परंतु संवेग पुढे मेंदूकडे जातच राहतात आणि मेंदूतील वेगवेगळ्या केंद्रांत विचारपूर्वक प्रतिक्रिया ठरविली जाते. या वेळेपर्यंत संवेगांची तीव्रता खूपच वाढलेली असते आणि तिचे विद्युत चुंबकीय क्षेत्र निर्माण होते.

किएव्ह या रशियन फिल्म कंपनीने १९६७ मध्ये पीटस्बर्ग येथील एका

मध्यमवर्गीय गृहिणीवर लघुपट तयार केला. त्यात श्रीमती कुलजिना यांची क्ष - किरणांच्या साह्याने संपूर्ण तपासणी करून त्यांच्या शरीरावर कोणतेही विद्युत उपकरण अथवा तत्सम काही उपकरण लपविलेले नाही हे स्पष्ट केले जाते. त्यानंतर श्रीमती कुलजिना यांना शरीरक्रिया प्रयोगशाळेच्या मध्यभागी बसविण्यात येते आणि चारी बाजूंना शास्त्रज्ञ, पोलीस, प्रतिष्ठित नागरिक, पत्रकार यांना बसविले जाते. नंतर श्रीमती कुलजिना यांच्यासमोर एक छोटे टेबल ठेवून त्यावर कोठूनही सहज दिसू शकेल अशा आकाराचे, आठ इंच व्यासाचे होकायंत्र ठेवले जाते. टेबलावर कापड किंवा काही आच्छादन नसल्यामुळे लपवाछपवी करणे अशक्यप्राय आहे. नंतर कुलजिना त्या होकायंत्राच्या वर सुमारे फूटभर उंचीवर दोन्ही हात छातीसमोर हवेत पालथे धरते. तिच्या गळ्याचे स्नायू तटतटतात, शरीर ताठरते, चेहरा लालबुंद होतो आणि कपाळावर घर्मबिंदू जमा होतात. आता होकायंत्राचा काटा थरथरू लागतो. थरथर वाढतच जाते आणि काटा दक्षिणोत्तर दिशेऐवजी भलतीकडेच वळतो.

नंतर कुलजिना आपले हात वर्तुळाकार फिरवू लागते आणि होकायंत्राचा काटाही मनगटी घड्याळातील सेकंद काट्याप्रमाणे त्या हातांच्या गतीने गरगर फिरू लागतो.

प्रयोगानंतर थकलेल्या कुलजिनाची पुन्हा क्ष-किरणांसहित तपासणी करण्यात येते; परंतु काही उपकरण किंवा लोहचुंबक वगैरे तिच्या शरीरावर नसल्याचे स्पष्ट होते. काय असेल हे?

निष्कर्षच काढावयाचा झाला तर असे म्हणता येईल, की कधी कधी मानवी शरीराचे विद्युत चुंबकीय क्षेत्र पृथ्वीच्या विद्युत चुंबकीय क्षेत्रापेक्षाही तीव्रतर असू शकते आणि ही तीव्रता केवळ मानसिक शक्तीच्या बळावरच अथवा इच्छाशक्तीच्या बळावर वाढविलेली असावी.

या पद्धतीचे अनेक किस्से ऐकायला मिळतात ... "हे समोरचं घड्याळ ... आजोबा जग सोडून गेले त्या क्षणी जे बंद पडलं, ते पुन्हा कधी चाललंच नाही ..." किंवा " ... त्या रात्री काही केल्या झोप येईना ... मन इतकं अस्वस्थ झालं होतं!... मग काही तरी चाळा म्हणून पुस्तक उघडलं, अन् वाचायला सुरुवात करणार, तोच दिवा अकस्मात मालवला ... अन् मग कळलं, की नेमकं त्याच क्षणी आईचं (किंवा आणखी कुणा प्रिय व्यक्तीचं) निधन झालं होतं ..."

सांगणाऱ्या व्यक्तींच्या - किंवा हे प्रसंग अनुभवलेल्या व्यक्तींच्या सारासार विवेकबुद्धीवर विश्वास ठेवून त्यांनी केवळ सत्यकथनच केले, असे गृहीत धरले तरी त्या घटनेबाबत आता काही पुरावा देणे शक्य नसते. कारण त्या घटनेची पुनरावृत्ती होणे शक्य नसते. मग या सर्व कथित घटना दूरमनोगतिकी (टेलिकायनेसिस) या

शीर्षकाखाली नोंदवून ठेवल्या जातात. जनसामान्य त्या एका कानाने ऐकतात आणि दुसऱ्या कानाने सोडून देतात; परंतु मनोवैज्ञानिक मात्र त्यात विशेष रस घेऊन त्यांचे संशोधन करीत असतात.

डॉ. हॅरी प्राइस

लंडनमधील नॅशनल लॅबोरेटरी फॉर सायकिक रिसर्च येथे संशोधन करणारे डॉ. हॅरी प्राइस तर असल्या घटनांचे संशोधन करताना इतकी चिकित्सक वृत्ती दाखवीत असत की त्यांचे सहकारी 'पाखंडी संशयात्मा' याच शब्दांत त्यांची ओळख करून देत असत. स्वत: डॉ. प्राइसदेखील भूतयोनी, आत्मा वगैरे गोष्टींवर आपला अजिबात विश्वास नाही हे स्पष्ट शब्दात सांगत.

मार्गरिट एलिन नावाच्या एका कनिष्ठ मध्यमवर्गीय महिलेच्या अतींद्रिय शक्तीबाबत प्राइस यांचे संशोधन मोठ्या कसोशीने सुरू होते. त्या प्रयोगांचा लौकिक कानी येऊन अमेरिकन सायकिकल इन्स्टिट्यूटचे संचालक डॉ. हेरवर्ड कॅरिंग्टनदेखील या संशोधनात सहभागी झाले. अनेक प्रयोगांच्या मालिकेपैकी वानगीदाखल एक-दोनच प्रयोगांची माहिती येथे उद्धृत करीत आहे. सर्व प्रयोग नॅशनल लॅबोरेटरीच्या मोठ्या प्रयोगशाळेत शास्त्रज्ञ, डॉक्टर, प्रतिष्ठित नागरिक आणि वार्ताहरांच्या उपस्थितीत करण्यात आले.

पहिल्या प्रयोगात एका भिंतीवर सर्वांना सहज दिसेल अशा तऱ्हेने एक तापमापक उंच जागी स्क्रू लावून घट्ट बसविण्यात आला. त्याला कुणी स्पर्श करू नये म्हणून भोवताली तारेची जाळी बसविण्यात आली आणि तेथेच तापमान नोंदविणारा आलेखपट काढला जाण्यासाठी फिरता सिलिंडर लावण्यात आला. श्रीमती एलिन यांना तापमापकापासून सुमारे पंधरा फूट दूर, प्रयोगशाळेच्या मध्यभागी एका खुर्चीत बसविण्यात आले. दोन्ही बाजूंना प्रत्येकी एक अत्यंत सावध स्वयंसेवक बसवून त्याने मार्गरिट एलिन यांचा एक हात आणि एक पाय घट्ट जखडून ठेवला. त्यांना हालचाल अथवा लबाडी करणे शक्य नव्हते.

"...प्रयोगाला सुरुवात होताच थंड बर्फावरून येणाऱ्या वाऱ्याप्रमाणे अतिशीत हवा अंगावरून गेल्याप्रमाणे वाटले... समोरील फराळ ठेवण्याची लहान टेबले कुणी

तरी सरकवीत असल्याचा भास झाला... आणि केवळ दीड-दोन सेकंदांतच तापमापकातील पारा वीस अंशांनी खाली आला... हा मात्र आभास नव्हता. कारण फिरत्या सिलिंडरवरील आलेखपटदेखील तापमान वीस फॅरेनहीट अंशांनी खाली आल्याचे दाखवीत होता...'' डॉ. कॅरिंग्टन यांनी लिहून ठेवलेले हे बोलके वर्णन बरेच काही सांगून जाते.

दुसऱ्या प्रयोगाच्या वेळीदेखील डॉ. हॅरी प्राइस यांनी कुठेही लांडीलबाडी होऊन फसवणूक होऊ नये म्हणून अत्यंत काळजीपूर्वक व्यूहरचना केली होती. या प्रयोगात भिंतीवरील लाल दिवा पेटविणे-विझविणे हा प्रयोग सिद्ध करायचा होता. मान्यवर जाणकार प्रेक्षक आणि मार्गारिट एलिन यांची आसनव्यवस्था मागीलप्रमाणेच होती आणि दोन स्वयंसेवकही होते. दूरच्या भिंतीवर लाल दिव्याभोवती जाड काचेचे आवरण आणि त्याभोवती जाळीचा पिंजरा लावून त्याला स्पर्श करणे अशक्य करून ठेवले होते. दिव्यापासून जाड इन्श्युलेटेड तारा एका बटणाला जोडल्या होत्या. हे बटण एका स्टुलावर, एलिन यांच्यापासून दहा-बारा फुटांवर ठेवण्यात आले. बटणाला कुणी स्पर्श केला तर कळावे म्हणून कॅस्टाइल साबणाच्या पाण्यात ग्लिसरीन मिसळवून त्याचा भलामोठा फुगा अलगदपणे त्या बटणावर उतरविला होता. त्यावर एक काचेची हंडी उपडी ठेवली होती आणि त्याभोवती जाळीचा पिंजरा, असा कडेकोट बंदोबस्त करण्यात आला.

मान्यवरांनी सुरक्षा व्यवस्था तपासून पाहिली आणि मार्गारिट एलिन यांना स्वयंसेवकांनी जखडून ठेवले. नंतर प्रयोग सुरू करण्यास सूचना दिली, तो काय आश्चर्य! भिंतीवरील लाल दिवा एखाद्या मंत्र्याच्या गाडीवरील दिव्याप्रमाणे उघडझाप करू लागला. त्यानंतर उपस्थित शास्त्रज्ञ, जाणकार आदींनी पुन्हा सुरक्षा व्यवस्थेची पाहणी केली, तेव्हा साबणाच्या पाण्याचा फुगादेखील जागच्या जागी व्यवस्थित होता. सर्व प्रयोगाचा अहवाल काळजीपूर्वक नमूद केलेला आढळतो; परंतु त्या काळातील लिखाणात 'गूढ घटना' आजच्या शास्त्रीय पद्धतीप्रमाणे काटेकोरपणाने नोंदविल्या जात नव्हत्या. त्यामुळे या अहवालात ते स्टुलावरील दिव्याचे बटण, दिव्याची उघडझाप होताना खाली-वर हलत होते किंवा नाही, याची नोंद नाही म्हणून हा अहवाल 'अ-शास्त्रीय' ठरविण्यात आला. जमलेले सर्व जाणकार 'भारावून गेल्यामुळे' त्यांचे या अति महत्त्वाच्या बाबीकडे दुर्लक्ष झाले. सबब, अहवाल ग्राह्य मानता येणार नाही, असा शेरा मारून सर्व प्रकरण रद्दबातल ठरविण्यात आले.

आज विज्ञानाने इतकी प्रगती केली आहे, की दूर अंतरावरून, स्पर्श न करता दिवा पेटविता येतो, हे सत्य असले तरी या प्रयोगाच्या वेळी, म्हणजे १९३०-३१ च्या काळात ही प्रगती झाली नव्हती. केवळ वादविवादासाठीच म्हणून श्रीमती एलिन यांना हे प्रगत ज्ञान त्याही काळात उपलब्ध होते, असा दावा केला, तर मग त्यांना

सरळच नोबेल पारितोषिक वगैरे मिळविण्याचा मार्ग खुला होता. असले 'बुवाबाजी'चे प्रयोग करून जनसामान्यांच्या डोळ्यांत धूळफेक करण्याचे त्यांना काही कारणच नव्हते आणि डॉ. प्राइस किंवा डॉ. कॅरिंग्टन यांनी घेतलेल्या दक्षतेबाबत अनुदारतेने बोलणे योग्य ठरणार नाही.

त्यानंतर १९३४ पासून अमेरिकेतील उत्तर कॅरोलिना राज्यातील ड्यूक विद्यापीठाचे डॉ. जे. बी. ऱ्हाइन यांनी मानसिक शक्ती अजमाविण्यासाठी वेगळेच प्रयोग सुरू केले. त्यांनी बाजारात कोठेही उपलब्ध असणारे चौरस आकाराचे दोन हस्तिदंती फासे घेऊन 'नशिबवान' असा लौकिक असणाऱ्या एका व्यावसायिक जुगाऱ्याला (प्रत्येक चौरसाच्या सहा बाजूंना एक ते सहा ठिपके रंगविलेले असतात. दोन्ही ठोकळे फेकून 'दोन ते बारा' क्रमांकापर्यंत दान पडते.) डॉ. ऱ्हाइन यांनी स्वत:ची पूर्ण इच्छाशक्ती किंवा मानसिक शक्ती लावून 'सात'पेक्षा अधिक दान टाकण्याचा प्रयत्न करण्यास सांगितले.

दोन ठोकळ्यांवर प्रत्येकी एक ते सहा असे ठिपके. त्यांची वेगवेगळी छत्तीस संयुगे (कॉम्बिनेशन्स) होतात. त्यांपैकी पंधरा संयुगांची बेरीज सात या संख्येपेक्षा अधिक भरते. नशिबवान महाशयांनी एकूण सहा हजार ७४४ वेळा प्रयत्न केला.

गणिती शक्याशक्यतेप्रमाणे ३६ संयुगांपैकी१५ संयुगे सातपेक्षा अधिक संख्या दर्शवितात. याच प्रमाणात सहा हजार ७४४ प्रयत्नांमध्ये दोन हजार ८१० वेळा सातपेक्षा अधिक संख्येने दान पडू शकेल; पण महाशयांनी तीन हजार ११० वेळा अधिक संख्येने दान टाकून दाखविले. सांख्यिकी शक्याशक्यतेप्रमाणे एक कोटी प्रयत्नांमध्ये फक्त एकदाच इतके अधिक यश मिळू शकेल. येथे तर फक्त पावणेसात हजार प्रयत्न केले गेले आणि यश मिळाले. मग खरोखरच काही मानसिक शक्ती या यशामध्ये कार्यान्वित असेल काय?

डॉ. जे. बी. ऱ्हाइन

डॉ. ऱ्हाइन यांनी या प्रकाराला 'मनोगतिकी' असे सुरेख नामाभिधान केले आहे. सतत पंचवीस वर्षांपेक्षा अधिक काळ संशोधन केल्यानंतर डॉ. ऱ्हाइन या निष्कर्षाप्रत आले की केवळ दोन-पाच वेळा दान टाकून असे भरघोस यश मिळण्याची शक्यता असते; परंतु सतत हजारो वेळा दान टाकल्यानंतर यश सरासरीच्या बिंदूजवळच यावयास हवे.

त्यापेक्षा ते किती तरी अधिक आहे. म्हणजेच काही तरी मानसिक शक्ती त्यात कार्यान्वित असली पाहिजे.

या निष्कर्षावर बरीच उलटसुलट चर्चा/टीका झाली. वेगवेगळ्या व्यक्तींची इच्छाशक्ती अजमावून पाहताना काही व्यक्ती विवक्षित आकड्याचे दान हमखास टाकू शकतात, इतकेच नव्हे तर काही व्यक्ती ६६ हा आकडा सरासरी शक्यतेपेक्षा किती तरी अधिक वेळा टाकू शकतात असे आढळले. काही जाणकारांनी 'हा आकड्यांचा कल' असतो म्हणून त्याची संभावना केली. वैयक्तिक आवडीनिवडीप्रमाणे फासे निवडता आले, तर काही व्यक्ती खूप अधिक दान टाकू शकत होत्या. यानंतर चार नशिबवान व्यावसायिक जुगारी आणि चार पारमार्थिक साधना करणाऱ्या व्यक्तींना फासे टाकण्यास सांगितले, तेव्हा दोन्ही बाबतींत मन:शक्तीचा अनुभव आला. भरघोस यश मिळाले.

काही टीकाकारांनी यात कदाचित हातचलाखीचा भाग असू शकेल, असा मुद्दा उपस्थित केला. तेव्हा डॉ. ऱ्हाइन यांनी विद्युत उपकरणाद्वारे फासे टाकण्याची व्यवस्था केली. तेव्हा तर या नशिबवान खेळाडूंनी सर्वाधिक दाने नोंदविली.

पीटसबर्गच्या मानसशास्त्रज्ञांचे अद्याप समाधान झाले नव्हते. त्यांनी केवळ फासे फेकण्यासाठीच नव्हे, तर दान नोंदविण्यासाठीदेखील विद्युत उपकरणे वापरली आणि दान किती पडले हे न सांगता पुढील प्रयत्न करायला सांगितले. या प्रयत्नांत तर नशिबवान महाशयांनी यशस्वी दाने टाकण्याची कमाल मर्यादा गाठली.

डॉ. ऱ्हाइन यांच्या प्रयोगांमुळे प्रभावित होऊन जर्मनीत केलेल्या प्रयोगात एका मुलाने रौलेट चक्रावर येणारा यशस्वी क्रमांक एकूण पाचशे प्रयत्नांपैकी ७५ वेळा अचूक ओळखून दाखविला. सांख्यिकी शक्याशक्यतेनुसार काही कोटी वेळा प्रयत्न केल्यास एखाद्या वेळी असे यश मिळू शकेल, मग येथे कोणती शक्ती कार्यान्वित असावी?

डॉ. हेल्मूट श्मिड्ट

उत्तर कॅरोलिनातील त्याच ड्यूक विद्यापीठात डॉ. हेल्मूट श्मिड्ट यांनी हवेत नाणेफेक करणारे एक विद्युत उपकरण तयार केले. हजारो फेकी केल्या तर शक्याशक्यतेप्रमाणे छाप आणि काटा समसमान वेळा पडले पाहिजेत. डॉ. श्मिड्ट यांनी नशिबवान जुगाऱ्यांना एकूण बत्तीस हजार फेकींत इच्छेप्रमाणे कौल पाडण्यास सांगितले. त्यांनी इतके अमाप यश मिळविले, की सांख्यिकी शक्याशक्यतेनुसार इतके अनुकूल कौल एक कोटी प्रयत्नांत एखाद्या वेळीच पडू शकतील.

बेलफास्ट येथील क्वीन्स विद्यापीठाचे डॉ. जॉन बेलॉफ यांना फासे अगर नाणेफेक यापेक्षा किरणोत्सर्गातील सूक्ष्मतर अणूंवर इच्छाशक्तीचा प्रभाव अधिक पडेल असे वाटले आणि दोन 'नशिबवान' मुलांना गायगी काउंटरवर अधिक किरणोत्सर्गी अणूंची नोंद व्हावी, अशी इच्छा करण्यास सांगितले. त्या मुलांनी नोंदविलेले यश तर काही अब्ज प्रयत्नांमध्ये एखाद्या वेळेस मिळू शकेल असे सांख्यिकी शक्याशक्यता सांगते.

याबद्दलच्या स्पष्टीकरणाबाबत डॉ. बेलॉफ म्हणतात, "अणूची रचना पोकळ असते आणि इलेक्ट्रॉन्स विद्युत चुंबकीय शक्तीने प्रभावित असतात, तेव्हा तसल्याच कोणत्या तरी विद्युत चुंबकीय शक्ती त्यावर परिणाम करू शकतील. म्हणूनच मी हा मानसिक इच्छाशक्तीचा प्रयोग करून पाहिला." याचा स्पष्टच अर्थ लावावयाचा झाल्यास बेलॉफ यांच्या मते, मानसिक इच्छाशक्ती ही एक विद्युत चुंबकीय शक्तीच असावी किंवा तत्सम प्रभाव निर्माण करणारी शक्ती असावी.

आणि ही कल्पना मान्य केली तर मानसिक शक्ती प्रकाश लहरींप्रमाणेच कार्य करीत असणार. म्हणजे फाशांवर किंवा नाण्यांवर प्रकाश पडल्यानंतर जितका दाब पडू शकेल, तितकाच दाब इच्छाशक्तीच्या विद्युत चुंबकीय लहरी टाकू शकतील; पण 'नशिबवान' महाशयांनी मिळविलेले यश लक्षात घेता, या लहरी प्रकाश लहरींपेक्षा किती तरी अधिक पटींनी बलवान किंवा प्रभावी असावयास पाहिजेत. मग काय असेल हे?

संदर्भ

Schaffer W.: Further Development of Field Effect Monitor: Life Sciences. General Dyanamics: A 67: 4158: 125, 1968.

Gulyaiev P.: Cerebral Electromagnetic Fluids: International Journal of Parapshycology: 7: 4, 1965.

Rejdak P.: The Kulagina Cine Film: Journal of Paraphysics: 3: 3, 1967.

Carrington H.: 'The Invisible World' Rider and Co. London E.C. 4, 1947.

Steigar B.: E.S.P., Your Sixth Sense, 'Awaz' Books, New York, 1966.

Rhine J. B.: 'Mind over Matter' McMillan, London, 1970.

Pratt J. G.: Target Reference in PK Tests with Dice: Journal of Parapsychology: 11: 26, 1947.

Gatting W. And Rhine J. B.: Two groups of PK Subjects Compared: Journal of Parapsychology: 10: 120, 1946.

McConnell R. A.: Wishing with the Dice: Journal of Exprimental Parapsychology: 50: 269, 1955.

Binsky R. A.: Report on two Exploratory PK series, Journal of Parapsychology: 21: 284, 1957.

Schmidt H.: Mental Influence of Random Events: New Scientist, 50: 757, 1971.

Chauvin R. and Genthon J. P.: Eine Undersuchung uber die Moglichkeit psychokintishcer Experimente mit Uranium und Geiger — Zahler, Zeitschrift fur parapshycologie and Grenzbegie-te der Parapsychologie: 8: 140: 1965

विद्युत चुंबकीय क्षेत्र

दुसऱ्या जागतिक महायुद्धात युरोपातील अनेक देश होरपळून निघाले. जर्मनी, फ्रान्स, इटली, रशिया, ग्रेट ब्रिटन वगैरे देशांत युवापिढी केवळ नावापुरतीच उरली होती आणि त्यांनी गमाविलेल्या प्रियजनांमुळे आणि अनुभवलेल्या भीषण अत्याचारांमुळे त्यांची मानसिक अवस्था अत्यंत नाजूक बनली होती. थोडक्यात म्हणजे सर्वत्र मनोरुग्ण व्यक्ती आढळून येत. साहजिकच मानसशास्त्र, मनोविकृती चिकित्सा आणि मानसोपचार यांवरील संशोधनाला अत्यंत वेगाने चालना मिळाली. कधी कधी वाईटातूनही चांगले निघते असे म्हणतात त्याचे हे एक उत्तम उदाहरण म्हणता येईल.

मानसशास्त्रावरील संशोधनात सर्वांगीण प्रगती होऊ लागली आणि त्याचेच एक परिणत अंग म्हणून डॉ. जे. बी. ऱ्हाइन यांनी नामाभिधान केलेल्या 'मनोगतिकी' (सायकोकिनेसिस) या शाखेची वाटचाल सुरू झाली. महायुद्धापूर्वी विसाव्या शतकाच्या पूर्वार्धातील थोडे संशोधन झाले होते; परंतु त्यात पद्धतशीर सातत्याचा अभावच होता.

महायुद्धाच्या धुमश्चक्रीत नेलिया मिखाइलोव्हा या रशियन महिलेच्या अंगी असलेल्या विलक्षण मनोगतिकी शक्तीचा छडा केवळ योगायोगानेच लागला. आज सत्तरीच्या घरात असलेली नेलिया मिखाइलोव्हा ही फार प्रखर मनोगतिकी शक्ती असलेली जगातील एक उत्कृष्ट 'माध्यम' समजली जाते. १९२७ मध्ये जन्मलेली नेलिया वयाच्या चौदाव्या वर्षीच महायुद्धात आघाडीवर लढत होती. खंदकात लपून लढाई करताना एक मोठा जर्मन तोफगोळा शेजारीच आदळून फुटला. जबर जखमी झालेल्या नेलियाला तत्काळ इस्पितळात दाखल करण्यात आले. इस्पितळात उपचार घेत असतानाच तिला स्वत:च्या अंगी असणाऱ्या काही लोकविलक्षण शक्तींचा प्रत्यय येऊ लागला.

एक दिवस ती खूप अस्वस्थ झाली आणि आपल्या खाटेवरून उठून भिंतीजवळच्या कपाटाकडे गेली. तेथे जवळच घडवंचीवर ठेवलेली पाण्याची सुरई मागे सरकू लागली आणि हळुहळू मागे सरकत खाली पडून फुटली. त्यानंतर नेलियाच्या भोवती अशा अनेक चमत्कारिक घटना घडू लागल्या. टेबलावर अथवा घडवंचीवर ठेवलेल्या वस्तू आपोआप सरकत असत, दरवाजे उघडत अथवा बंद होत असत;

परंतु 'भानामती'सारख्या जादुटोण्यावर अजिबात विश्वास नसलेली नेलिया बिचकून गेली नाही. तिला एक जाणीव होऊ लागली होती की या सर्व विचित्र प्रकारांना आपण स्वत:च कोणत्या तरी प्रकारे जबाबदार आहोत. आणि कालांतराने आपण कोणत्या तरी अज्ञात ऊर्जाशक्तीचे नियंत्रण करीत आहोत, याची तिला हळुहळू कल्पना येऊ लागली.

नेलिया मिखाइलोव्हाभोवती घडणाऱ्या या विचित्र घटनांकडे मॉस्को विद्यापीठाचे डॉ. एडवर्ड नाउमर यांचे लक्ष वेधण्यात आले आणि त्यांनी लागलीच त्याबाबत संशोधन हाती घेतले.

एका प्रयोगात डॉ. नाउमर यांनी स्वत:च्या खिशातून काड्यांची पेटी बाहेर काढली आणि त्यातील सर्व कांड्या टेबलावर इतस्तत: पसरल्या. नंतर नेलियाला तिची अज्ञात शक्ती उपयोगात आणण्यासाठी आवाहन केले. नेलियाने चित्त एकाग्र केले. दोन्ही हात छातीसमोर क्षितीजसमांतर पसरले. दोन्ही तळहातांचे पालथे पंजे सर्व काड्यांवर हवेत सुमारे फूटभर उंचीवर धरले. काही क्षणांनी हात हळुहळू घड्याळाप्रमाणे वर्तुळाकार फिरविण्यास सुरुवात केली. तेव्हा सर्व काड्या हळुहळू हलू लागल्या. त्यानंतर हात काढून घेतले तेव्हा सर्व काड्या सर्रकन टेबलाखाली जाऊन पडल्या.

या प्रयोगात वाऱ्याची झुळूक येऊन हवा लागणे किंवा नेलियाचा श्वासोच्छवास जोराने होत असल्यामुळे किंवा जाणूनबुजून फुंकर घालून काड्या हलविणे असा प्रकार होऊ नये, म्हणून डॉ. एडवर्ड नाउमर यांनी सर्व खिडक्या बंद केल्या. पंखे आणि वातानुकूलन यंत्र बंद केले. टेबलावरील टेबलक्लॉथ काढून टाकला. त्यानंतर दुसरी काड्याची पेटी टेबलावर पालथी करून काड्या टेबलावर पसरल्या आणि काही लांडीलबाडी होऊ नये म्हणून एक भला मोठा काचेचा ट्रे त्या काड्यांचेवर झाकला. आता ट्रे उचलल्याशिवाय काड्यांना स्पर्श करणे शक्य नव्हते; परंतु नेलियाने हात फिरविणे सुरू करताच काड्या तिच्या हातांच्या अनुरोधाने ट्रे च्या खाली फिरू लागल्या आणि कधी या टोकाला तर कधी त्या टोकाला कोपऱ्यात जमा होऊ लागल्या.

सर्व प्रकार आश्चर्यजनकच होता; परंतु डॉ. नाउमर यांचे अद्याप समाधान झाले नव्हते. त्यांनी स्वत:च्या खिशातून सिगारेटचे पाकीट काढून त्यांपैकी पाच सिगारेट त्या काचेच्या ट्रे खाली सरकविल्या आणि पुन्हा ट्रे त्यांच्यावर झाकला. साहजिकच ट्रे काढल्यावाचून कोणत्याही सिगारेटला हात लावणे वा स्पर्श करणे शक्य नव्हते. नंतर प्रयोग अधिकच बिकट व्हावा म्हणून त्यांनी नेलियाला त्यांपैकी एक विवक्षित सिगारेटच ट्रेच्या चारही कोपऱ्यांमध्ये त्यांच्या इच्छेनुसार फिरवून दाखविण्यास सांगितले. तिने काही क्षणांतच सिगारेट फिरवून दाखविली.

नंतर डॉ. नाउमर यांनी ट्रेखालून ती सिगारेट बाहेर काढली आणि तिचा कागद फाडून आतील सर्व तंबाखू बारकाईने तपासली; परंतु चुंबकीय गुणधर्म असलेले लोहकण किंवा तत्सम काहीही पदार्थ त्या सिगारेटच्या तंबाखूमध्ये अथवा फाडलेल्या कागदात आढळले नाहीत.

श्रीमती नेलिया मिखाइलोव्हा

डॉ. एडवर्ड नाउमरसारख्या मान्यवर संशोधकाने केलेल्या प्रयोगांमुळे नेलिया मिखाइलोव्हा हिला भरपूर प्रसिद्धी मिळाली. त्यामुळे प्रभावित होऊन युरोपातील दोन ख्यातनाम रशियन साहित्यिक सर्वश्री लेव्ह कोलोनी आणि व्हादिम मरीन नेलियाची मुलाखत घेण्यासाठी आणि जमल्यास तिच्या लोकविलक्षण शक्तीचा पडताळा पाहण्यासाठी म्हणून आवर्जून तिच्या घरी उपस्थित झाले.

एका लेखक महोदयांनी मुलाखतीची टिपणे काढावीत आणि जमल्यास ती प्रसिद्ध करावीत अशा विचाराने खिशातून टिपणवही व पेन काढले. पेनचे टोपण उघडून समोरील टेबलावर ठेवले आणि लेखकद्वय केवळ आश्चर्याने बघतच राहिले. टेबलावरील पाण्याचा ग्लास पेनच्या टोपणाचा पाठलाग करू लागला आणि संपूर्ण टेबलावर पाठशिवणीचा अजब खेळच सुरू झाला. काही वेळ स्तिमित होऊन ते दृश्य पाहिल्यानंतर लेखक महोदयांनी तो ग्लास आणि नेलिया यांच्या दरम्यान अनेक वेळा हात फिरवून काही अदृश्य तारा किंवा दोरा यांच्या साह्याने नेलिया तो ग्लास किंवा पेनचे टोपण हलवीत नाही ना याची खात्री करून घेतली. त्यानंतर स्वत: फुंकर मारून तो ग्लास हलू शकत नाही याचीदेखील खात्री करून घेतली. लाकडी टेबलावर कापडाचे आच्छादन (टेबल क्लॉथ) नव्हतेच, त्यामुळे त्याच्याखालून काही धागेदोरे हलविण्याचा प्रश्नच उद्‌भवत नव्हता.

या गोंधळून टाकणाऱ्या घटनेबाबत बोलताना लेव्ह कोलोनी म्हणाले, ''केवळ वादविवादासाठी म्हणून जरी असे गृहीत धरले की नेलिया कोणत्या तरी प्रकारचा अदृश्य लोहचुंबक वापरीत असावी, तरी बॅकेलाइटपासून बनलेल्या पेनच्या टोपणावर त्याचा काय परिणाम होणार?... किंवा काचेचा ग्लास आणि त्यात भरलेले पाणी यांच्यावर तरी काय परिणाम होणार?... अन भरलेला ग्लास फुंकर मारून इकडेतिकडे हलविता येणे अशक्यच आहे... अन त्यातूनही फुंकर मारून ग्लास एक वेळ दूर

सारता येऊ शकेल. परंतु पुन्हा जवळ कसा काय आणता येईल?... मला तर हे काही तरी वेगळेच दिसते...''

दुसरे लेखक महाशय व्हादिम मरीन म्हणाले, ''...नंतर आम्ही नेलियासमवेत भोजनास बसलो... साधेच लाकडी टेबल... त्यावर आच्छादन वगैरे काही नव्हतेच... पाव कापून स्लाइसची एक चळत टेबलाच्या मध्यभागी व्यवस्थित रचून ठेवली होती... नेलियाने सुमारे मिनिट-दीड मिनिट त्या स्लाइसच्या चळतीकडे टक लावून पाहिले अन् त्यातील एक स्लाइस बाहेर पडून हळुहळू नेलियाच्या दिशेने सरकत गेली...''

या प्रयोगात किंवा अनुभवात म्हणा, सहभागी झालेले दोघेही साहित्यिक शास्त्र किंवा विज्ञान शाखेत कोणतेही शिक्षण घेतलेले असे नव्हते. तेव्हा केवळ विवादासाठी म्हणूनच असा मुद्दा उपस्थित केला, की तेथे हिप्नॉटिझम किंवा नजरबंदी असा काही तरी प्रकार घडला असावा, तर ती शक्यता नाकारता येत नाही. त्यामुळे कदाचित कळत-नकळत काही फसवणूक केली जात असण्याची शक्यता गृहीत धरून पीटसबर्ग येथील यूटॉमस्की इन्स्टिट्यूटचे न्यूरोफिजिऑलॉजिस्ट डॉ. जेनेडी सर्जेयेव्ह यांनी नेलियाला संस्थेत आमंत्रित करून स्वत:च प्रयोग करण्याचे ठरविले.

सर्वप्रथम डॉ. सर्जेयेव्ह यांनी नेलियाचे वैयक्तिक विद्युत चुंबकीय क्षेत्र यंत्रावर मोजून पाहिले तेव्हा त्यांना आश्चर्याचा धक्काच बसला. नेलियाचे विद्युत चुंबकीय क्षेत्र सर्वसामान्य माणसाच्या क्षेत्रापेक्षा किती तरी पट अधिक शक्तिशाली आणि पृथ्वीच्या विद्युत चुंबकीय क्षेत्राच्या एक दशांश पट इतके शक्तिमान होते. तेव्हा 'इतक्या शक्तिमान विद्युत चुंबकीय क्षेत्राच्या प्रभावाखाली अगापेटीतील काड्या किंवा सिगारेट हलू शकतील; परंतु त्यासाठी या शक्तीच्या स्पंदन लहरींवर उत्तम नियंत्रण मिळवणे आवश्यक आहे,' असे मत डॉ. सर्जेयेव्ह यांनी नमूद करून ठेवले. त्यानंतर आपले चाचणीप्रयोग वादातीत आणि दोषरहित व्हावेत म्हणून डॉ. सर्जेयेव्ह यांनी लेनिनग्राडच्या इस्टिट्यूट ऑफ मिटीओरॉलॉजीचे तज्ज्ञ अधिकारी, जाणकार सदस्य आणि संशोधक शास्त्रज्ञ यांना मदतीसाठी पाचारण केले. त्या सर्वांनी मिळून सादर केलेला अहवाल तर निश्चितच विचार करायला लावतो.

प्रयोगांसाठी नेलियाने संपूर्ण सहकार्य देऊ केले. प्रयोगशाळेच्या मध्यभागी खुर्ची ठेवून त्यात बसलेली नेलिया सर्वांना सहज दिसू शकेल, अशी व्यवस्था करण्यात आली. नेलियाचे हातपाय चामड्याच्या पट्ट्यांनी खुर्चीला जखडून ठेवण्यात आले. म्हणजे नेलिया कुणाच्या नकळत काही हालचाल करू शकत नव्हती. नंतर वेगवेगळी विद्युत उपकरणे नेलियाच्या शरीराला जोडून शरीरक्रियांचे (फिजिऑलॉजी) आलेखपट सतत नोंदविले जातील, अशी व्यवस्था करण्यात आली आणि सर्व उपकरणे व्यवस्थित काम देत आहेत, याची खात्री करून घेऊन नंतर नेलियाला

तिच्या लोकविलक्षण शक्ती उपयोगात आणण्यासाठी आवाहन करण्यात आले.

मस्तकाला जोडलेले उपकरण मेंदूतील स्पंदन लहरींचा तपशीलवार आलेखपट (इलेक्ट्रो एनकेफॅलोग्राम- इ. इ. जी.) नोंदवीत होते. तो पाहताना प्रकर्षाने जाणविणारी बाब अशी, की मस्तकाच्या पुढील बाजूकडून - म्हणजेच मोठ्या मेंदूतून बाहेर पडणाऱ्या स्पंदन लहरींच्या तुलनेत मस्तकाच्या पाठीमागील बाजूकडून - म्हणजेच लहान मेंदूतून बाहेर पडणाऱ्या स्पंदन लहरी किमान पन्नास पटींनी अधिक तीव्र होत्या. काय प्रकार असेल हा?

आजच्या विज्ञानयुगातील उपलब्ध आणि सर्वमान्य माहितीप्रमाणे ज्ञान, बुद्धिमत्ता, विचारशक्ती, समज, शहाणपण इत्यादी सर्व महत्त्वाच्या बाबी मोठ्या मेंदूच्या अखत्यारीतच आहेत. या उलट लहान मेंदूकडे शरीरातील स्नायूंचे एकमेकांशी सामंजस्य आणि शरीराचा तोल राखणे या दोनच गोष्टी सोपविल्या आहेत. म्हणजेच आजच्या शास्त्रीय दृष्टिकोनाप्रमाणे मोठा मेंदू लहान मेंदूपेक्षा किती तरी अधिक महत्त्वाचा आणि अधिक कार्यप्रवण मानला जातो.

पूर्वापार परंपरेने चालत आलेली भारतीय योगसाधना, कुंडलिनी जागृती किंवा प्राणायाम वगैरे साधना करणारी मंडळी मात्र मोठ्या मेंदूपेक्षा लहान मेंदूच्या खालील भागात कल्पिलेले 'आज्ञाचक्र' (थॅलॅमाय) हे अत्यंत महत्त्वाचे असे ज्ञानाचे केंद्र असून, भगवान शिवाचे स्थान आणि ज्ञानपीठ असेही मानतात. हे आज माहीत असलेल्या शास्त्रीय ज्ञानाच्या अगदी उलट मत आहे; योगसाधना करणाऱ्या मंडळींना कुंडलिनी आणि सहा वेगवेगळी चक्रे यांचे अस्तित्व शास्त्रीय प्रयोगांच्या कसोटीवर आजपर्यंत सिद्ध करता आलेले नाही. त्याबाबत केवळ स्वानुभव ही एकच कसोटी मानली जाते. म्हणजेच हे अति महत्त्वाचे ज्ञान केवळ आधुनिक संशोधन न झाल्यामुळे अवहेलनाच व्हावी इतके दुर्लक्षित आहे; परंतु नेलियाच्या शरीरक्रियांचे आलेखपट मात्र नेमके याच दिशेकडे बोट दाखवितात. मग नक्की खरे काय मानावयाचे?

नंतरच्या प्रयगोत डॉ. सर्जेयेव्ह यांनी आणखीनच खबरदारी घेतली होती. खुर्चीला जखडून ठेवण्यामुळे नेलियाला हालचाल करणे शक्यच नव्हते, तरीदेखील कोणतीही बारीक गोष्ट नजरेतून सुटू नये म्हणून चारही बाजूंना 'व्हिडिओ' कॅमेरे लावून सलग चित्रण करण्यात येत होते. तेव्हा कोणतीही हातचलाखी अथवा नजरबंदी व्हिडिओ कॅमेऱ्यांच्या चित्रणातून लपली नसती. नेलियापासून सुमारे आठ फूट अंतरावर एक छोटे स्टूल मांडण्यात आले. त्यावर मिठाचे पाणी (नॉर्मल सलाईन) भरलेले एक रुंद तसराळेवजा काचेचे भांडे ठेवण्यात आले आणि एक कोंबडीचे अंडे सर्वांसमक्ष फोडून त्या भांड्यात टाकण्यात आले. दूर अंतरावर ठेवण्यात आलेल्या त्या भांड्याला नेलिया स्पर्श करू शकत नव्हती.

नेलियाने परिश्रमपूर्वक एकाग्रचित्त करून त्या भांड्यात फुटलेल्या अंड्यावर नजर केंद्रित केली आणि काही वेळातच त्या अंड्याचा पांढरा भाग आणि पिवळा भाग पूर्णपणे वेगळे झाले. या पद्धतीचा प्रयोग कोणतेही धागेदोरे बांधून अथवा तारांच्या साह्याने करणे सर्वथैव अशक्यच आहे. त्याचप्रमाणे कोणताही लोहचुंबक वगैरे उपयोगात आणून हा प्रयोग सिद्ध करता येणार नाही हे उघडच आहे.

प्रयोग सुरू करताना नेलियाच्या मस्तकाचा आलेखपट (ई.ई.जी.) आणि हृदयाचा आलेखपट (इलेक्ट्रोकार्डिओग्राम – इ.सी.जी.) सतत नोंदविला जात होता. अंड्याचे दोन भाग वेगळे होताना मस्तकाचा आलेखपट कमालीचा गोंधळ दाखवीत होता. भावनांचा कल्लोळ उसळल्याप्रमाणे दिसत होते आणि मोठ्या मेंदूचा बाह्यभाग (सेरेब्रल कॉर्टेक्स) जेथे विचारविनिमय केला जातो, तेथे अतोनात उलाढाल दिसत होती.

हृदयाचा आलेखपट वेडेवाकडे स्पंदन आणि गोंधळ दाखवू लागला. सामान्यत: हृदयाच्या कप्प्यांचे आंकुचन - शिथिलीकरण एका ठराविक क्रमवारीनेच घडत असते. त्यात अनेकवार घोटाळे होऊन क्रमवारी मागे-पुढे होऊ लागली. रक्तदाब वाढू लागला आणि नाडीच्या ठोक्यांचे प्रमाण जवळजवळ चौपट म्हणजे २४०पर्यंत वाढले. थोडक्यात म्हणजे सर्वच लक्षणे शरीरातील संप्रेरकांचा गोंधळ उडाल्याचे सूचित करीत होती.

प्रयोग एकंदर ३१ मिनिटे चालला. त्या कालावधीत नेलियाचे वजन दोन पौडांनी घटले. ती अतिशय थकली होती. तिला आजुबाजूचे काहीही दिसत नव्हते आणि तिला तात्पुरते अंधत्व आले होते. तोंडातील 'चव' नष्ट झाली आणि हातपाय अतिशय ठणकू लागले. त्यानंतर कित्येक दिवस नेलियाला झोप नीट लागत नव्हती, असे डॉ. सर्जेयेव्ह यांनी अहवालात नमूद केले आहे.

एकूण सर्व प्रयोगच घोटाळ्याचा आहे असे म्हटले, तर वावगे ठरू नये. या प्रयोगासाठी डॉ. सर्जेयेव्ह यांनी एक खास संवेदनशील उपकरण तयार केले होते. आज ते 'सर्जेयेव्ह डिटेक्टर' याच नावाने ओळखले जाते. यात त्यांनी कपॅसिटर्स वापरले होते आणि प्रिॲम्प्लिफायर कॉर्ड हृदय आलेखपटाला जोडली होती आणि तो जोड अशा बेताने जमविला होता, की हे उपकरण नेलियाच्या वैयक्तिक विद्युत चुंबकीय क्षेत्राबाहेर राहूनदेखील त्याच्याशी मिळतेजुळते सहकंपन - दाखवू शकेल. त्यामुळे नेलिया जेव्हा काही वस्तू आपल्या मनोगतिकीच्या साह्याने हलवून दाखवीत असे, त्या वेळी हे उपकरण तिच्या वैयक्तिक विद्युत चुंबकीय क्षेत्रात फार मोठे बदल झाल्याचे दर्शवीत होते. कॅनडातील सस्कातचेवन विद्यापीठात हे उपकरण संशोधनासाठी उपयोगात आणले जाते.

नेलिया जेव्हा काही वस्तू हलवीत असे तेव्हा तिच्या विद्युत चुंबकीय क्षेत्रात प्रतिसेकंद चार अशी स्पंदने निर्माण होतात. म्हणजेच अतिप्रखर अशा 'थिटा स्पंदन

लहरी' बाहेर पडत असत. याच वेळी हृदयाचे ठोकेदेखील प्रतिसेकंद चार याच लयीत पडत होते. संपूर्ण शरीरदेखील याच लयीत थरथरत असे. कदाचित या एकत्र लयीमुळे स्पंदनांचा प्रभाव वाढत असावा आणि नेलियाच्या दृष्टीसमवेत तो त्या विवक्षित वस्तूवर जाऊन आदळत असावा आणि म्हणूनच जरी ती वस्तू चुंबकीय गुणधर्माची नसली तरी त्यावर प्रभाव पडत असावा, असे डॉ. सर्जेयेव्ह यांचे मत पडले.

असाधारण मोठे वैयक्तिक विद्युत चुंबकीय क्षेत्र आणि त्यात निर्माण होणाऱ्या या तीव्रतर स्पंदन लहरी यामुळेच हे मनोगतिकीचे प्रयोग शक्य होत असावेत. कारण विद्युत चुंबकीय क्षेत्रात मानसिक शक्तीमुळे फेरफार घडून येतात, हे डॉ. लिओनार्ड राविट्झ यांनी पूर्वीच सिद्ध केले आहे.

कॅनडा-अमेरिकेतील न्यूरोफिजिऑलॉजिस्ट संशोधक आता विद्युत चुंबकीय क्षेत्राचे शरीरापासून दूर ठेवलेल्या उपकरणाद्वारेदेखील मोजमाप करू शकतात आणि त्यावरून माणूस शांत, स्वस्थचित्त आहे किंवा चिंतातूर आहे याबद्दल निष्कर्ष काढू शकतात. याचाच सरळ अर्थ असा, की विद्युत चुंबकीय क्षेत्र हे माणसाच्या शरीराभोवती एखाद्या कोषाप्रमाणे सदैव उपस्थित असते.

मग योगसाधना करणारे उपासक ज्याला 'आत्मिक तेज' किंवा 'ऑरा' म्हणून संबोधतात ती गोष्ट म्हणजे हेच विद्युत चुंबकीय क्षेत्र असेल काय?

संदर्भ

Ostrander S. and Schroeder L.: 'Psychic Discoveries behind the Iron Curtain,' Englewoodcliffs, N. J. Prentice Hall, 1971.

Kolodney L.: 'When Apples Fall' Pravda, Moscow, March 17th 1968.

Rejdak Z.: 'The Kulagina Cine Film', Journal of Paraphysics: 13: 3, 1969.

Thomson D.: 'Force Field Detector' MacLeans Magazine, Sept. 1968.

Ravitz L. J.: 'How Electricity Measures Hyponsis' Tomorrow: 6: 49, 1958.

तेजोवलय कोष

आध्यात्मिक साधना करणाऱ्या उपासकांमध्ये 'आत्मिक तेजा'ची, म्हणजेच सजीव शरीराभोवती नेहमीच असणाऱ्या; परंतु सामान्यतः न दिसणाऱ्या अशा तेजोवलयाची (ऑराची) सतत चर्चा होत असते. डॉ. ॲनी बेझंट, लेडबीटर वगैरे पाश्चात्त्य साधकांनीदेखील त्याबद्दल वेळोवेळी बरेच लिखाण केले आहे. जगातील वेगवेगळे सत्पुरुष किंवा साधुसंत यांची जी चित्रे रंगविली जातात त्यात त्यांचे पावित्र्य आणि माहात्म्य मनावर ठसावे म्हणून किंवा भक्तिभावामुळे म्हणा, संपूर्ण देहाभोवती तेजोवलय किंवा प्रभा चित्रित केलेली असते. ही तेजोवलय चित्रणाची परंपरा पुरातन काळापासून चालत आलेली आहे. ख्रिश्चन परंपरेतील साधुसंतांच्या मस्तकावर तेजोवलयांकित वर्तुळ (हॅलो) चितारण्याची प्रथा खूपच नंतरची आहे.

प्रत्येक सजीवाच्या शरीराभोवती त्याचे स्वतःचे असे 'स्थितीज विद्युत क्षेत्र' (स्टॅटिक इलेक्ट्रिकल फील्ड) असते आणि ते शरीरातून बाहेर पडणाऱ्या विद्युत चुंबकीय स्पंदनलहरींमुळे सतत कंपन पावत असते. ही वस्तुस्थिती आजच्या विज्ञानाला परिचित आहे. त्यामुळेच कदाचित पायथॅगोरसच्या 'कंपनशील विश्वा'च्या सिद्धांतावर विश्वास ठेवणाऱ्या गूढविद्या उपासकांना मोठा दिलासा मिळाला. कारण त्यांची 'माध्यम'शक्ती ही कंपनशीलतेवरच अवलंबून असते, असे पायथॅगोरस (ख्रिस्तपूर्व सहावे शतक) याचे प्रतिपादन होते. ही कंपनशील विश्वाची कल्पना एकोणिसाव्या शतकात फारच लोकप्रिय ठरली होती.अनेक लहान-मोठ्या प्रसिद्ध-अप्रसिद्ध माध्यमांनी याबाबत वेळोवेळी विधाने केली आहेत. न्यूयॉर्कमधील अतिप्रसिद्ध अंतर्ज्ञानी (क्लेअरव्हॉयंट) माध्यम श्रीमती एलीन गॅरेट यांनी नुकत्याच मरण पावलेल्या व्यक्तीच्या मृतदेहातून बाहेर पडून एखाद्या मळसूत्रा (स्पायरल) प्रमाणे गोल गोल फिरत हवेत उंच जाऊन धुराप्रमाणे अंतर्धान पावणाऱ्या ऊर्जालहरींचे वर्णन केले आहे.

पीटसबर्ग येथील विख्यात न्यूरोफिजिऑलॉजिस्ट आणि संशोधक डॉ. जेनेडी सर्जेयेव्ह यांनी प्रसिद्ध केलेल्या संशोधनपत्रिकेत त्यांनी नुकत्याच मरण पावलेल्या माणसाच्या देहाजवळ 'सर्जेयेव्ह डिटेक्टर' हे उपकरण ठेवले. मृत देहाचे श्वसन बंद

पडले होते, हृदयाचे स्पंदन थांबले होते आणि मेंदूतून निर्माण होणाऱ्या विद्युत चुंबकीय स्पंदनलहरी बाहेर पडण्याचे बंद झाले होते. म्हणजे शरीरक्रिया विज्ञानाप्रमाणे (फिजिऑलॉजिकली) आणि रासायनिकदृष्ट्या (केमिकली) मनुष्य 'मृत' झाला होता; परंतु सर्जेयेव्ह डिटेक्टर' मात्र विद्युत क्षेत्राचे अस्तित्व स्पष्टपणे दाखवीत होता. काय असेल हे?

मानवी देहाभोवती असणाऱ्या तेजोवलयाची कल्पना पुराणकाळापासून जनमानसात घर करून आहे. लंडनमधील सेंट थॉमस रुग्णालयाचे डॉ. वॉल्टर किलनर यांनी सर्वप्रथम या तेजोवलयाच्या अस्तित्वाबाबत कसून शोध घेतला. बऱ्याच प्रयत्नांनंतर त्यांना काही विशिष्ट रंगांच्या भिंगांतून (कलर्ड फिल्टर्स) मानवी देहाकडे पाहिल्यास शरीराभोवती सुमारे सहा इंच जाडीचे धूसर तेजोवलय दिसू शकते याचा शोध लागला. त्यानंतर अधिक बारकाईने संशोधन केल्यानंतर माणसाच्या आरोग्य पातळीनुसार या तेजोवलयाची जाडी आणि प्रकाशमानता कमी-अधिक होऊ शकते, इतकेच नव्हे तर त्याची रंगछटादेखील बदलते असे आढळून आले.

अनेक व्यक्तींचे निरीक्षण करून त्यांच्या तपशिलवार नोंदी केल्यानंतर डॉ. किलनर अशा निष्कर्षाप्रत आले की, तेजोवलयाची जाडी आणि त्याची रंगछटा यावरून माणसाचे आरोग्य किंवा रोगनिदान करता येईल. अर्थात त्यांनी त्याबाबत केवळ आडाखे बांधले होते. अधिक संशोधन प्रसिद्ध केले नाही; परंतु डॉ. ॲनी बेझंट किंवा चार्ल्स लेडबीटर यांच्या लिखाणात तेजोवलयाचा (ऑरा) रंग गडद तपकिरी दिसल्यास मनुष्य दु:खी आहे किंवा काळा दिसल्यास आत्महत्येचा विचार करीत आहे वगैरे स्पष्ट निवेदने आहेत. सोनेरी, पिवळा, आकाशी, जांभळा इत्यादी रंगांबाबतदेखील विवेचन केलेले आढळते. माणसाची वृत्ती आणि त्याचे आरोग्य या दोन्हींचा घनिष्ठ संबंध लक्षात घेतला तर साहजिकच प्रश्न असा पडतो की यात वाटते त्याहीपेक्षा खूपच अधिक अर्थ असेल काय?

सामान्य माणसाचे नेत्र बहुधा '३८० ते ७६०' मिलिमायक्रॉन या तरंग लांबीच्या (वेव्ह लेंग्थ) मर्यादेत असणाऱ्या प्रकाशलहरी पाहू शकतात. या मर्यादेत इंद्रधनुष्याचे सप्तरंग समावेष्टित आहेत. या सात रंगांच्या मर्यादेपलिकडे अतिनील (अल्ट्राव्हायोलेट) आणि अवरक्त (इंट्रारेड) लहरी सामान्य माणसाच्या नेत्रांना दिसू शकत नाहीत; परंतु विशिष्ट उपकरणांच्या साह्याने त्या पाहता येतात.

माणसाचे शरीर ज्या विद्युत चुंबकीय लहरी बाहेर टाकीत असते त्यांची तरंग लांबी या मर्यादेत बसत नसल्यामुळे सामान्यत: त्या दिसत नाहीत; परंतु थर्मोग्राफ तंत्राच्या साह्याने त्या दिसू शकतात. या तंत्राने उष्णता लहरींचे रंगलहरीत रूपांतर केले जाते. अणू जितके अधिक तितकी त्यांची हालचाल अधिक आणि जितके शीतल तेवढी हालचाल मंद असेल, हे सहज समजण्यासारखे आहे. या रूपांतरित

रंगलहरींची छायाचित्रे घेतली तर रंगीबेरंगी चित्रे मिळू शकतात. केस किंवा बोटांची नखे थंड असल्यामुळे काळी किंवा गडद निळ्या रंगांची आढळतात. त्यापेक्षा थोडी अधिक उष्णता असलेल्या कानांच्या पाळ्या हिरव्या रंगाच्या दिसतात. किंचित कोमट असलेले नाक पिवळे दिसते, तर उष्ण असलेली मान आणि गाल नारिंगी लालसर रंगाचे दिसतात.

आज विकसित झालेले हे तंत्र शरीरात झालेली गाठ (ट्यूमर) शोधून काढण्यासाठी वापरले जाते. दुखऱ्या भागाचे तापमान वाढलेले असते, त्यामुळे संपूर्ण गाठ लाल रंगाची दिसते. कर्करोग किंवा संधिवात (ऱ्हुमॅटिझम) या व्याधींनी दुखऱ्या झालेल्या जागा लालभडक झालेल्या दिसतात.

या किंचित अधिक तरंग लांबी असलेल्या लहरी सामान्यत: मानवी नेत्रांच्या संवेदनशीलतेच्या मर्यादेबाहेर असतात; परंतु डॉ. किलनर यांच्या निष्कर्षाप्रमाणे सर्वांची संवेदनशीलता कधीच एकसारखी नसते. काही विशिष्ट व्यक्ती श्राव्यातीत (सुपरसॉनिक) ध्वनिलहरी ऐकू शकतात. त्याचप्रमाणे काही व्यक्ती इतरांना कधीच न दिसणाऱ्या या अवरक्त लहरी पाहू शकतात. डॉ. वाल्टर किलनर यांचा हा निष्कर्ष योग्यच असावा. कारण काही व्यक्ती मानवी शरीराभोवती असणारा हा तेजोवलयाचा कोष (ऑरा) पाहू शकतात.

माणसाच्या डोळ्यांतील दृक्पटल (रेटिना) मुख्यत: शंकू पेशींनी (कोन सेल्स) बनलेले असते. अगदी बाह्य कडांवर काही दंडगोलाकृती पेशी (रॉड सेल्स) तुरळक संख्येने आढळतात. शंकू पेशी इंद्रधनुष्यातील सप्तरंगांना संवेदनशील असतात; परंतु त्यांना अतिनील किंवा अवरक्त रंगलहरी जाणवत नाहीत. मांजर, घुबड वगैरे निशाचर प्राण्यांच्या डोळ्यांतील दृक्पटल दंडगोल पेशींचेच बनलेले असते. या दंडगोल पेशी अत्यंत मंद प्रकाशालादेखील संवेदनशील असतात. त्यामुळे त्यांना रात्रीच्या काळोखात म्हणजेच अतिमंद प्रकाशात दिसू शकते.

गूढ विद्या किंवा तंत्रसाधनेच्या बहुतेक ग्रंथांमधून तेजोवलय किंवा तेजोवलय कोष पाहताना प्रकाश अगदी कमी आणि मिणमिणता असावा, डोळे किलकिले करावेत अणि मान तिरकी करून पाहण्याचा प्रयत्न करावा, अशी साधनसंहिता दिलेली आढळते. मिणमिणत्या प्रकाशात डोळे किलकिले केल्यामुळे प्रकाश अधिकच मंद होणार हे उघड आहे आणि मान तिरकी केल्यामुळे डोळ्यात येणारा प्रकाश अतिशय तिरकस कोनात येऊन दृक्पटलाच्या मध्यभागी अधिक संख्येने असणाऱ्या शंकू पेशींना दिसण्याऐवजी दृक्पटलाच्या कडेला असणाऱ्या तुरळक दंडगोलाकृती पेशींवरच पडणार, हेदेखील उघडच आहे आणि त्यामुळे कदाचित मानवी तेजोवलय कोष (ऑरा) पाहणे शक्य होत असावे.

रात्रीच्या काळोखात वावरणाऱ्या घुबड, मांजर इत्यादी प्राण्यांच्या डोळ्यातील

दृक्पटलात भरपूर दंडगोलाकृती पेशी असल्यामुळे त्यांना काळोखात अगदी शांत, आवाज न करता लपून बसलेले उंदीर वगैरे प्राणी अतिमंद प्रकाशकिरणांच्या साह्याने सहज हुडकून काढता येतात; परंतु त्याच जागी त्याच आकाराचा मांसाचा गोळा ठेवला तर तो मात्र शोधून काढता येत नाही. कारण सजीव शरीरातून बाहेर पडणाऱ्या अवरक्त लहरी त्यांना दिसू शकतात. मृत मांसाच्या गोळ्यातून या लहरी बाहेर पडत नाहीत. त्यामुळे तो शोधून काढता येत नाही. याचा अर्थ असा की घुबड, मांजर आदी प्राणी तेजोवलय कोष पाहू शकतात आणि म्हणूनच कदाचित चेटकिणी घुबडे आणि मांजरे पाळतात, ही पूर्वापार समजूत प्रचलित झाली असावी. कदाचित त्यात काही तथ्यही असू शकेल.

गूढ विद्यासाधक तेजोवलय कोष पाहू शकतात किंवा पाहिल्याचा दावा करतात. त्यांनी केलेल्या वर्णनाप्रमाणे मानवी तेजोवलय कोष अंडाकृती असतो. रुंद भाग मस्तकाच्या बाजूला, तर निमुळता भाग पावलांच्या बाजूला असतो. वेगवेगळ्या देशातील, वेगवेगळ्या पंथांतील साधकांनी केलेली वर्णने पाहिली, तर काही शब्दरचना वगळता सर्वत्र सारखेच वर्णन आढळते. याचा विस्मय वाटल्यावाचून राहत नाही. अगदी दूरचे उदाहरण घ्यावयाचे तर भारतापासून पृथ्वीचा व्यास (डायमीटर) काढला तर दुसऱ्या टोकाला असणाऱ्या अमेरिकेतील ॲरिझोना राज्याचा दक्षिण भाग अणि मेक्सिको या भागात वस्ती करणाऱ्या रेड इंडियन आदिवासींपैकी अझटेक संस्कृतीत वाढलेल्या श्री. कॅस्टानेडा यांच्या एका ग्रंथात त्यांनी एका दुसऱ्या रेड इंडियन जमातीच्या याकीसमवेत झालेल्या संभाषणात असे शब्द लिहिले आहेत - याकी म्हणाला, "... येथे तुमच्या पार्क्समध्ये बसून अथवा बसडेपोमध्ये बसून वेगवेगळी माणसे येताना-जाताना न्याहाळताना मला मोठी मौज वाटते... मात्र, काही वेळा हे अंडाकृती तेजोवलय कोष घेऊन फिरणाऱ्या माणसांच्या गर्दीत कधी कधी वेगळाच माणूस फिताना आढळतो. काही तरी विचित्र असल्याचे जाणवते. अन् मग लक्षात येते, की या वेगळ्या माणसाला स्वत:चा तेजोवलय कोषच नाही... म्हणजे हा खरा माणूसच नसणार..."

दक्षिण ॲरिझोना आणि मेक्सिको या भागात पूर्वापार वस्ती करून असलेले रेड इंडियन आदिवासी स्वत:ला 'मय' संस्कृतीचे वारस म्हणवितात. एके काळी तेथे त्यांची समृद्ध संस्कृती नांदत होती. याच वंशाच्या लोकांना 'याकी' हे नामाभिधान लावले जाते. आता प्रश्न असा की या रेड इंडियन लोकांनादेखील मानवी शरीराभोवती तेजोवलय कोष असतो आणि त्याचा आकार अंडाकृती असतो ही माहिती कशी?

केंब्रिज विद्यापीठातील जीवशास्त्रज्ञ डॉ. ऑस्कर बॅग्नल हे डॉ. वॉल्टर किलनर यांच्या तेजोवलय कोषाच्या जाडीवरून आणि रंगछटेवरून रोगनिदान करण्याच्या कल्पनेने खूपच प्रभावित झाले होते आणि त्यांनी खूप परिश्रमपूर्वक तेजोवलय कोष

पाहण्याची सोपी पद्धत हुडकून काढली. प्रथमत: त्यांनी डांबरापासून तयार केलेल्या डायसायनिन आणि पायना सायनॉल या रंगद्रव्याकडे बराच वेळ टक लावून पाहावे आणि दृष्टी या रंगांना पूर्ण सरावली, (सेन्सिटायझेशन लेव्हल) की नंतर माणसाकडे पाहावे, म्हणजे त्याच्या शरीराभोवती असणारा तेजोवलय कोष दिसू शकतो हे शोधून काढले. नंतर त्यांनी पोकळ भिंगे (हॉलो लेन्स) असलेला चष्मा तयार केला आणि ट्रायइथेनॉलमाइन या द्रवात वरील रंगांचे द्रावण तयार करून ते भिंगांच्या पोकळीत भरले. हा रंगीत गॉगलवजा चष्मा लावून माणसाकडे पाहिले, तर प्रत्येक माणसाचा तेजोवलय कोष स्पष्टपणे दिसू शकतो.

त्यानंतर डॉ. बॅग्नल यांनी तेजोवलय कोषाबाबत पुष्कळ संशोधन केले. ते म्हणतात, ''हे तेजोवलय हवेपेक्षा पुष्कळच तरल आहे, त्यामुळे ते वाऱ्याच्या झोताने विस्कटत नाही... परंतु प्रखर लोहचुंबकाचा त्यावर नक्कीच परिणाम होतो असे दिसून येते... म्हणजे ते विद्युत चुंबकीय क्षेत्रच असणार... शरीरालगत हा कोष अधिक स्पष्ट आणि तेज:पुंज असतो; परंतु जसे शरीरापासून दूर जावे तसा तो धूसर होतो आणि शेवटी दिसेनासा होतो... शरीरातून किरण शलाका फुटाव्यात त्याप्रमाणे शरीराच्या पृष्ठभागाला काटकोनात असे किरण बाहेर पडताना दिसतात... मधूनच एखादी शलाका सर्चलाइटप्रमाणे अतिशय तेजस्वी बनते आणि शरीरापासून कित्येक फूट दूर अंतरावर जात नाहीशी होते... हाताची बोटे, नाक इत्यादी शरीराच्या टोकांजवळ हा तेजोवलय कोष अधिक दूरवर फाकलेला असतो...''

काळ्या समुद्राच्या ईशान्येकडील भागाला अजोवचा समुद्र असे म्हणतात. येथे समुद्राच्या काठी क्रॉस्नोडार येथील सरकारी रुग्णालयात जोडलेल्या प्रयोगशाळेत मानवी तेजोवलय कोषाबाबत संशोधन करण्यात येत होते. सोव्हिएट युनियनच्या वरिष्ठ शास्त्रीय संशोधन अधिकाऱ्याने सोव्हिएट प्रिसिडियम (सर्वोच्च राज्याधिकार मंडळ) कडे पाठविलेल्या अहवालातील वर्णन पाहा –

'... तारकांप्रमाणे लुकलुकत कमी-अधिक प्रकाशमान होणारे, कधी अधिकच प्रकाशमय होऊन तेजस्वी किरणांचे पुंज दिसावे अन् त्यांचे किरण दूरवर जाऊन शेवटी दिसेनासे व्हावेत... या सर्व तेज:पुंज किरणांचे शरीराभोवती एक तेजोमय परंतु धूसर आणि अनेक रंगछटा दाखविणारे कवच निर्माण झाल्यासारखे वाटत होते... हा भास नसून शास्त्रीय सत्य आहे...'

दुसऱ्या महायुद्धाच्या सुरुवातीचा काळ (१९३९ -४०). मॉस्को विद्यापीठातील इलेक्ट्रोथेरपीची काही उपकरणे नीट काम देत नव्हती. युद्धजन्य परिस्थितीमुळे दुरुस्तीसाठी कामगार मिळणे मुष्किल झाले आणि म्हणून इलेक्ट्रॉनिक्स विभागातील डॉ. सेमिअन किर्लिअन यांना बोलावण्यात आले. काही उपकरणे चालवून पाहताना डॉ. किर्लिअन यांना दोन विद्युत अग्रांच्या (इलेक्ट्रोड्स) दरम्यान अत्यंत अस्पष्ट अशी

विद्युत ठिणगी उडालेली दिसली. नक्की ठिणगी उडाली किंवा नाही याची शहानिशा करण्यासाठी त्यांनी तेथे फोटो प्लेट ठेवून त्यावर स्वत:चे बोट ठेवले आणि उपकरण पुन्हा सुरू केले. कॅमेरा वापरण्यात आला नव्हता; परंतु फोटो प्लेट रसायनांमधून काढताच त्यांच्या बोटाचे स्वच्छ छायाचित्र उमटले होते आणि विशेष आश्चर्य म्हणजे त्या बोटाच्या ठशाभोवती किरणांची तेजप्रभा असावी असे काही तरी उमटले होते. आता डॉ. किर्लिअन यांचे कुतूहल जागृत झाले होते. त्यांनी पुन्हा दुसऱ्या फोटो प्लेटवर तळहात ठेवून पुन्हा हायफ्रिक्वेन्सी स्पार्क उडेल अशा पद्धतीने विद्युत उपकरण चालविले आणि फोटो प्लेट धुतली तेव्हा संपूर्ण तळहाताचे छायाचित्र उमटले होते आणि तळहातामधून ठिकठिकाणी प्रकाशकिरण बाहेर पडत असल्याचे चित्रित झाले होते.

डॉ. किर्लिअन यांनी त्यानंतर प्रतिसेकंद दोन लाख स्पार्क उडतील असे उपकरण तयार केले आणि मिळतील त्या सजीव-निर्जीव गोष्टींची छायाचित्रे काढण्याचा सपाटा लावला. नंतर सर्व छायाचित्रे पाहताना सहजच निष्कर्ष काढता आला, की फक्त सजीव शरीरातूनच प्रकाशकिरण बाहेर पडतात. निर्जीव वस्तूमधून प्रकाश बाहेर पडत नाही. डॉ. किर्लिअन यांनी त्यानंतर छायाचित्रे न घेतादेखील वेगळ्या सूक्ष्मदर्शित्रातून हे प्रकाशकिरण पाहता येतील अशी उपकरणे तयार केली. आज त्यांच्या नावावर चौदापेक्षा अधिक उपकरणांची पेटंट्स नोंदविली गेली आहेत.

किर्लिअन तंत्राने घेतलेले छायाचित्र

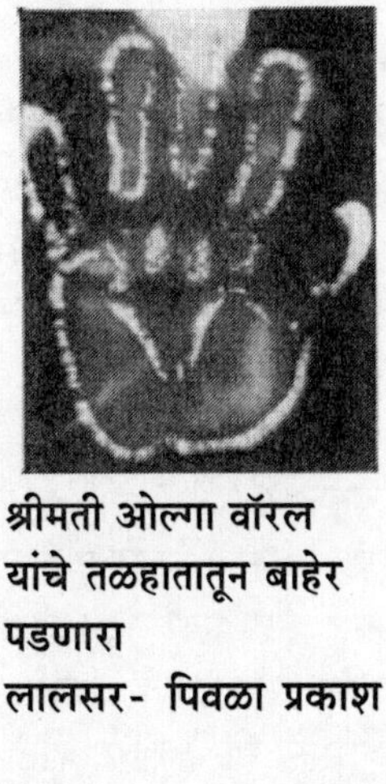

श्रीमती ओल्गा वॉरल यांचे तळहातातून बाहेर पडणारा लालसर- पिवळा प्रकाश

एल्डर बेरी वनस्पतीच्या पानातून बाहेर पडणारा निळा-जांभळा प्रकाश

पंचवीस वर्षांपेक्षा अधिक काळ गेल्यानंतर जगातील शास्त्रज्ञांचे लक्ष या संशोधनाकडे वळले आणि आज त्याला 'किर्लिअन फोटोग्राफी' असेच नाव प्राप्त झाले आहे. या पद्धतीने संशोधन होऊन तेजोवलय कोषाबाबत आता खूपच अधिक

माहिती गोळा झाली आहे आणि त्याचा परामानस शास्त्रीय (पॅरासायकॉलॉजी) संशोधनात खूपच उपयोग केला जातो.

गूढ विद्या आणि अध्यात्मिक ग्रंथांमधून 'आत्मिक शरीर' किंवा 'नक्षत्र शरीर' किंवा 'सूक्ष्मदेह शरीर' (ॲस्ट्रल बॉडी) यांचा उल्लेख आढळतो. हे 'सूक्ष्मदेह शरीर' बहुधा याच विद्युत चुंबकीय ठिणग्यांचे बनलेले असावे आणि ते नैसर्गिक शरीराची हुबेहूब प्रतिकृती असते; परंतु शरीरापासून सर्वथा स्वतंत्र असते.

डॉ. किर्लिअन यांनी झाडाचे पान तोडून त्याचे किर्लिअन छायाचित्र घेतले तेव्हा संपूर्ण पानाभोवती तेजोवलय कोष उमटला. त्यानंतर पानाचा काही भाग कापून टाकला आणि पुन्हा छायाचित्र काढले तेव्हा तुटक्या पानाचे छायाचित्र होतेच; परंतु संपूर्ण पानाची धूसर प्रतिमादेखील त्या किर्लिअन छायाचित्रात उमटली होती. आता प्रश्न असा की छायाचित्रात दिसणारी धूसर प्रतिमा म्हणजेच सूक्ष्मदेह शरीर असेल काय?

अपघातामुळे किंवा काही गंभीर स्वरूपाच्या आजारामुळे काही व्यक्तींना आपल्या शरीराचे अवयव काढून टाकण्याची वेळ येते. शस्त्रक्रिया करून अवयव कापून टाकल्यानंतर या व्यक्ती रुग्णालयात असताना अनेकदा त्या 'काढून टाकलेल्या' अवयवाला खाज आल्याची अथवा झिणझिण्या येऊन मुंग्या आल्याची जाणीव झाल्याचे बोलून दाखवितात. हे केवळ मनाचे किंवा कल्पनेचे खेळ आहेत म्हणून त्याकडे दुर्लक्ष केले जाते; परंतु त्याचे कारण ते एकत्रित एकसंध राहणारे सूक्ष्मदेह शरीर तर नसेल?

पंचवीस-तीस वर्षांपेक्षा अधिक काळ तेजोवलय कोषाच्या अभ्यासात संशोधन करणाऱ्या किर्लिअन पती-पत्नींचे उद्‌गार फारच बोलके आहेत. ते म्हणतात, ''ज्याप्रमाणे प्रत्येक माणसाच्या बोटांचे ठसे वेगवेगळे आणि वैशिष्ट्यपूर्ण असतात, त्याचप्रमाणे तेजोवलयदेखील वेगवेगळे आणि वैशिष्ट्यपूर्ण असते... त्यात त्याच्या शरीरक्रियांचे, मानसिक अवस्थेचे आणि प्रवृत्तींचे प्रतिबिंब उमटलेले दिसून येते... ती एक प्रकारची चित्रलिपीच (हायरोग्लिफ्स) आहे म्हणा ना... आम्ही आतापर्यंत फक्त लिपीच शोधून काढलीय. आता ते लिखाण वाचून त्याचा अर्थ समजावून घ्यायला आणखी काही वर्षे काम करावे लागेल...''

कैरॉव्ह विद्यापीठातील संशोधक याच कल्पनेचा पाठपुरावा करीत इलेक्ट्रॉन मायक्रोस्कोपने तेजोवलयाची छाननी करण्याचा यत्न करीत आहेत. त्यांच्या मते सूक्ष्मदेह शरीर, इलेक्ट्रॉन नसलेल्या आयनीभूत अणूंचे (आयोनाईज्ड) बनलेले असते; परंतु असे अणू निर्माण करण्यासाठी तीस कोटी अंश सेल्सियस इतके तापमान आवश्यक असते. मग हे कसे शक्य आहे? हे संशोधक या द्रव्याला 'बायोप्लाझ्मा' असे संबोधतात. जवळपास वायुरूप किंवा त्याहूनही तरल असणारा हा बायोप्लाझ्मा काय असावा किंवा काय करू शकतो याची अद्याप कल्पना नसली,

तरी त्यात विद्युत चुंबकीय लहरी निर्माण करण्याची शक्ती मात्र निश्चित आहे. इतकीच माहिती आज मिळवू शकलो आहोत.

मग काय असू शकेल हे?

संदर्भ

Garret E: "Adventures in Supernormal" Garret publications, New Yoek, 1959.

Kilner W. J.: "The Human Atmosphere" Rebman Publications, London, 1911.

Sochurek H.: "Hot Stuff," Observer Magazine Dec. 5, 1971.

Castaneda A. R.: "The Separate Reality" Bodley Head, London, 1971.

Bagnall O.: "The Origin and Properties of Human Aura" University Books, New York 1970.

Ostrander S. and Schroeder L. Psychic Discoveries Behind Iron Curtain." Englewood Cliffs. N. J. PrenticeHall 1971.

Leonidor I.: "Signals of What?" Soviet Union: 145, 1962.

मन लहरी

डॉ. सेमिअन किर्लिअन आणि श्रीमती किर्लिअन यांनी काळ्या समुद्राच्या ईशान्य तीरावरील क्रास्नोडार येथील प्रयोगशाळेत सजीव मानवी शरीरातून बाहेर पडणाऱ्या किरणशलाका आणि त्यामुळे शरीराभोवती निर्माण होणारा तेजोवलय कोष यावर तीस-पस्तीस वर्षांहून अधिक काळ सखोल संशोधन केले. त्यांनी शोधून काढलेल्या छायाचित्रण पद्धतीलादेखील सन्मानपूर्वक 'किर्लिअन फोटोग्राफी' असेच संबोधले जाते. किर्लिअन दांपत्याचे संशोधन प्रसिद्ध झाल्यानंतर लेनिनग्राडचे विख्यात सर्जन मिखाईल गायकिन यांना त्याबाबत फारच कुतूहल वाटू लागले आणि ते स्वत: क्रान्सोडार येथील किर्लिअन दांपत्याच्या प्रयोगशाळेत येऊन दाखल झाले. या वेळेपावेतो किर्लिअन दांपत्याने वैशिष्ट्यपूर्ण सूक्ष्मदर्शित्र तयार केले होते. तेव्हा छायाचित्रण न करतादेखील तेजोवलय पाहणे शक्य होते. सर्जन मिखाईल गायकिन यांनी त्या वैशिष्ट्यपूर्ण उपकरणातून स्वत:च्या हाताचे निरीक्षण केले, तेव्हा त्यांना दूर अंतरावरून दीपोत्सव सुरू असलेल्या एखाद्या वस्तीकडे पाहावे त्याप्रमाणे दृश्य दिसू लागले. त्यांना हाताच्या पृष्ठभागातून ठिकठिकाणी किरणांचे पुंज बाहेर पडून लुकलुकताना दिसू लागले आणि एकूण हाताभोवती धूसर प्रकाशवलय पसरलेले होते.

डॉ. मिखाईल गायकिन स्वत: शल्यविशारद असल्यामुळे हातावर रांगोळी घातल्याप्रमाणे ठिकठिकाणी दिसणारे हे तेज:पुंज ठिपके अणि मानवी हाताच्या अंतर्रचनेत असलेली चेता संस्थेची (नर्व्हस सिस्टिम) केंद्र यांचा मेळ बसत नाही, हे त्यांच्या सहज लक्षात आले; परंतु याच धर्तीवर आपण पूर्वी काही तरी पाहिले आहे, अशी अंधुक आठवण मात्र होती. लेनिनग्राड येथे परत आल्यानंतर त्यांना एकदम आठवले, की दुसऱ्या महायुद्धात बायकल आघाडीवर लढत असताना एका चिनी डॉक्टरने त्यांना ॲक्युपंक्चर उपचार पद्धतीचे प्राथमिक धडे दिले होते. कुठे तरी जुन्या कागदपत्रांत ठेवून दिलेले ते ॲक्युपंक्चर उपचारबिंदूचे नकाशे सर्जन गायकिन यांनी शोधून काढले आणि त्यांना सुखद आश्चर्याचा धक्काच बसला. त्यांनी स्वत:च्या हातावर पाहिलेले तेज:पुंज ठिपके आणि ॲक्युपंक्चर पद्धतीत दाखविलेले केंद्रबिंदू यात कमालीचे साम्य होते. त्यांनी लागलीच ते नकाशे

किर्लिअन दापत्यांकडे अधिक संशोधनासाठी पाठवून दिले. डॉ. सेमिअन किर्लिअन यांनी मानवी शरीरावर दिसणारे हे तेज:पुंज ठिपके आणि अ‍ॅक्युपंक्चर पद्धतीत दाखविलेले केंद्रबिंदू एकच असल्याचा निर्वाळा दिला.

अ‍ॅक्युपंक्चर या शब्दाचा अर्थ सुईने छिद्र पाडणे. चिनी संस्कृतीत मान्यता पावलेली ही एक बिनखर्चाची उपचार पद्धती आहे. प्राचीन काळी चीनमध्ये रोगनिवारणापेक्षा रोग होऊच नये, म्हणून लोक डॉक्टरला पैसे देऊन अ‍ॅक्युपंक्चर उपचार करून घेत आणि त्यानंतरही रोग झालाच तर घेतलेले पैसे व्याजासहित परत करण्याची वेळ डॉक्टरवर येत असे.

'अ‍ॅक्युपंक्चर' उपचार पद्धतीतील मूलभूत कल्पनेनुसार 'यिन आणि यांग' या दोन वैश्विक ऊर्जाशक्ती मानवी देहात सदैव प्रवाही असतात. शरीरातून ज्या ठराविक मार्गाने या शक्ती जातात त्या वाहिन्यांना 'चिंग-लो' अशी संज्ञा आहे. इंग्रजीत त्यांना 'मेरिडिअन्स' म्हणतात. काही विशिष्ट ठिकाणी या वाहिन्या शरीराच्या पृष्ठभागावरील त्वचेजवळ येतात. तेच अ‍ॅक्युपंक्चर उपचाराचे केंद्रबिंदू. या दोन ऊर्जाशक्तींपैकी 'यिन' ही ऋण स्वभावाची तर 'यांग' ही धन स्वभावाची आहे आणि दोन्हींमधील समतोल जेव्हा बिघडतो तेव्हा दोन्हीपैकी एका शक्तीचा प्रवाह अधिक जोराने वाहू लागतो. तेव्हा त्या विशिष्ट बिंदूवर सुई टोचून दोन्ही प्रवाहांमध्ये पुन्हा समतोल निर्माण करणे, ही या 'अ‍ॅक्युपंक्चर' उपचारपद्धतीमागील कल्पना आहे.

जपानमध्ये 'शियात्सू' म्हणजेच अ‍ॅक्युप्रेशर ही उपचार पद्धती गेल्या तीन हजार वर्षांपेक्षा अधिक काळ जपानी संस्कृतीत प्रचलित आहे. 'शि' म्हणजे हाताची बोटे आणि 'आत्सू' म्हणजे दाब देणे. जपानी लोक सुईने छिद्र पाडण्यापेक्षा केवळ हाताच्या बोटांनी दाब देणे अधिक सुरक्षित मानतात. या पद्धतीवर कन्फ्युशिअस, ताओ आणि झेन-बुद्धिझम यांचा बराच प्रभाव आहे. काही जाणकारांच्या मते ही भारतीय विद्या आहे आणि तिबेटी लामांनी ती विद्या आणि तंत्र चीनमध्ये पोहोचविले तेव्हा भारतीय 'ध्यान' पद्धतीचे चिनी भाषेत 'चान' झाले आणि तेथून जपानमध्ये पोचताना 'चान'चे 'झान' आणि त्यानंतर 'झेन'मध्ये रूपांतर झाले.

जपानमध्ये 'शियात्सू' अथवा 'अ‍ॅक्युप्रेशर' उपचार पद्धतीवर सर्वाधिक संशोधन झाले आणि तिला शास्त्रीय बैठक प्राप्त झाली. या पद्धतीतदेखील 'यिन ' आणि 'यांग' या ऊर्जाशक्तींचे प्रवाह शरीरात खेळते असतात असे मानले जाते. फक्त 'मेरिडियन्स' अथवा वाहिन्यांना 'कैराकू' असे संबोधले जाते आणि त्वचेवरील केंद्रबिंदूंना 'त्सुबो' असे संबोधले जाते. जेव्हा शरीरातील दोन प्रवाहांमधील संतुलन बिघडते, तेव्हा शरीरात आजार निर्माण होतो. त्या वेळी विशिष्ट बिंदूंवर बोटाने दाब देऊन संतुलन साधले जाते. जपानमध्ये अ‍ॅक्युप्रेशर उपचार पद्धतीच्या अनेक उपपद्धतीदेखील आज अस्तित्वात आहेत.

आयुर्वेदात 'चरका'ने (ख्रिस्तपूर्व २००० वर्षे) आणि 'सुश्रुता'ने ख्रिस्तपूर्व १५०० वर्षे) मानवी शरीरावर असलेले १०७ 'मर्मबिंदू' वर्णन केले आहेत. त्यानंतर 'वाग्भटा'ने त्यावर अधिक संशोधन करून (ख्रिस्तपूर्व ५०० वर्षे) हे बिंदू अधिक अचूकतेने वर्णन केले आहेत. ही आपल्याकडील आयुर्वेदात वर्णन केलेली स्थाने - मर्मबिंदू, जपानी शियात्सूमधील 'त्सुबो', चिनी ॲक्युपंक्चर पद्धतीतील केंद्रबिंदू आणि किर्लिअन फोटोग्राफीद्वारे रशियन संशोधकांनी शोधून काढलेले तेज:पुंज ठिपके एकच असावेत, याचे आश्चर्य वाटल्यावाचून राहत नाही.

या संदर्भात डॉ. नेव्हिल मॅक्सवेल यांनी बिजिंग येथे स्वत: उपस्थित राहून पाहिलेल्या शस्त्रक्रियांचा चक्षुर्वैसत्यं' अहवाल लंडनच्या 'संडे टाइम्स' मध्ये प्रसिद्ध केला होता. त्यातील वर्णन बरेच काही सांगून जाते, "... श्री हान यांच्या उजव्या हातात एक पोलादी सुई टोचली होती... त्यामुळे त्यांच्या छातीचा (थोरॅक्स) सर्व भाग बधिर झाला होता... फुफ्फुसावर शस्त्रक्रिया होत असताना श्री. हान संपूर्णपणे शुद्धीत होते... हलके हलके चहाचे घोट घेताना ते आजुबाजूच्या मंडळींसमवेत गप्पागोष्टीदेखील करीत होते... शल्यविशारदाचे कोपरेदेखील लागू शकेल इतके जवळ जाऊन मला ती शस्त्रक्रिया अगदी डोकावून पाहता आली... नंतर जखम शिवून टाकण्यात आली... हान यांना उठवून बसविण्यात आले आणि हातातील सुई काढून टाकण्यात आली... हान यांनी नंतर पत्रकार परिषदेत सहभागी होऊन अनेक प्रश्नांना उत्तरे दिली... सर्व मोठ्या शस्त्रक्रिया याच प्रकारे कोणतीही 'भूल' (ॲनास्थेशिया न देता करण्यात आल्या."

'ॲक्युपंक्चर' आणि ' शियात्सू 'उपचार पद्धती शिकणाऱ्या विद्यार्थ्यांना अत्यंत परिश्रमपूर्वक अभ्यास करून शरीरावरील केंद्रबिंदू शोधून काढण्यास शिकावे लागते. परंतु किर्लिअन यांच्या वैशिष्ट्यपूर्ण उपकरणामुळे शरीरावरील केंद्रबिंदू 'एक दशांश' मिलीमीटर अंतराच्या अचूकतेने शोधता येतात. या उपकरणाला 'टोबिस्कोप' म्हणतात. कॅनडातील मॉंट्रियल येथे भरविण्यात आलेल्या प्रदर्शनात हे उपकरण विक्रीसाठी ठेवण्यात आले होते. अलिकडे संशोधनासाठी त्याचा वापर केला जातो.

या उपकरणामुळे बायोप्लाझ्मा किंवा सूक्ष्मदेह, तेजोवलय किंवा ऑरा आणि ॲक्युपंक्चर तथा शियात्सू या दोन उपचार पद्धती यांचेमध्ये एक नवीनच दुवा निर्माण झाला आहे. आयुर्वेद संशोधकांनी मात्र याबाबत काही संशोधन केले अथवा या उपकरणाचा वापर केल्याबद्दल अधिकृत माहिती उपलब्ध नाही.

बायोप्लाझ्मा किंवा सूक्ष्मदेह ही गोष्ट अस्तित्वात असेल तर त्या आराखड्यानुसार शरीराची संगतवार रचना करणे आणि/किंवा त्याचे व्यवस्थित नियंत्रण करणे यात बायोप्लाझ्माचा सहभाग असू शकेल. याचा पडताळा घेण्यासाठी एक सोपा प्रयोग असा - पाण्यात राहणारा जिवंत स्पंज थोड्या पाण्यासह एका तलम रेशमी रुमालात

गुंडाळून रुमाल संपूर्णपणे पिळून काढला तर बाहेर पडणाऱ्या पाण्यासमवेत मोडून-तुटून गेलेल्या स्पंजच्या शरीराच्या पेशीदेखील पाण्याबरोबरच गाळून बाहेर पडतात. हे गाळून निघालेले सर्व पाणी एका भांड्यात गोळा केले तर काही वेळात या सुट्या सर्व पेशी एकत्र जमा होऊन आपापल्या जागा घेतात. उदाहरणार्थ, चपट्या पेशी बाहेरील पृष्ठभागावर, तर प्रकेसलयुक्त पेशी (फ्लॅजेलेटेड कॉलर सेल्स) आणि रंध्रपेशी (पोअर सेल्स) आतील पृष्ठभागावर आपापल्या जागा घेतात. स्नायूपेशी मधला स्तर बनवितात आणि पुन्हा एकदा स्पंजचे शरीर होते तसेच बनविले जाते.

डॉ. हारकोर्ट ब्रेस योव्हानोविच यांनी एका जिवंत उंदराच्या शरीरातून संपूर्ण स्नायू कापून बाहेर काढला. त्याचा बारीक खिमा बनवून पुन्हा त्या जखमेच्या रिकाम्या जागेतच भरला आणि जखम बाहेरून शिवून बंद करून टाकली. थोड्या कालावधीतच ते सर्व बारीक बारीक तुकडे एकत्र झाले आणि स्नायू पूर्ववत होता तसाच तयार झाला.

या प्रयोगांचा असाही अर्थ लावता येईल, की बायोप्लाझ्मा अथवा सूक्ष्मदेह किंवा तेजोवलय यांच्यामुळे शरीराचा मूळ आराखडा सुरक्षित राहतो आणि त्यामुळेच पुनर्रचना करणे शक्य होत असावे आणि हे जर मान्य केले तर वाळंवटात चार-पाचशे वर्षांचे आयुष्य जगल्यानंतर स्वत:ला जाळून घेऊन राखेतून पुन्हा जन्म घेणाऱ्या, इजिप्तमधील दंतकथांमध्ये वर्णन केलेल्या फिनिक्स पक्ष्याच्या पुनरुत्थानाच्या कथेत बरेच तथ्य आहे असे म्हणण्यास हरकत नाही.

बायोप्लाझ्मा, सूक्ष्मदेह अथवा तेजोवलय कोष - काहीही असो, ते प्रत्यक्ष जडदेहापासून वेगळे आणि स्वतंत्र आहे. इतकेच नव्हे तर मानवी देहाचा पृष्ठभाग सीमित करणाऱ्या त्वचेच्या बाहेर आहे; परंतु त्याचा शरीराच्या आत कोठे तरी असलेल्या मनाशी संबंध आहे. मनाचे त्यावर नियंत्रण चालू शकते म्हणजेच आपले मन शरीराबाहेर असलेल्या गोष्टीवर प्रभाव टाकू शकते. हा विचार तसा विचित्रच वाटतो आणि पचविण्यास अवघड जातो; परंतु ते प्रायोगिक सत्य आहे इतपत पुरावा आज उपलब्ध झाला आहे. आणखी संशोधनानंतर त्याबाबत निश्चित बोलता येईल. चेतासंस्थेतून म्हणजेच मेंदूतून निर्माण होणाऱ्या विद्युत चुंबकीय स्पंदनलहरींमुळे आसमंतात काही फेरबदल घडू शकतात आणि 'मनोगतिकी'चे (सायकोकायनेसिस) प्रयोग सिद्ध होतात. हा सलग विचार केला तर त्याचे आश्चर्य वाटू नये.

परंतु यानंतर उभा राहणारा यक्षप्रश्न असा की मानवी शरीर आणि शरीराबाहेर असणारा बायोप्लाझ्मा अथवा सूक्ष्मदेह आणि तेजोवलय किंवा ऑरा यांना जोडणारा दुवा म्हणून जे 'मन' आहे ते काय आहे? कुठे आहे? अन् शरीराच्या कोणत्या भागात आहे? ज्या मनाच्या इच्छेप्रमाणे शरीरातील सर्व स्नायू हालचाल करतात, त्या मनाचा काहीच ठावठिकाणा लागत नाही, हे कसे? दुसऱ्या शब्दात बोलायचे

तर ज्याला काही रंग-रूप नाही, आकार नाही अथवा वस्तुमान नाही, ते 'निर्गुण निराकार' मन सर्वांवर नियंत्रण करू शकते, हे मात्र अनुभवाला येणारे सत्य आहे.

ऑस्ट्रेलियातील विख्यात न्युरोफिजिऑलॉजिस्ट सर डॉन एक्लीस आपल्या अनमोल ग्रंथात म्हणतात, "... मानवी मेंदू आणि मन यांच्यामधील संबंध आज तरी स्पष्ट नाहीत, मानवी मेंदूत सामान्यत: एक अब्ज चेतापेशी (न्यूरॉन्स) असतात. त्या सर्व पेशी एकाच वेळी कार्यरत असतात; परंतु त्यांचे आपसांतील परस्परसामंजस्य इतके अप्रतिम असते, की जरादेखील गडबळ-घोटाळा कुठे झाल्याचे आढळत नाही... त्या सर्व मिळून एक फार मोठी एकत्रित काम करणारी यंत्रणा बनते... या यंत्रणेची जर तुलना करायची असेल, तर एखाद्या 'अति' महासंगणकाच्या समवेतच करता येईल आणि निदान आज तरी अस्तित्वात नसलेला असा हा 'अति'महासंगणक चालविण्यास पौराणिक वाङ्मयातून वर्णन केलेल्या यक्ष-गंधर्वादी योनीतील अतिमानवी शक्ती असणाऱ्या कुणाला तरी पाचारण करावे लागेल... केवळ त्यांनाच असा कंप्युटर चालविणे शक्य होईल... अशा अतिमानवी शक्तींना जर्मन लोक 'ब्रह्मसमंध' 'पोल्टरजिस्टस' म्हणून संबोधतात.

'भानामती'मुळे एका किशोरीच्या हातातून दूरध्वनी यंत्र उडून जात आहे.
युरोपीय वर्तमानपत्रात छापून आलेले छायाचित्र

जगातील सर्वच देशांमधील वाङ्मयात भुताखेतांच्या कथा आढळून येतात. या जर्मन ब्रह्मसंमंधाच्या कथांची तुलना आपल्याकडील 'भानामती' बरोबर करता येईल. एकाएकी दरवाजा ठोठावला जाणे, खिडकीमधून दगड आत येऊन पडणे, मोरीतील नळ एकदम धो धो वाहू लागणे, टेबलावरील वस्तू अचानक खाली पडणे वगैरे घटनांची रसभरित वणने त्यात आढळतात आणि या सर्व घटना बहुधा नव्यानेच युवावस्थतेत पदार्पण करणाऱ्या अश्राप मुलींभोवती घडल्याचे नमूद केले जाते. नंतर त्याची शहानिशा करणाऱ्या जिज्ञासूंना मात्र एकही घटना घडल्याचे कधी आढळत नाही. चौकशीअंती या सर्व पोरकट चेष्टाच असल्याचे आढळून येते. डॉ. स्टीगर आपल्या संशोधनात स्पष्टपणे म्हणतात, "काही ठिकाणी अशा घटना घडतात. नाही असे नाही; परंतु त्या घटना त्या व्यक्तीपेक्षा त्या स्थानमाहात्म्यावरच अधिक अवलंबून असतात आणि त्या भूस्तर भौतिकी (जिओफिजिक्स) शास्त्राच्या कक्षेत मोडणाऱ्या घटना असतात..."

उदाहरणच द्यायचे झाले तर इंडोनेशियातील तिसऱ्या क्रमांकाचे बेट 'बाली' येथे किंतामणी नावाचा सुप्त ज्वालामुखी आहे. त्याच्या मुखातून आत गेल्यास सर्वत्र वाळू पसरलेली आढळते; परंतु वाळूचे खडे जमिनीपासून सुटे, अंधातरी असल्याप्रमाणे आढळतात. उत्तर युरोपातील नॉर्वेच्या समुद्रकिनाऱ्यावरील फिओर्डस् जगातील सर्वच पर्यटकांचे आकर्षण आहेत. त्यांपैकी 'सोनये' नावाच्या फिओर्डच्या मुखाजवळ बाली बेटाप्रमाणेच गुरुत्वाकर्षण तत्वाच्या विरुद्ध गोष्टी घडताना आढळून येतात.

डॉ. जॉर्ज ओवेन या जिज्ञासू संशोधकाने सौची येथील अतिप्रसिद्ध झालेल्या तथाकथित चमत्कारांचा कसून शोध घेतला. त्याचा सुरेख वृत्तांत त्यांच्या ग्रंथात नमूद केला आहे. डॉ. ओवेन यांच्या मते काही व्यक्तींची मानसिक शक्ती खूपच प्रखर असते आणि अशा व्यक्तींच्या सभोवती मनगोतिकीच्या घटना घडत असतात. त्यामुळे अशा व्यक्ती जेथे म्हणून जातील, तेथे या घटना घडत जातात. यात 'स्थानमाहात्म्या'चा फारसा संबंध नसतो.

मनोविश्लेषणतज्ज्ञ डॉ. नांदोर फॉडोर यांच्या मते अतर्मनात अनेक सुप्त भावना दाबून ठेवल्या जातात आणि केव्हा तरी कारणपरत्वे त्यांचा एकाएकी उद्रेक होतो. त्याची तीव्रता अधिक असल्यामुळेच मनोगतिकीच्या घटना घडून येतात. त्यांनाच कदाचित अज्ञानामुळे 'भानामती' संबोधले जात असावे. उदाहरणार्थ - केव्हा तरी दचकून जावे आणि दचकल्यामुळे मेंदूतून तीव्र विद्युत चुंबकीय स्पंदनलहरी बाहेर पडाव्यात आणि समोरील टेबलावर ठेवलेल्या ग्लासवर या लहरी आदळताच ग्लास सरकून टेबलाखाली पडून फुटावा, यात आतर्क्य काहीच नाही आणि भानामती खासच नाही.

भानामतीत वर्णन केल्याप्रमाणे वस्तू हलताना कुणी पाहिल्याचे ऐकिवात नाही

किंवा तसा शास्त्रीय अहवाल कुणी नमूद केला असल्याचे आढळत नाही. केव्हा तरी कुठे तरी मर्यादित स्वरूपात भानामतीचे पडसाद उमटतात आणि तेथे तपासणी करण्यास जावे, तर तशी एकही घटना कधी दिसून येत नाही, असाच अहवाल बहुतेक मानसशास्त्र संशोधकांनी नमूद केला आहे. त्यामुळे त्याबाबत अधिक बोलण्याची आवश्यकता नाही.

परंतु न्यूरोफिजिऑलॉजिस्ट डॉ. जेनेडी सर्जेयेव्ह यांनी शोधून काढलेली फार मोठी गोष्ट अशी, की मनोगतिकीच्या घटना घडत असताना त्या विशिष्ट व्यक्तीभोवतीचे विद्युत चुंबकीय क्षेत्र, तिच्या मेंदूतून बाहेर पडणाऱ्या विद्युत चुंबकीय स्पंदनलहरी आणि तिच्या हृदयाचे ठोके या सर्वांचे स्पंदन 'प्रतिसेकंद चार' या लयीत चाललेले असते. प्रौढ माणसे जेव्हा लहान मुलाप्रमाणे गाढ झोपी जातात, तेव्हादेखील त्यांच्या मेंदूतून प्रतिसेकंद चार अशा थिटा (θ) लहरी बाहेर पडत असतात. ध्यानधारणा करणाऱ्या उपासकांची 'समाधी अवस्था' असते, तेव्हा मेधदूतून बाहेर पडणाऱ्या स्पंदनलहरीची लयदेखील प्रतिसेकंद चार म्हणजेच थिटा लहरी असतात; परंतु ही निद्रावस्था मात्र निश्चितच नसते, असे अनेक डॉक्टरांनी संपूर्ण चिकित्सा करून निश्चित मत नमूद केले आहे.

एखाद्या लहान मुलाचे खेळणे काढून घेतले तर ते रागावते, हा नेहमीचाच अनुभव आहे. त्या वेळी त्याच्या मेंदूतून बाहेर पडणाऱ्या स्पंदनलहरी प्रतिसेंकद चार याच लयीत बाहेर पडतात. एक तरूण चिंपाझी मादीकडे पाहत होता. त्याच वेळी मादीच्या पिंजऱ्यावर पडदा टाकला. तेव्हा त्याने आदळआपट सुरू केली. तपासणीनंतर कळले की त्याच्या मेंदूतून प्रतिसेकंद चार लहरीच बाहेर पडत होत्या.

प्रौढ माणसातदेखील अप्रिय गोष्ट घडल्यानंतर प्रतिसेकंद चार लहरी बाहेर पडू लागतात; परंतु बरेच जण इतर संस्कारांमुळे संयम राखण्यास शिकतात. डॉ. जेनेडी सर्जेयेव्ह यांनी नेलिया मिखाईलोव्हावर मनोगतिकीचे प्रयोग केले. त्या वेळी पूर्ण तपासणी केली, तेव्हा तिच्या रक्तातील शर्करा प्रमाण अतिशय वाढले होते. संप्रेरकांचे संतुलन बिघडले होते, असे मत नमूद केले होते. याचाच अर्थ नेलिया स्वत:ची तीव्र क्रोधाची भावना छपवून ठेवत होती असाच लागू शकतो.

म्हणजे पुन्हा आपण मूळ पदावरच येतो की शरीर आणि शरीराबाहेरील काही गोष्टींवर अथवा घटनांवर मानवी भावनांचा परिणाम होतो, म्हणजेच मानवी मनाचा परिणाम होतो. मग हे 'मन' काय असावे?

संदर्भ

Lawsonwood D. and Lawsonwood J.: "Fine Elements of Acupuncture and Chinese Massage: Sussex Health Science

Press, 1966.
Desai C. R.: 'Shiatsu, the Art of Acupressure': Aditi C. Desai Publishers, Yerawada, Pune 1994.
Maxwell N.: The Laughing Man with a Hole in his Chest: Sunday Times London, 3rd Oct 1971.
Vogralik V. G.: 'Pin pricks for Health': Sputnik, Moscow, July 1969.
Salisbury H. E.: "The Soviet Union: New York. Harcourt Brace Jovanowitch, 1967.
Eccles J. C.: "The Neurophysical Basis of Mind' The Oxford Clarendon Press, 1967.
Steiger B.: 'ESP-Your Sixth Sense' New York Award Books 1967.
Owen A. R. G.: 'Can we Explain Poultergeists ?' Garret Publications, New York, 1964.
Nandor Fodor: 'In ESP- Your Sixth sens', New York Award Books, 1967.
Rhine J. B.: 'Mind Over Matter,' McMillan Publications, London 1970.
Hebb D. O.: 'The Organisation of Behavier' Willey Publications, New York 1949.

इच्छाशक्ती

काही खास निमंत्रितांच्या उपस्थितीत वेगवेगळ्या पद्धतीने प्लँचेट चालविणे किंवा एखाद्या गोल टेबलाभोवती बसून कुणा दिवंगत आत्म्याला पाचारण करून टेबलावर ठकठक (रॅप्स) करीत त्याच्यासमवेत प्रश्नोत्तरे करणे, भुताखेतांची छायाचित्रे काढणे किंवा स्वत:च्या मनात आलेल्या विचारांची छायाचित्रे कॅमेऱ्यातील फोटोप्लेटवर उमटवून दाखविणे, असले प्रयोग गेल्या शतकात वारेमाप प्रसिद्धी मिळवून गेले. अनेक प्रतिष्ठित आणि सर्वसामान्य वर्गातील व्यक्तींनी त्यात यशस्वी झाल्याचा दावा केला; परंतु प्रत्यक्षात त्यांच्यापैकी कुणीही शास्त्रीय कसोटीवर उतरू शकला नाही.

या शतकाच्या प्रारंभी १९१० ते १९१३ या कालावधीत जपानमध्ये श्री. टोमाकिशी फुकुराई यांनी प्रथमच शास्त्रीय कसोटीवर पूर्णपणे उतरणारे प्रयोग करून दाखविले. जाड काळा कागद आणि चांदीचे अस्तर लावलेल्या आवरणात सीलबंद केलेल्या फोटोप्लेटवर त्यांनी स्वत:च्या मनातील विचारांचे छायाचित्र अनेकदा यशस्वीपणाने उमटवून दाखविले. कॅमेऱ्यात न घालता, फोटोप्लेटवरील वेष्टणदेखील न फोडता त्यावर छायाचित्र उमटविणे हा खरोखर असामान्य मानसिक शक्तीचा प्रयोग होता. परंतु अतिसामान्य कुळात जन्मलेल्या श्री. टोमाकिशी यांना कोणतीही सामाजिक प्रतिष्ठा नसल्यामुळे या प्रयोगांना मुळीच महत्त्व देण्यात आले नाही ही दुर्दैवी शोकांतिका आहे.

अमेरिकेतील कान्सास राज्यामध्ये गावाबाहेरच्या सडकेलगत असलेल्या धाबावजा कॅफेटेरियाचा मालक ग्रीक होता. १९१८ मध्ये जन्मलेल्या टेड सिरिओ या त्याच्या मुलाने मात्र अमाप प्रसिद्धी मिळविली. फारशी रहदारी नसलेल्या या आडमर्गावरील खेडवळ कॅफेटेरियात फक्त मालमोटारींचे चालक आणि मालाची ओझी वाहणाऱ्या मजुरांचीच ये-जा असे. त्यामुळे लहानपणापासून झालेल्या संस्कारांमुळे सिरिओला शिक्षणाची आवड फारशी नव्हतीच. १९६३ मध्ये वयाची पंचेचाळीस वर्षे उलटून गेल्यानंतरदेखील त्याला उदरनिर्वाहाचे निश्चित असे साधन नव्हते. मिळेल ते काम तो करत असे. कपबशा विसळण्यापासून ओझी उचलण्यापर्यंत सर्व काही तो करीत असे अणि मिळालेल्या पैशातून भरपूर दारू पीत असे.

याच सुमारास त्या बाजूने जाणाऱ्या प्रा. ज्यूल आयसेनबड या विख्यात मनोविकृती तज्ज्ञाची व त्याची गाठ पडली. प्रा.. आयसेनबड त्याला घेऊन डेनव्हर येथील आपल्या प्रयोगशाळेत गेले आणि तेथे सुमारे तीन वर्षे त्यांनी सिरिओवर वेगवेगळे प्रयोग केले आणि त्यातून विज्ञान जगताला थक्क करणारे काही निष्कर्ष बाहेर पडले. सिरिओ फिल्म घातलेल्या कॅमेऱ्याच्यासमोर कॅमेऱ्याकडे टक लावून पहात बसे आणि कॅमेऱ्यातील फिल्मवर कोणत्या तरी दृश्याचे छायाचित्र उमटत असे.

स्वत:ची पूर्ण खात्री झाल्यानंतर प्रा. ज्यूल आयसेनबड यांनी अनेक शास्त्रज्ञ, जाणकार, प्रतिष्ठित आणि वार्ताहरांच्या उपस्थितीत जाहीर प्रयोग केले. सुरुवातीलाच सिरिओ याचे सर्व कपडे काढून कोणतेही उपकरण शरीरावर लपविलेले नाही याची तपासणी करण्यात आली. नंतर कॅमेऱ्यासमोरील खुर्चीत त्याला बसवून फक्त मस्तक बाहेर राहील, अशा बेताने त्याच्या अंगावर मोठे जाड ब्लँकेट टाकून त्याला खुर्चीलाच जखडण्यात आले. त्यामुळे त्याला मान हलविण्याखेरीज इतर कोणतीही हालचाल करता येणार नाही याची पूर्ण काळजी घेण्यात आली. चारही बाजूंना चलतचित्रण कॅमेरे लावून कोणतीही हालचाल नजरेतून सुटणार नाही, अशी व्यवस्था करण्यात आली आणि ज्या कॅमेऱ्यावर छायाचित्रण करावयाचे तो कॅमेरा आणि त्यात घालावयाची फिल्म ही शंकेखोर शास्त्रज्ञांनाच आणावयास सांगितली. त्यामुळे त्यात लबाडी किंवा फसवणूक होण्याचा प्रश्न नव्हता.

त्यानंतर प्रयोगाला सुरुवात करण्यात आली आणि अनेक शास्त्रज्ञ, जाणकार, वार्ताहर वगैरेंया उपस्थितीत सिरिओने त्या कॅमेऱ्यातील फिल्मवर अनेक छायाचित्रे उमटवून दाखविली.

छायाचित्रे उमटविताना टेड सिरिओला एक विचित्र सवय होती. तो एक कागदाची पुंगळी तयार करून त्यातून कॅमेऱ्याच्या भिंगाकडे पहात असे. या पुंगळीला तो 'जिस्मो' असे म्हणत असे. जिस्मो सुमारे सात-आठ इंच लांब पाऊण इंच व्यासाची पोकळ नळी असे. नळीचे एक टोक डोळयाजवळ तर दुसरे टोक कॅमेऱ्याच्या भिंगाजवळ धरले जात असे. यामुळे आजुबाजूच्या किरणांचा अडथळा न होता कॅमेऱ्याच्या भिंगावर लक्ष केंद्रित करणे सोपे जाते असे सिरिओचे मत होते.

न जाणो त्या पुंगळीच्या सहाय्याने काही फसवाफसवी होत असेल अशा संशयाने शास्त्रज्ञांनी टेड सिरिओने स्वत:बरोबर 'जिस्मो' बनविण्यासाठी आणलेल्या कागदाची कसून तपासणी केली. परंतु त्यात काहीच आढळले नाही.

तरीदेखील संशयाला जाग नको म्हणून त्यांनी तो कागद हिसकावून घेतला आणि स्वत:जवळील दुसरा एक कागद जिस्मो बनविण्यासाठी दिला.

सिरिओने काहीही आढेवेढे न घेता या शास्त्रज्ञांनी दिलेल्या कागदाची जिस्मो बनविली; त्यातून कॅमेऱ्याच्या भिंगावर लक्ष केंद्रित केले आणि नेहमीप्रमाणे छायाचित्रे

उमटवून दाखविली. याचा सरळच अर्थ असा की त्या जिस्मोद्वारा काहीही फसवणूक किंवा लांडीलबाडी होत नव्हती. ती एक वैयक्तिक सवय असावी इतकेच. या पलीकडे त्याला काहीही अर्थ नाही.

शिवाय 'पोलराइज्ड' कॅमेरा उपयोगात आणला गेल्यामुळे केवळ दहा सेकंदात कॅमेऱ्याच्या आतच चित्र 'डेव्हलप' होत असे. म्हणजे कालावधीच्या दृष्टीनेदेखील फसवणूक करण्याला वाव नव्हता.

प्रा. आयसेनबड यांनी या छायाचित्रांचे 'विचारचित्रे' (थॉटोग्राफ्स) असे सुरेख नामकरण केले. डॉ. आयसेनबड आणि त्यांचे सहकारी, निमंत्रित कलाकार आणि शंकेखोर शास्त्रज्ञ यांनी घेतलेली खबरदारी, फसवणूक होऊ नये म्हणून केलेली प्रतिबंधक उपाययोजना, उपस्थितांचे प्रयोगाबद्दलचे जाबजबाब आणि प्रतिज्ञापत्रे वगैरे सर्व वृत्तांत 'द वर्ल्ड ऑफ टेड सिरिओज' या ग्रंथात तपशिलवार छापण्यात आला आहे.

विद्युत चुंबकीय क्षेत्राचा सिरिओवर परिणाम होत नव्हता. त्याने निमंत्रितांच्या उपस्थितीत १२०० गॉज, म्हणजे पृथ्वीच्या विद्युत चुंबकीय क्षेत्राच्या हजारपट अधिक शक्तिशाली चुंबकीय क्षेत्रात ही छायाचित्रे सहज उमटवून दाखविली. एका वैशिष्ट्यपूर्ण प्रयोगात त्याने बँकेतील लॉकरच्या पाच इंच जाड पोलादी भिंतीमधून पलीकडे ठेवलेल्या कॅमेऱ्यात 'विचारचित्रे' सहज उमटवून दाखविली. या प्रयोगाच्या वेळी त्याच्या शरीरापासून केवळ दीड फूट अंतरावर 'क्रिस्टल पिकअप' नावाचे अतिसंवेदनशील उपकरण ठेवले होते. त्या उपकरणावर कोणतीही अस्वाभाविक नोंद केली गेली नव्हती.

त्यानंतरच्या आणखी एका वैशिष्ट्यपूर्ण प्रयोगात शिशाचे कण भरलेल्या एका अर्धा इंच जाड काचेतून क्ष - किरण आरपार जात नाहीत याची खात्री करून घेण्यात आली आणि नंतर त्या काचेच्या पलीकडे कॅमेरा ठेवण्यात आला तेव्हा त्यातील

टेड सिरिओ याने रोमच्या
चर्चचे उमटविलेले विचारचित्र

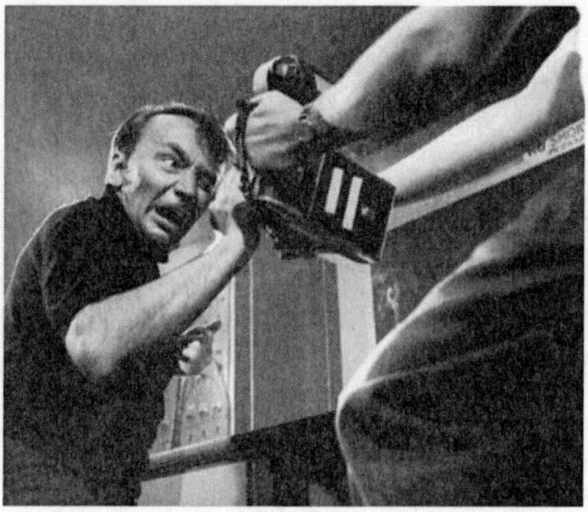

टेड सिरिओ जिस्मोमधून कॅमेऱ्यात डोकावत आहे.

फिल्मवर सिरिओने अनेक 'विचारचित्रे' उमटवून दाखविली.

विचारचित्रांच्या शरीरक्रियेविषयी (फिजिऑलॉजी) काहीही माहिती उपलब्ध नाही; परंतु सिरिओ जेव्हा ही विचारचित्रे उमटवीत असे त्यावेळी त्याचे ओठ घट्ट मिटलेले असत. सर्वांगाला कंप सुटलेला असे आणि पायावर पाय चढवून अढी घातलेली असे. त्यात वरील पायाचे पाऊल विजेचा झटका बसावा तसे सतत झटकले जात असे. कपाळावरील रक्तवाहिन्या तटतटून फुगलेल्या असत आणि डोळ्यांत रक्त दाटून आलेले असे.

हे सर्व वर्णन वाचले म्हणजे नेलिया मिखाइलोव्हाच्या मनोगतिकी प्रयोगांच्या वेळी झालेल्या स्थितीचे वर्णन आठवते, सहजच निष्कर्ष असा काढता येईल की सिरिओदेखील 'थिटा' लहरींच्याद्वारा ही विचारचित्रे उमटवीत असावा.

प्रा. ज्यूल आयसेनबड यांच्या विधानाप्रमाणे सिरिओ काही मोजक्या वेळीच कोणते चित्र उमटविणार याबाबत नियंत्रण करू शकत असे. परंतु बहुतेक वेळा तो एखाद्या त्रयस्थाप्रमाणे अलिप्त राहून स्वतःच्या मनःपटलावर उमटणाऱ्या दृश्यांचे चित्रण होऊ देत असे. काही वेळा इच्छित चित्र उमटविण्याचा प्रयत्न करताना इतर चित्रे मध्येच घुसून गोंधळ घालीत असत. प्रा. आयसेनबड याचे फार सुंदर वर्णन करतात – 'जर दोन लहान मुलांना - ज्यांना मुष्टियुद्धाचे नियम अंगवळणी पडले नाहीत अशा मुलांना - मुष्टियुद्धाचा सामना खेळायला लावले, तर तो सामना नियंत्रण करणाऱ्या पंचाची जी काही केविलवाणी दशा होईल त्याचप्रमाणे सिरिओची अवस्था होत असे...'

एकदा प्राध्यापक महाशयांनी सिरिओला पॅरिस शहराच्या मध्यवर्ती चौकात नेपोलिअनने उभारलेल्या 'विजयकमानी' (Arc de Triomphe) चे विचारचित्र

उमटविण्यास सांगितले. तेव्हा त्याने ट्रायंफ ' (Triumphe) मोटारसायकलीचे चित्र उमटविले. सिरिओला मोटार अथवा स्वयंचलित वाहनांचे फार आकर्षण वाटत असे. वेगवेगळ्या मोटारी, मोटारसायकली यांची चित्रे तो नेहमीच उमटवीत असे.

त्याच्या या विचारचित्रांचे वैशिष्ट्य म्हणजे त्यात कोणत्याच वस्तूची सावली कुठेही पडलेली आढळत नसे आणि बहुतेक चित्रे उंचावरून म्हणजे एखाद्या विमानात बसून कॅमेऱ्याने टिपल्याप्रमाणे वाटत. लंडनमधील वेस्ट मिनिस्टर ॲबे, म्युनिक फ्रून किर्शे किंवा डेनव्हर येथील हिल्टन हॉटेल ही सहज ओळखता येण्याजोगी चित्रे अशी उंचावरून टिपल्याप्रमाणे वाटत आणि कोणत्याही इमारतीवर कुठलीही सावली नव्हती.

त्याने उमटविलेल्या विचारचित्रांचे प्रा. आयसेनबड यांनी जेव्हा मनोवैज्ञानिक विश्लेषण केले, तेव्हा सिरिओचे मन अत्यंत अपरिपक्व (इम्मॅच्युअर) असल्याचे निष्पन्न झाले. त्यामुळेच कदाचित त्याच्या मानसिक शक्तिमध्ये गतिमानता असावी आणि ती मनोगतिकी (सायकोकायनेसिस) प्रमाणे विचारचित्रे उमटवीत असावी. एखादे चित्र पाहून नंतर डोळे मिटून त्या पाहिलेल्या चित्रातील अधिकाधिक गोष्टी स्मरणात ठेवण्याची क्षमता (आयडेटिक इमेजेस) लहान मुलांमध्ये सुरेख आढळते. नंतर शिक्षणामुळे या नैसर्गिक क्षमतेचा ऱ्हास होतो. परंतु काही मुलांमध्ये ही क्षमता बराच काळ टिकून राहते. सिरिओचे लौकिक शिक्षण असे झालेलेच नव्हते. त्यामुळे कदाचित त्याची ही लहान मुलाप्रमाणे असलेली मानसिकता टिकून राहिली असावी.

अर्थात, स्मृतिचित्रे मनात कोठे तरी साठवून ठेवली जातात, येथपर्यंत उलगडा होऊ शकतो; परंतु त्यांचे विचारचित्रांमध्ये रूपांतर होऊन ती कॅमेऱ्यातील फिल्मवर कशी उमटतात, यातील भौतिकी (फिजिक्स) मात्र उलगडत नाही. त्याचप्रमाणे फिल्मवर उमटताना मानसिक शक्ती ही रासायनिक क्रियेत कशी रूपांतरित होते, हेदेखील न उलगडणारे कोडेच आहे. त्याबाबत संशोधन होऊन स्पष्टीकरण मिळण्यास काही काळ थांबावे लागेल.

मॅकगिल विद्यापीठाचे मानसशास्त्रज्ञ डॉ. बर्नार्ड ग्राड यांनी थोड्या वेगळ्या पद्धतीने मानसिक शक्तीबाबत संशोधन केले. भगवान येशू ख्रिस्तामध्ये आणि संत तुकाराम महाराजांमध्ये अशी एक अलौकिक शक्ती असल्याचे वर्णन केलेले आढळते, की त्यांनी दुखणाइताच्या अंगावर हात फिरविला तर वेदना नष्ट होत असत आणि रुग्ण बरा होत असे. आजदेखील काही अपवादात्मक व्यक्तींमध्ये ही अलौकिक शक्ती थोड्या फार प्रमाणात आढळते. डॉ. बर्नार्ड ग्राड यांनी अशी व्यक्ती आपल्या प्रयोगांसाठी शोधून काढली. त्यांनी प्रथम तीनशे पांढरे उंदीर गोळा करून त्यांना एकाच आकाराची आणि स्वरूपाची जखम केली आणि नंतर त्यापैकी निम्मे उंदीर रोज हातात घेऊन त्यांना काही क्षण कुरवाळण्यास सांगितले आणि आश्चर्याची

गोष्ट अशी, की हे निम्मे कुरवालेले उंदीर फक्त दहा दिवसांत बरे झाले. उरलेल्या निम्म्या उंदरांची जखम भरून येण्यास जवळजवळ पन्नास दिवसांचा अवधी लागला.

त्यानंतर डॉ. ग्राड यांनी हाच प्रयोग थोडा सीमित केला. त्यांनी बार्लीचे दाणे मिठाच्या पाण्यात भिजवून अर्धवट शिजवले. हेतू असा की ते दाणे दुखावले जावेत, परंतु निर्जीव मात्र होऊ नयेत. नंतर चोवीस कुंड्या घेऊन प्रत्येक कुंडीत त्यातील वीस दाणे पेरले. नंतर चोवीस बाटल्यांमध्ये नळाचे पाणी भरले आणि त्या सीलबंद केल्या. त्यातल्या काही बाटल्या या विशिष्ट व्यक्तीला हाताळण्यासाठी दिल्या. एका कुंडीतील बियांना एका बाटलीतील पाणी द्यावयाचे असा प्रयोग केला. कोणत्या बाटलीतील पाणी कोणत्या कुंडीतील बियांना दिले जाते हे फक्त डॉ.ग्राडशिवाय इतर कुणालाही माहीत नव्हते. त्यांनी ती माहिती एका सीलबंद लखोट्यात ठेवून प्रयोग चालू ठेवला.

दोन आठवड्यानंतर काही कुंड्यांमधील रोपे इतर रोपांपेक्षा खूपच मोठी झालेली आढळली आणि त्यांनी इतर रोपांच्या तुलनेत खूपच धान्य दिले. ही माहिती नमूद केल्यानंतर लखोटा सर्वांसमक्ष उघडण्यात आला, तेव्हा त्या मनोशक्ती असलेल्या विशिष्ट व्यक्तीने हाताळलेल्या बाटलीतील पाणी ज्या बियांना मिळाले होते त्यांचीच रोपे भरघोस वाढल्याचे आढळून आले. इतर दुखावलेल्या बियांची रोपे जेमतेमच वाढली होती आणि त्यांनी दिलेले धान्यदेखील खूपच कमी प्रमाणात असल्याचे आढळून आले.

या विलक्षण प्रयोगामुळे स्वत: डॉ. बर्नार्ड ग्राड यांचेच कुतूहल जागृत झाले होते. त्यांनी त्या विशिष्ट व्यक्तीने हाताळलेल्या बाटल्यांमधील पाण्याचे अत्यंत बारकाईने निरीक्षण केले, तेव्हा त्यांना असे आढळून आले, की पाण्याचे कोणत्याही दोन परमाणूंच्या मध्ये दोन हायड्रोजन अणू एकमेकांजवळ येतात आणि त्यांच्या दरम्यान एक कमकुवत हायड्रोजन बंध निर्माण होतो. त्यामुळे पाणी असे एकजीव (होमोजिनस) वाटत असते. या 'हाताळलेल्या' बाटल्यांतील पाण्यात हे कमकुवत हायड्रोजन बंध जरा अधिक लांब होऊन पाण्याचे परमाणू एकमेकांपासून जरा अधिक सुटे किंवा दूर झाल्याप्रमाणे वाटत होते.

पाण्यामध्ये झालेला हा बदल त्या विशिष्ट माणसाच्या वैयक्तिक विद्युत चुंबकीय क्षेत्रामुळेच घडून आला असणार, हे सत्य उमजताच डॉ. ग्राड यांनी खात्री करण्यासाठी म्हणून आणखी एक प्रयोग केला. यावेळी मात्र विशिष्ट शक्ती असलेली व्यक्ती न निवडता त्यांनी एक आनंदी स्वभावाचा निरोगी मनुष्य, एक मनोदौर्बल्याने खचलेली (न्यूरॉटिक) स्त्री आणि एक अपेक्षा भंगामुळे खचलेला मनुष्य अशा तीन व्यक्ती निवडल्या. प्रयोग मागीलप्रमाणेच होता.

निरोगी माणसाने हाताळलेल्या बाटल्यांतील पाण्याने सर्व रोपे व्यवस्थित आणि भरपूर वाढली. मरगळलेल्या स्त्रीने हाताळलेल्या पाण्याची रोपे अत्यंत वेडीवाकडी आणि फारच कमी वाढली, तर तिसऱ्या खचलेल्या व्यक्तीच्या हाताळलेल्या

पाण्याने बहुतेक रोपे उगवलीच नाहीत अथवा फारच कमी वाढ झालेली आढळली.

या सर्व प्रयोगातील परिणाम निष्कर्ष काढण्याच्या दृष्टीने महत्त्वाचे असे की परिणाम दोन्ही बाजूंना सुकलेले दिसतात. त्यात केवळ वादविवादासाठी म्हणून असे विधान केले, की उत्तम वाढलेली रोपे ही नैसर्गिकरित्याच वाढली आणि त्यात मानसिक शक्तीचा काहीही सहभाग नव्हता अथवा प्रभाव नव्हता, तर ते विधान एक वेळ मान्य करता येईल; परंतु ज्या रोपांची वाढ झालीच नाही किंवा अत्यंत थोडी आणि वेडीवाकडी झाली त्याबद्दल काय स्पष्टीकरण देणार? कारण सर्व रोपे एकाच गुणवत्तेच्या मातीत लावली होती; तापमान आणि आर्द्रता सारखीच ठेवण्यात आली होती आणि बाटल्यांमध्ये भरलेले पाणी एकाच नळाचे होते.

बदलणारी गोष्ट फक्त एकच होती - पाणी हाताळणारी आणि वेगवेगळे विद्युत चुंबकीय क्षेत्र असणाऱ्या व्यक्ती. प्रयोग निर्दोष व्हावा म्हणून त्या व्यक्तींना बाटल्यांमधील पाण्याचा काय उपयोग केला जाणार आहे, याची मुळीच कल्पना दिली नव्हती आणि ती रोपे कधीच त्यांच्या दृष्टीस पडू देण्यात आली नाहीत. इतकी खबरदारी घेतल्यानंतर जेव्हा फक्त काही विशिष्ट रोपांचीच वाढ खुंटते अथवा मरगळते, तेव्हा सर्वसामान्य माणसाच्या भाषेत त्याला 'हातगुण' असेच म्हटले जाते. हा 'हातगुण' म्हणजेच प्रत्येक व्यक्तीचे वैयक्तिक विद्युत चुंबकीय क्षेत्र असणार.

याच गोष्टीचा अधिक पडताळा पाहण्यासाठी म्हणून फ्रान्समधील बोर्डयू येथील इन्स्टिट्यूट ऑफ ॲग्रोनॉमी येथे काही प्रयोग करण्यात आले. ओल्या आंबलेल्या पदार्थांवर बुरशी चढते, हे ज्ञान सर्वसामान्य माणसाला असते. या बुरशी पराजीवी (पॅरासाईटिक) असतात. 'स्टेरियम पर्प्युरिअम' आणि 'राइझोक्लोनिया सोलेनाय' अशा दोन जाती निवडून त्यांची निर्भेळ बियाणे (स्पोअर्स) एकंदर एकोणचाळीस बश्यांमध्ये सारख्याच पदार्थांवर पेरण्यात आली. आर्द्रता, तापमान, प्रकाश आदी सर्व घटक सर्वत्र सारखेच ठेवण्यात आले आणि उत्तम शारीरिक आणि मानसिक क्षमता असलेल्या दोन व्यक्तींना प्रतिदिन प्रयोगशाळेत येऊन सलग पंधरा मिनिटे या बियाणे पेरलेल्या बश्यांकडे बघत बसावयाचे आणि सतत मनोमन इच्छा करीत राहावयाचे, की 'बुरशी वाढू नये'... इतकेच काम सांगण्यात आले होते.

परिणाम मात्र आश्चर्यजनक होता. एकंदर एकोणचाळीस बशांमध्ये बुरशीची बियाणे टाकली होती. त्यांपैकी तेहतीस बश्यांमध्ये बुरशी अजिबात उगवू शकली नाही. नाही म्हणावयाला सहा बशांमध्ये जेमतेम लागण झाली होती; परंतु वाढ मात्र मुळीच झाली नव्हती.

यातून सहजच असा निष्कर्ष निघावा की बुरशीच्या किमान दोन जातींवर तरी माणसाच्या इच्छाशक्तींचा प्रभाव पडू शकतो. आपल्या आजुबाजूला याचे अनंत दाखले मिळू शकतात. काही व्यक्तींच्या हाताने पेरलेले सरसकट उत्तमच उगवते. यालाच

आपल्याकडे जनसामान्य 'हातगुण' मानतात. इंग्रज लोक याला 'प्रॉव्हर्बिअल ग्रीन थंब' असे म्हणतात. काही व्यक्तींच्या हाताला मुळीच यश नसते. आज यावर संशोधन करण्यात येत आहे आणि या हातगुणाचे निश्चित पुरावे उपलब्ध झाले आहेत.

आमच्या लोकांना 'अंधश्रद्ध' म्हणून सहज हेटाळले जाते; परंतु गोऱ्या साहेबाला कोण नावे ठेवणार?

आणि वरील प्रयोगात केवळ वादविवादासाठी म्हणून जरी असा मुद्दा उपस्थित केला, की पाण्याचे गुणधर्म, मातीचे गुणधर्म वगैरे घटकांचा सहभाग असल्यामुळे वाढ कमी-अधिक होऊ शकते, तर खालील प्रयोग पाहून आपण आपले मत बनवू शकता. कारण या प्रयोगात इतर घटक असण्याची शक्यताच नाही.

'पॅरामिशियम' हा सूक्ष्म एकपेशीय प्राणी आज शाळकरी विद्यार्थ्यांनादेखील परिचित आहे आणि सूक्ष्मदर्शित्रातून त्याच्या हालचाली पाहण्याचादेखील सराव असतो. डॉ. निगेल रिचमंड यांनी मानसिक शक्तीच्या प्रभावाचा पडताळा घेण्यासाठी अति सोपा, परंतु अत्यंत बोलका प्रयोग केला. त्यांनी सूक्ष्मदर्शित्राच्या डोळ्यांकडील भिंगाला (आय पीस) भिंगाच्या व्यासरेषेवरून (डायमीटर) एकमेकांना काटकोन करणाऱ्या दोन तारा लावल्या आणि दिसणाऱ्या वर्तुळाकार क्षेत्राचे चार सारखे भाग केले.

नंतर एका काचपट्टीवर पाण्याच्या थेंबात पॅरामिशियम सोडला आणि त्याचे निरीक्षण करू लागले. पॅरामिशियम स्वत:च्या इच्छेप्रमाणे इतस्तत: पाण्यात स्वैर फिरत होता. पॅरामिशियम थांबला की डॉ. रिचमंड काचपट्टी (स्लाइड) हलवून पॅरामिशियमला बरोबर मध्यबिंदूला आणून ठेवीत आणि कोणत्या तरी एका भागात त्या पॅरामिशियमने जावे आणि तेथेच त्याच चतकोर रिंगणात फिरावे, अशी मनोमन इच्छा करीत असत. एकूण तीन हजार वेळा हा प्रयोग केल्यानंतर डॉ. निगेल रिचमंड यांनी त्याचे सांख्यिक पद्धतीने शक्याशक्यतेचे विश्लेषण केले. तेव्हा त्यांनी मिळविलेले यश एक कोटी प्रयत्नात फक्त एकदाच मिळू शकते.

याचा सरळच अर्थ असा, की पॅरामिशियमचे फक्त एका भागात असे फिरत राहाणे ही जवळपास अशक्य गोष्ट आहे; परंतु केवळ मानसिक इच्छाशक्तीमुळेच ती शक्य झाली. म्हणजे डॉ. रिचमंड यांची इच्छाशक्ती त्या लहान जीवावर नक्कीच प्रभाव टाकीत होती.

ही मानसिक इच्छाशक्ती सर्वच माणसांमध्ये असते - असणारच; परंतु त्यावर नियंत्रण मिळविणे केवळ परिश्रमपूर्वक अभ्यास केल्यानेच साध्य होईल; परंतु अशा प्रयोगांना पाठबळ मिळविणे, आर्थिक साहाय्य मिळविणे अवघड जाते आणि त्यांना वेळही खूप लागतो. त्यामुळे त्यावर अद्याप व्हावे तितके संशोधन झाले नाही.

आपल्या आजुबाजूच्या समाजात वाईट इच्छा करणारे, विषारी भावना फैलावणारे जसे अनेक लोक असू शकतात, तसेच सद्‌भावना पसरविणारे महात्मेदेखील

असतातच; परंतु त्यांची-आपली भेट केवळ कारणापरत्वेच होऊ शकते.

महत्त्वाच्या गोष्टी करताना वडिलधाऱ्या मंडळींचा आणि गुरुजनांचा आशीर्वाद घेण्याची पद्धत आपल्याकडे पूर्वापार चालत आली आहे. त्याचे मूळ या इच्छाशक्तीचे पाठबळ मिळवावे या कल्पनेतच असेल काय?

संदर्भ

Isenbud J.: 'The World of Ted Serios' Jonathan Cape, London 1968.

Harber -R. N. 'Eidetic Images': Scientific American: 220: 36, 1969

Grad B., Cadoret R. I. and Paul G. L: The Influence of an Unorthodox Method of Treatment of Wound Healing of Mice: International Journal of Parapsychology: 3 :5, 1961

Grad B: A Talekinetic Effect in Plant Growth: International Journal of Parapsychology: 6:473, 1964

Grad B: Some Biological Effects of the Laying-on-of Hands: Journal of the American Society for Psychical Research: 59:2, 1965

Grad B: 'The Laying on-of-Hands', Implications for Psychotherapy, Gentling and Placebo Effect' Journal of the American Society for Psychical Research: 61:286, 1967

Barry J: 'General and Comparative Study of Psychokinetic Effect on Fungus Culture' : Journal of Parapsychology: 32:237, 1968

Richmond N: 'Two Series of Psychokinetic Tests on Paramoecia: Journal of the Society of Psychical Research: 11:221, 1963.

किमया स्पर्शाची

सतराव्या शतकाच्या अखेरीला श्वेतवर्णी युरोपीय दर्यावर्दी पॅसिफिक महासागरातील फिजी बेटांच्या पलिकडेच असलेल्या सामोआ बेटांच्या समूहात पोहोचले आणि त्यांना आश्चर्याचा धक्काच बसला! अरेबिअन नाईट्स या सुप्रसिद्ध ग्रंथात सिंदबाद दर्यावर्दी एका सफरीत भरकटत आंधळ्या लोकांच्या बेटावर पोहोचल्याची कथा वर्णन केली आहे. जवळपास तसाच अनुभव या श्वेतवर्णियांना आला. बेटावरील बहुतेक रहिवासी आंधळेच होते आणि त्याहीपेक्षा आश्चर्याची बाब म्हणजे हे अंध रहिवासी कोणत्याही वस्तूला स्पर्श होताच त्या वस्तूचा रंग-रूप सहजगत्या वर्णन करून सांगत.

दुसऱ्या जागतिक महायुद्धानंतर फान्समधील नेत्रशल्यविशारद डॉ. ज्यूल रोमिआँ युद्धकाळात दृष्टी गमावून बसलेल्या सैनिकांवर उपचार करीत असत. त्यात पूर्णपणे अंध झालेले काही सैनिक होते. ते दृष्टी नसतानादेखील इस्पितळातील दिवे लागले आहेत किंवा नाही हे सहज सांगू शकत. डॉ. ज्यूल रोमिआँ यांचे कुतूहल जागृत झाले. त्यांनी या 'रुग्णां'ची अधिक तपशिलवार पाहणी केली, तेव्हा त्यांच्या नाकासभोवतीची काही त्वचा व बोटांची अग्रे प्रकाशकिरणांना संवेदनशील असल्याचे निष्पन्न झाले.

स्कॉटलंड मेडिकल बोर्डाच्या अहवालात १९५६ मध्ये एका जन्मांध मुलाने वेगवेगळ्या रंगांचे प्रकाशकिरण सहज ओळखून दाखविल्याचे प्रयोग नमूद केले आहेत. अमेरिकेतील व्हर्जिनिया राज्याच्या मेडिकल बोर्डने १९६० च्या अहवालात एका किशोरीवर याच धर्तीचे प्रयोग केल्याचे वर्णन आहे. डोळ्यांवर जाड पट्टी बांधून व दृष्टी पूर्णपणे बंद करून ही किशोरी केवळ बोटांच्या अग्रांनी स्पर्श करून मोठ्या ठळक अक्षरात छापलेला मजकूर वाचून दाखवीत असे.

कास्फियन समुद्राच्या ईशान्येला उरल या डोंगराळ प्रदेशात राहणाऱ्या रोझा कुलेशोव्हा या नावाच्या युवतीने केलेल्या 'दृष्टिविहीन पाहण्या'च्या (आयलेस व्हिजन) प्रयोगांना १९६५ च्या सुमारास युरोपमध्ये अमाप प्रसिद्धी मिळाली. या प्रयोगांच्या अहवालात मानसिक शक्तीबाबत बरेच काही सांगितले गेले. रोझा स्वत: अंध नाही;

परंतु अंध कुटुंबातच वाढल्यामुळे लहानपणीच ती 'ब्रेल लिपी' वाचण्यास शिकली. १९६२ मध्ये एका रशियन नेत्रतज्ज्ञाचे या जगावेगळ्या युवतीकडे लक्ष वेधले गेले आणि त्याने रोझाला मॉस्को येथे आणून सोव्हिएत अॅकॅडेमी ऑफ सायन्सेसमध्ये जाणकार शास्त्रज्ञ आणि प्रतिष्ठित निमंत्रितांच्या उपस्थितीत प्रयोग करायला लावले.

सर्वांसमक्ष डोळ्यांवर कणकेचे गोळे चिकटवून त्यावर सर्जिकल कॉटनचा जाड पट्टा ठेवून त्यावर जाड कापडाची पट्टी बांधून रोझाची दृष्टी बंद करण्यात आली. नंतर निमंत्रितांनी आपल्यासमवेत आणलेल्या डायऱ्या, कागदपत्रे वगैरे साहित्यांपैकी कोणतेही पान उघडून रोझासमोर धरण्यात येई. त्यावर बोटांची अग्रे टेकवून रोझा कागदावरील मजकूर वाचून दाखवी.

या प्रयोगांना प्रसिद्धी मिळाल्यामुळे प्रख्यात रशियन न्यूरॉलॉजिस्ट डॉ. शेफर यांचे रोझाकडे लक्ष वेधले गेले. त्यांनी स्वत: काळजीपूर्वक पट्टी बांधून रोझाला कोणत्याही प्रकाराने दिसणार नाही, अशी खात्री करून घेतली आणि नंतर तिला एका जाड पडद्यासमोर बसविले. पडद्याला दोन छिद्रे होती. त्यातून फक्त हात जेमतेम पलीकडे खुपसता येईल इतकाच वाव होता. पलीकडे तीन वेगवेगळ्या रंगांचे कागद ठेवले होते. त्यांना स्पर्श होताच रोझाने त्या कागदांचे रंग सहज ओळखून दाखविले.

वेगवेगळे रंग वेगवेगळ्या प्रमाणात उष्णता शोषून घेतात, त्याचा कदाचित रोझाला फायदा मिळू शकत असेल, या कल्पनेने डॉ. शेफर यांनी ते कागद कमी-अधिक तापमानात वेगळे ठेवून पुन्हा ओळखण्यास सांगितले. रोझाने जराही चूक न करता ते सहज ओळखून दाखविले. मग कदाचित कागदांच्या पोतामुळे (टेक्श्चर) तिला काही सुगावा लागत असेल, म्हणून डॉ. शेफर यांनी ते कागद काचेच्या आवरणाखाली ठेवून ओळखण्यास सांगितले आणि रोझाने पुन्हा एकदा अचूकपणे रंग ओळखून दाखविले. इतकेच नव्हे तर त्यानंतर काचेखाली ठेवण्यात आलेल्या एका सांगितिक नोटेशनच्या कागदावरील सुरावट व्यवस्थित वाचून दाखविली. एका वर्तमानपत्राचे कात्रणदेखील वाचून दाखविले. या सर्व खटाटोपात काही चूक होऊ नये किंवा गैरफायदा मिळू नये म्हणून डॉ. शेफर यांनी स्वत: रोझाचे डोळे इतके घट्ट दाबून धरले होते, की त्यानंतर बराच काळ रोझाला आपली दृष्टी व्यवस्थित वापरणे अशक्य होऊन बसले.

या प्रयोगांच्या वेळी प्रख्यात सोव्हिएत मनोवैज्ञानिक डॉ. ए. नोव्होमेस्की स्वत: उपस्थित होते. त्यांनी रोझाचे डोळे बांधलेले असताना जेव्हा तिने पडद्यातून पलीकडे हात खुपसले, तेव्हा त्या हातांवर रंगीत प्रकाशाचे कवडसे टाकले. रोझाने प्रत्येक कवडसा हातावर पडल्याक्षणीच त्याचा रंग अचूकपणे सांगितला. या आगळ्या अनुभवामुळे डॉ. नोव्होमेस्की यांनी युरोपातील जनतेचे सर्वेक्षण करण्यास सुरुवात केली आणि सरासरीने प्रत्येक सहा जणांमध्ये एकाला अशी दृष्टिविहीन पाहण्याची संवेदना सुप्त वा जागृतावस्थेत

असू शकते असा निष्कर्ष काढला. त्यानंतर अशी जागृत संवेदना असणाऱ्या एकूण ८० व्यक्ती निवडून त्यांना दृष्टिविहीन पाहण्याचे धडे देण्यास प्रारंभ केला. त्यातील बहुतेकांनी आपापले अनुभव नमूद करून ठेवले आहेत. त्यात पिवळा रंग गुळगुळीत असतो, लाल रंग चिकट असतो, जांभळ्या रंगामुळे त्वचा तडतडल्यासारखी जाणीव होते वगैरे नोंदी आहेत. म्हणजेच प्रत्येक रंगाचा विशिष्ट वेगळा पोत असावा. स्वर्ड लोव्हस्क येथील अंधशाळेतील विद्यार्थ्यांना जेव्हा हे तंत्र शिकविले, तेव्हा तेथील जन्मांध विद्यार्थ्यांनी ''या जाणिवा आम्हाला पूर्वीपासूनच होत्या; परंतु त्याचा अर्थ कुणी विषद करून सांगितला नव्हता.'' असे बोलून दाखविले.

हे सर्व विद्यार्थी निरोधित (इन्सुलेटेड) तबकात ठेवलेल्या वस्तूंना स्पर्श न करतादेखील त्याचा रंग सांगू शकत; परंतु त्याच वस्तू 'सुवाहक' तबकात ठेवून त्याला विद्युताग्र जोडले तेव्हा मात्र त्यांना त्या वस्तूंचे रंग ओळखणे अत्यंत जड गेले. याचा सरळच अर्थ असा, की दृष्टिविहीन पाहण्यात आणि रंग ओळखण्यात विद्युत चुंबकीय लहरींचा निश्चितच काही तरी संबंध असावा.

अमीबा, हैड्रा वगैरे सूक्ष्मतर प्राणी वेगवेगळ्या प्रकाशलहरींना वेगवेगळ्या प्रतिक्रिया दर्शवितात. शरीरातील रासायनिक क्रियांवर त्यांचा काही तरी परिणाम होत असल्यामुळेच या प्रतिक्रिया उद्‌भवतात हे उघड आहे. अंध व्यक्ती चेहऱ्यावरील त्वचेने, जिभेने, कानाच्या पाळ्यांनी अथवा पावलांच्या बोटांनीदेखील प्रकाशाची जाणीव घेऊ शकतात. यापैकी कोणत्याही ठिकाणी प्रकाश संवेदनेसाठी खास वैशिष्ट्यपूर्ण चेतापेशी नसतात. सर्वसामान्य पेशींची संवेदनाच तेथे कार्यरत असते आणि तेथेदेखील या सर्वसामान्य पेशी वेगवेगळ्या रंगलहरींना वेगवेगळा प्रतिसाद देत असणार. अन्यथा वेगवेगळे रंग ओळखणे शक्यच नाही आणि मग हे जर सत्य असेल, तर गूढवादी वेगवेगळ्या रंगांना वेगवेगळे गुणधर्म असल्याचे जे प्रतिपादन करीत असतात त्यात कितपत सत्य असू शकेल?

व्यावसायिक मंडळींनी तर याची एक अनुभवसिद्ध संहिताच तयार केली आहे. त्यातील काही निष्कर्ष आज अंतर्गत सजावटीत आणि नव्या फॅशनमध्ये वापरले जातात. अर्थात त्यातील काही निष्कर्ष मनोवैज्ञानिकदेखील असू शकतील. उदाहरणार्थ, साखरेच्या वस्तू हिरव्या रंगाच्या वेष्टनात फार कमी प्रमाणात विकल्या जातात. खाद्यपदार्थ निळ्या रंगाच्या वेष्टनात बांधल्यास खावेसे वाटत नाहीत. सौंदर्य प्रसाधने तपकिरी रंगाच्या वेष्टनात बांधल्यास अत्यंत कमी प्रमाणात विकली जातात, वगैरे.

मानसिकतेच्या दृष्टीने रात्रीच्या आकाशाचा निळा रंग हा विश्रांती आणि मन:शांती यांचा निदर्शक मानला गेला. तेजस्वी पिवळा दिवसाचा स्वच्छ सूर्यप्रकाश उत्साह, कार्यक्षमता वगैरे दर्शवितो. पुरातन काळी आदिमानवाचा एकमेव उद्योग म्हणजे शिकार. तेव्हा रक्ताचा लाल रंग हा उसळत्या भावनांचा आणि क्रोधाचा निदर्शक

बनला, तर त्याउलट वनस्पतींचा हिरवागार रंग प्रसन्नता आणि शांतीचे प्रतीक मानला गेला. रंगलहरी मानसिकतेवर म्हणजेच पर्यायाने शरीरक्रियांवर परिणाम करतात असा अनुभव आहे. सतत लाल प्रकाशात वावरणाऱ्या व्यक्तींचा श्वासोच्छ्वास जलद चालतो. हृदयाचे स्पंदन जलद चालते आणि रक्तदाब वाढतो. या उत्तेजक परिणामांमुळेच कदाचित लाल रंग धोका निदर्शक म्हणून उपयोगात आणला जात असावा. निळा रंग याच्या बरोबर विरुद्ध परिणाम दर्शवितो. उत्साह निदर्शक पिवळा रंग आता बऱ्याच देशात रुग्णवाहिका आणि पोलीस वाहनांसाठी उपयोगात आणला जातो.

प्रगत सौंदर्यशास्त्रातील संकेत, उपजत मानसिकता आणि रंगछटांची जाणवणारी संवेदना यांची एक रंगप्रणालीच प्रस्थापित करण्यात आली आहे. स्वित्झर्लंडमधील बॅसेल येथे ठरविण्यात आलेल्या 'ल्यूशर रंग संहिते'त पंचवीस वेगवेगळ्या रंगछटा आणि त्यांचे निष्कर्ष नमूद करण्यात आले आहेत. गडद निळा रंग भावनांची सखोलता, चमकदार पिवळा चपलता आणि प्रसंगावधान, शेंदरी लाल रंग निश्चय आणि मनोनिग्रह यांचे द्योतक आहे, वगैरे वगैरे. रुग्णालयात दाखल केलेले रुग्ण, मनोविकृतींनी पछाडलेले रुग्ण, महत्त्वाच्या मुलाखतीच्या वेळी परिधान करण्याची रंगसंगती वगैरे प्रसंगी या रंगसंहितेचा उपयोग करण्यात येतो.

राहत्या निवासस्थानाचा रंग आणि परिधान केलेल्या कपड्यांचा रंग यावरून मानसशास्त्रज्ञ व्यक्तीच्या मानसिकतेबाबत अनुमान करतात. एरवी आपल्या रोजच्या जीवनरहाटीतदेखील कुणी नवा पेहराव परिधान केला, तर आपण सहजच 'अरे वा! हा रंग तुम्हाला किती खुलून दिसतो...' वगैरे उद्गार काढतो. यात खरे तर आपली स्वत:ची त्या रंगाबाबत असलेली मानसिकता आणि नंतर आपल्या मनात त्या व्यक्तीची असलेली प्रतिमा या दोन्हींची सांगड घालूनच हा उद्गार निघालेला असतो. कदाचित त्यात काही सौंदर्यशास्त्राचे संकेतदेखील अंतर्भूत झालेले असतील; परंतु त्या व्यक्तीचे वैयक्तिक विद्युत चुंबकीय क्षेत्र आणि परिधान केलेल्या रंगछटेची लहरलांबी यांचा मिलाप आपल्या तोंडून हा उद्गार वदवीत असावा.

प्राण्यांच्या शरीरावरील रंग त्यांच्या सभोवतालच्या आसमंताशी मिळते-जुळते असतात. त्यामुळे त्यांचे शत्रूपासून संरक्षण होते. प्राणी स्वत:च्या इच्छेनुसार हे रंग निर्माण करीत नाहीत. मग ते कसे निर्माण होतात? कदाचित त्यांच्या शरीराचे विद्युत चुंबकीय क्षेत्र आणि त्यांच्या विशिष्ट आसमंताची त्या वैयक्तिक क्षेत्रासमवेत काही तरी क्रिया-प्रतिक्रिया होऊन तर हे रंग निर्माण होत नसतील? शॅमेलॉन नावाचा सरडा आपल्या शरीराचे रंग झटकन बदलून आसमंतात दिसेनासा होतो; परंतु यात त्याच्या दृष्टीचा भाग काही नसतोच. कारण आंधळ्या शॅमेलॉनच्या शरीरावरील रंगदेखील तितक्याच तत्परतेने बदलले जातात, हे शास्त्रज्ञांना ठाऊक झाले आहे.

या सहकंपनाबाबत (रिझोनन्स) बोलायचे झाले, तर अनेक रसिकांना जुन्या

ऐतिहासिक वस्तू, मूर्ती वगैरे जमविण्याचा छंद असतो. हा छंद अत्यंत महागडा आहे आणि त्यात अनेकदा फसवणूक होते; परंतु या व्यवसायात असणाऱ्या काही व्यक्ती मात्र एखादी वस्तू केवळ हातात धरून ती अस्सल आहे किंवा नकली आहे हे सांगू शकतात. हा निष्कर्ष काढताना ते कोणती परिमाणे लावतात, हे त्यांचे त्यांनाच सांगता येत नाही; परंतु त्यांचे निष्कर्ष मात्र बहुधा अचूक असल्याचे आढळून येते. हा काय प्रकार असावा? यातदेखील या व्यक्तींची मानसिक विद्युत चुंबकीय स्पंदने आणि त्या विशिष्ट वस्तूंचे सहकंपन असा तर भाग नसेल? कारण या व्यक्ती 'याचा स्पर्श ठीकच वाटतोय...' (इट जस्ट फील्स राइट) असे बोलताना आढळतात.

आणि मग हेच सूत्र पुढे चालविताना आपण बार्लीच्या रोपांना विशिष्ट मनोवृत्तीच्या व्यक्तींनी हाताळलेले पाणी सिंचन करण्याचा प्रयोग पाहिला. त्यात जर तथ्य आहे असे म्हटले तर केवळ अर्धा तास पाणी हाताळल्यामुळे पाण्याच्या गुणधर्मात फरक पडतो, हे मान्य करावयास हवे आणि हेच गणित पुढे मांडून एखाद्या व्यक्तीने पंधरा-वीस वर्षे वापरलेले पेन अथवा घड्याळ यांच्या गुणधर्मात किती फरक पडत असेल? अशा वापरलेल्या वस्तू हाताळून हरविलेल्या व्यक्तींचा शोध लावण्याचे एक विशिष्ट तंत्र 'सायकोमेट्री' काही तांत्रिकांनी विकसित केले आहे. गुन्हा अन्वेषणातदेखील काही वेळा त्यांचे साह्य उपयुक्त ठरल्याचे दाखले आहेत.

झेकोस्लोव्हाकियातील रॉबर्ट पाव्हलिटा हा एक नावाजलेला वस्त्रोद्योग तज्ज्ञ विव्हिंग मास्टर आणि वृत्तीने कलावंत मनुष्य; परंतु वेगवेगळी जुनी हस्तलिखिते, पोथ्या गोळा करून त्यात वर्णन केलेले प्रयोग अनुसरून वेगवेगळ्या गुणधर्माचे मिश्रधातू (ॲलॉय) निर्माण करणे हा त्याचा आवडता छंद. किमयागारीच्या (अलकेमी) असंख्य पोथ्या त्याच्या संग्रही आहेत. त्यात वर्णन केलेल्या काही प्रयोगांनुसार त्याने काही विचित्र दिसणाऱ्या मिश्रधातूंच्या वस्तू निर्माण केल्या. त्यांपैकी एक वस्तू जितकी अधिक हाताळावी तितके तिचे चुंबकीय गुणधर्म अधिकाधिक वाढत जातात आणि ती वस्तू लाकूड, पितळ वगैरे चुंबकीय गुणधर्म नसलेल्या वस्तूदेखील आकृष्ट करू शकते आणि त्यातदेखील अधिक आश्चर्य म्हणजे त्या वस्तूचे हे गुणधर्म पाण्याखालीदेखील प्रभावी ठरतात. जणू ते एखादे स्वयंचलित जनित्रच असावे.

पाव्हलिटाने आपले 'जनित्र' प्रयोग करण्यासाठी म्हणून ऱ्हाडेक क्रॅलोव्ह विद्यापीठाच्या भौतिकशास्त्र विभागात आणून ठेवले. तेथे टेबलावरील एक विजेचा पंखा सुरू केला आणि हे 'जनित्र' एका डब्यात बंद करून पंख्याशेजारीच ठेवले. पाव्हलिटा पंख्यापासून सहा फूट अंतरावर उभा राहून पंख्याकडे टक लावून पाहात राहिला. काही क्षणांतच विद्युतप्रवाह बंद पडावा त्याप्रमाणे पंखा हळुहळू फिरावयाचा बंद झाला आणि पूर्णपणे थांबला. इतकेच नव्हे तर उलट दिशेने फिरू लागला.

सर्व प्राध्यापकांनी आणि संशोधकांनी वारंवार तपासणी करून त्यांना पंख्यात

किंवा विद्युतप्रवाहात काही बिघाड झाल्याचे सापडेना; परंतु पंखा मात्र बंद पडत असे. नंतर त्यांनी पाव्हलिटाचे मिश्रधातूचे जनित्रदेखील नाना पद्धतींनी तपासले; परंतु त्यांना काहीही स्पष्टीकरण देता येईना. नंतर झेक शासनाने विख्यात संशोधक देनेक रेयडाक यांची खास नेमणूक करून हे गूढ उलगडण्याचा प्रयत्न केला; परंतु त्यांनादेखील काहीही स्पष्टीकरण देता आले नाही आणि किमयागिरी आजतागायत 'किमया'च राहिली.

सर रॉबर्ट बॉइल यांच्या १६६१ मध्ये प्रकाशित झालेल्या 'स्केप्टिकल किमिस्ट' या ग्रंथामुळे पृथ्वी, आप, तेज आणि वायू या चार मूलतत्वांमुळे चराचराची निर्मिती झाली या ॲरिस्टॉटलच्या प्रस्थापित सिद्धांताला मूठमाती मिळाली. (आपल्याकडील ऋषीमुनींनी केवळ मानसिक शक्तीच्या जोरावर मांडलेला पृथ्वी, आप, तेज, वायू आणि आकाश या पंचमहाभूतांच्या सिद्धांताची आठवण व्हावी.) प्रीस्टले यांनी प्राणवायू शोधून काढला आणि लॅव्हायसिए यांनी हवा आणि पाणी यांचे पृथ:करण करून दाखविले. तेव्हा मूलद्रव्य ही धारणा प्रस्थापित झाली आणि एका मूलद्रव्याचे दुसऱ्या कोणत्याही मूलद्रव्यात रूपांतरण होणे ही कल्पना हास्यास्पद वाटू लागली. साहजिकच किमयागिरीतील अद्‌भुत रोमांचकता संपुष्टात आली.

परंतु नंतर १९१९ मध्ये लॉर्ड रुदरफोर्ड यांनी नायट्रोजन वायूवर अल्फा कणांचा मारा करून त्याचे ऑक्सिजनमध्ये रूपांतरण करून दाखविले तेव्हा 'किमयागरी' तितकी हास्यास्पद नव्हती हे पुन्हा एकदा प्रत्ययाला आले.

थोर तत्वचिंतक मानसशास्त्रज्ञ जंग याने याबाबत आपल्या आत्मचरित्रात काही मननीय विचार मांडले आहेत. त्याच्या मते किमया ही रसायनशास्त्राची जननी असण्यापेक्षा मानसशास्त्र आणि आधुनिक मनोवैज्ञानिक शास्त्राची जननी असण्याचीच अधिक शक्यता आहे. दहा वर्षांपेक्षा अधिक काळ संशोधन केल्यानंतर कोणत्याही 'धातूचे सोन्यात रूपांतरण करणारा 'परिस' मानवाला दीर्घायुष्य आणि मानसिक उन्नती देतो, असे त्याने प्रतिपादन केले आहे. त्यासाठी विश्वातील ऊर्जाशक्तिंसमवेत संपर्क साधण्याची मानवाची उत्कट आणि प्रबळ इच्छा हाच त्याचा केंद्रबिंदू आहे, असे डॉ. कोलिन विल्सन यांनी स्पष्ट शब्दात नमूद केले आहे.

लेबॅनॉनमध्ये काचेप्रमाणे पारदर्शक दिसणाऱ्या टेक्टाइट या द्रव्याचे तुकडे सर्वत्र विखुरलेले आढळतात. टेक्टाइट हा ॲल्युमिनियम या धातूचा समान गुणधर्मी (रेडिओआयसोटोप) आहे. तो निर्माण करण्यासाठी आज २००० अंश सेल्सिअसपेक्षा अधिक उष्णता निर्माण करावी लागते. अशा खास पद्धतीच्या भट्ट्या त्या प्राचीन काळात कुणी बनविल्या असाव्यात? आणि कशासाठी?

दक्षिण अमेरिकेत पेरू, बोलिव्हिया देशांच्या दरम्यान प्राचीन 'इंका' संस्कृतीची प्रचंड बांधकामे आजदेखील अस्तित्वात आहेत. पंधरा ते शंभर टन किंवा त्याहून

अधिक वजनाचे पाषाण सुरेख तासून चुना, सिमेंट वगैरे काही न वापरता एकमेकांना इतके उत्तम जोडले आहेत, की त्यात दाढी करण्याचे सेफ्टी रेझरचे पातेदेखील खुपसणे अशक्य आहे. मग हे कसे घडले असेल? की पाषाण मऊ, लिबलिबीत करून एकमेकांना चिकटविण्यात आले होते?

पेरू देशातच असलेल्या नाजकाच्या पठाराजवळील उत्खननात एका थडग्यात काळ्या रंगाच्या द्रवाने भरलेले एक मडके आढळून आले. या द्रवामुळे पाषाण खूपच मऊ आणि लिबलिबीत होतात, असे एरिक व्हॉन डॅनिकेन या संशोधकाने नमूद केले आहे.

कदाचित, त्या प्राचीन काळातील किमया शास्त्रज्ञांना विशिष्ट प्रयोगाने द्रव्यावर नियंत्रण मिळवून त्यापासून ऊजानिर्मिती कशी करावी याचे ज्ञान असेल. रॉबर्ट पाव्हलिटाच्या विलक्षण जनित्राचे रहस्य यातच दडलेले असणार.

जादू किमया आणि विज्ञान या सर्वांमध्ये एक समान सूत्र असे आढळते, की विश्वातील भिन्नरूप गोष्टी काही तरी अंतस्थ सूत्राने एकमेकांशी निगडित असतात आणि ते जाणून घेण्याचा आणि त्यावर नियंत्रण मिळविण्याचा माणूस सतत प्रयत्न करीत असतो. या प्रयत्नात अनेक बारीकसारीक बाबी अंतर्भूत असतात; परंतु त्यातल्या महत्त्वाच्या बाबी कोणत्या आणि त्याज्य कोणत्या याचा निर्णय त्याला नीटपणे करता येत नाही आणि मग पुन:श्च यश मिळविण्यासाठी सर्व प्रयत्न, त्या सर्व बारकाव्यांसहित जसेच्या तसे केले जातात आणि नेमकी येथेच अंधश्रद्धा निर्माण होते.

हा मुद्दा अधिक स्पष्ट होण्यासाठी एक उदाहरण पहा. दक्षिण आफ्रिकेत पेडी या नावाची आदिवासी जमात आहे. पोटाचे विकार बरे करण्यासाठी हे आदिवासी एक विलक्षण उपाययोजना करतात. प्रथम एका पडवळाचा तुंबा तयार करतात. नंतर एका तिरळ्या मुलाला धान्याचे काही दाणे चघळण्यास देतात. नंतर हे अर्धवट चावलेले ओलसर दाणे त्या तुंब्यात भरून नदीकाठावरील एका विशिष्ट झाडाला टांगून ठेवतात आणि चार-पाच दिवसांनी ते औषध 'सिद्ध' झाल्यानंतर रुग्णाला खाण्यास देतात. अनेक रुग्ण त्यामुळे बरे झाल्याची उदाहरणे सांगण्यात येतात.

आता त्या अर्धवट चावलेल्या ओल्या दाण्यांवर पेनिसिलियमसारखी एखादी बुरशी जमत असावी. त्यासाठी कदाचित पडवळाचाच तुंबा किंवा त्या विशिष्ट वृक्षाचे सान्निध्य आवश्यक असू शकेल; परंतु त्या मुलाच्या 'तिरळ्या' दृष्टीचा कोणता प्रभाव यात असू शकेल? येथेच अंधश्रद्धेला सुरुवात होते.

मनोगतिकी ही मानसिक शक्ती आहे आणि स्वत:च्या विद्युत चुबंकीय क्षेत्रात या मानसिक स्पंदन लहरींची भर घालून आपण मनोगतिकी किंवा विचारचित्रे यांचे प्रयोग सिद्ध करू शकतो, इतकेच ज्ञान याबाबत उपलब्ध झाले आहे. जेव्हा यातील

कार्यकारणभाव स्पष्टपणे कळून येईल, तेव्हा आपला पर्यावरणाशी असलेला संबंध अधिक स्पष्टपणे कळून येईल.

'किमया शास्त्रज्ञां'ना (अलकेमिस्ट) यातले काही ज्ञान होते याचा पुरावा आज उपलब्ध आहे. सर रॉजर बेकन, सर ऐझॅक न्यूटन इत्यादी विख्यात शास्त्रज्ञदेखील किमया संशोधनात रस घेत होते हा इतिहास आहे.

किमया ही विद्या जर मूलद्रव्यांना नियंत्रित करून त्याचे रूपांतरण करू शकत असेल, तर त्याच मूलद्रव्यांपासून बनलेल्या मानवाचेदेखील अधिक उन्नत, अधिक बुद्धिमान आणि सामर्थ्यशाली मानवात रूपांतरण होण्यास काय हरकत आहे?

संदर्भ

Edwards F.: 'People Who Saw Without Eyes': Strange People: Penguin Books, London, 1970.

Ivanov A.: 'Soviet Experiments in Eyeless Vision': International Journal of Parapsychology: 6, 1964.

Rosenfeld A.: 'Seeing Colours with the Fingers': Life, 12th June, 1964.

Novemeisky A.: 'The Nature Of Demo-Optic Response': International Journal Of Parapsychology: 7:4, 1965.

Scott I. A.: 'The Luscher Colour Test': Jonathan Cape, London, 1970.

Lethbridge T. C.: 'A Step in the Dark': Routledge and Kegan Paul, London, 1967.

Ostrander S. and Schroeder L: Psychic Discoveries Behind the Iron Curtain: Englewood Clifts N. J. Prentice Hall, 1971.

Wilson C.: 'The Occult': Holder and Slougton, London, 1971

Sanderson I. J.: 'Could Ancient Sculptors Soften Stone?' Fate Magazine, 1963.

Danyken Eric Von: 'Stones of Kiribati': Corgi Books, London, 1983.

Lorenz K.: 'On Aggression': Mathuen, London, 1966.

बोलक्या हस्तरेषा

विश्वातील प्रत्येक द्रव्य (मॅटर) हे ऊर्जाशक्तीचे एक स्वरूप आहे, असा भौतिकी सिद्धांत आहे; परंतु सजीव मात्र एक वेगळेच रूप आहे. त्यात अनेक द्रव्ये अत्यंत गुंतागुंतीच्या रचनेत एकमेकांशी निगडित असतात आणि ती गुंफण सतत अस्थिर राहील अशी योजना असते. या एकूण गुंफणीचा मेंदू हा नियंत्रक संपर्काधिकारी असतो. येथपर्यंत द्रव्य आणि ऊर्जाशक्ती वगैरे भौतिकीशास्त्राची भाषा वापरून सजीवाचे वर्णन करता येते; परंतु 'मन' या अस्तित्वाची व्याख्या अथवा वर्णन करता येत नाही.

मनाचा पडताळा केवळ निरीक्षणातूनच अनुभवाला येतो. शरीरक्रियातज्ज्ञ (फिजिऑलॉजिस्ट) आणि संशोधक मेंदूतून बाहेर पडणाऱ्या विद्युत चुंबकीय स्पंदन लहरींचे निरीक्षण करून ते मनाचे द्योतक असल्याचे प्रतिपादन करतात. आचारशास्त्रज्ञ (इथॉलॉजिस्ट) माणसांच्या वर्तनाचे वेगवेगळे प्रकार तपासून ते मनाचे प्रतिबिंब असल्याचे मानतात. कधी वर्तनात बदल आढळून आल्यास मानसिकतेत बदल घडल्याचे प्रतिपादन करतात; परंतु याच्यापलीकडे जाऊन त्यांना 'मन' या अस्तित्वाच्या जवळ जाता येत नाही.

सतर्क आणि सावध राहण्याची अवस्था आणि जाणीव केवळ मनामुळेच शक्य आहे. मानवाखेरीज इतर प्राण्यांमध्येदेखील जाणिवा आहेत, सतर्कतादेखील असते. इतर प्राण्यांचे मनदेखील मानवी मनाप्रमाणेच कार्य करीत असावे; परंतु माणूस निर्गुण, निराकार किंवा अमूर्त गोष्टींचा विचार करू शकतो, ते इतर प्राण्यांना शक्य नसावे. अर्थात मनाच्या कार्यपद्धतींबाबतच्या कल्पना अद्याप अत्यंत अस्पष्ट आहेत.

मानवी शरीर आसमंतातील लहान-मोठ्या चेतनांना योग्य तो प्रतिसाद देत असते. प्राण्यांमध्येदेखील ही संवेदनशीलता असते; परंतु भावना व्यक्त करण्यासाठी आवश्यक असलेली भाषा आणि बोलणे मात्र त्यांच्या जवळ नाही. अर्थात 'भाषा' किंवा 'बोलणे' हे भावना व्यक्त करण्याचे एकमेव साधन नाही. डोळे, चेहरा, आवाज यांच्याद्वारेदेखील भावना व्यक्त होऊ शकतात.

अमेरिकेतील शिकागो विद्यापीठाचे डॉ. एकहार्ड मेस यांनी या संदर्भात फार

सुरेख प्रयोग केलेत. अनेक सर्वसामान्य व्यक्तींना त्यांनी शक्यतो हावभाव न करण्याची विनंती केली आणि नंतर त्यांना काही आवडणाऱ्या, तर काही अत्यंत घृणास्पद वाटणाऱ्या गोष्टी दाखवून त्या त्या क्षणी त्यांची छायाचित्रे काढली. नंतर त्या सर्व छायाचित्रांची छाननी करताना त्यांना असे आठवून आले, की आवडणाऱ्या किंवा आकर्षक गोष्टी पाहताना डोळ्यातील बाहुल्या विस्फारित होतात. याउलट न आवडणाऱ्या गोष्टी दिसल्या तर डोळ्यातील बाहुल्या आकुंचित होऊन लहान होतात.

नंतर त्यांनी एका सुंदर युवतीचे आकर्षक दिसणारे छायाचित्र काढून त्याच्या दोन प्रती तयार केल्या आणि एका प्रतीतील डोळ्यांच्या बाहुल्या कौशल्याने मोठ्या विस्फारित दिसतील अशा रंगविल्या. नंतर ही दोन्ही चित्रे त्यांनी विद्यापीठातील अनेक युवकांना दाखविली आणि त्यांपैकी कोणते तरी एक चित्र पसंत करण्यास सांगितले. तेव्हा बहुतेक सर्व युवकांनी विस्फारित बाहुल्या असलेले सुंदरीचे चित्र अधिक आकर्षक असल्याचा अभिप्राय नोंदविला. थोडक्यात म्हणजे, त्या सुंदरीच्या डोळ्यातील विस्फारित बाहुल्यांचा 'तुम्ही मला आकर्षक वाटता' हा संकेत बहुतेक युवकांनी कळत नकळत ओळखला आणि स्वीकारला.

भ्रूणशास्त्रा (एम्ब्रीयॉलॉजी) नुसार चेतासंस्था, मेंदू, डोळे, कान आणि त्वचा गर्भाच्या बाह्यस्तरापासून (एक्टोडर्म) एकत्रच निर्माण होतात. साहजिकच इतर अवयवांच्या तुलनेत या सर्वांमध्ये अधिक जवळीक असणे स्वाभाविकच आहे. वाढणाऱ्या गर्भाचे निरीक्षण केले, तर गर्भावस्थेतील डोळा आणि कान ही दोन्ही मेंदूची उपांगे म्हणून विकसित होताना आढळून येतात. म्हणूनच कदाचित डोळ्यांच्या विस्फारित बाहुल्यांत डोकावून पाहणे म्हणजे मेंदूत डोकावून पाहण्यासारखेच आहे. हृदयाचे स्पंदन जलद गतीने होणे, श्वासोच्छ्वास जलद चालणे आणि रक्तदाब वाढणे या शरीराच्या अवस्था विस्फारित बाहुल्यांशी निगडित असल्याचे दिसून येते.

भावनांचा क्षोभ होणे अथवा भावना उद्दीपित झाल्या असताना हृदयाचे स्पंदन वाढणे, श्वासोच्छ्वास जलद चालणे, रक्तदाब वाढणे या गोष्टी घडतच असतात. त्याचबरोबर शरीराला घाम फुटत असतो. घाम फुटत असताना बहुधा तळहाताला सर्वप्रथम घाम फुटतो. याला इंग्रजीत 'सायकोगॅल्व्हानिक प्रतिसाद' अशी संज्ञा आहे. माणूस क्षोभित झाला, की तळहाताच्या त्वचेखाली असणारे चेतातंतू आणि चेतापेशींद्वारे विद्युत चुंबकीय वादळ (क्षोभ) निर्माण होते. हा क्षोभ विद्युत उपकरणांवर सहज मोजता येतो. या क्षोभाची परिणती घाम फुटण्यात होते. 'पॉलिग्राफ' म्हणजेच 'लाय डिटेक्टर' या उपकरणावर एखाद्या संशयित व्यक्तीची चाचणी घेताना या घाम फुटणाऱ्या वादळाचा सर्रास उपयोग केला जातो; परंतु न्यायालयात मात्र हा पुरावा ग्राह्य धरला जात नाही. कारण या प्रतिक्रियेत सत्य - असत्य यापेक्षा भावनिक

उद्दीपनाचा आणि मानसिक क्षोभाचाच भाग अधिक असू शकतो.

आपल्या दैनंदिन जीवनात आजुबाजूला अनेक माणसे मांडीवर अथवा भिंतीवर, टेबलावर वगैरे हात चोळून कोरडे करताना आढळतात. हा भावनिक उद्दीपनाचा भाग म्हणता येईल. पाश्चात्त्य रिती-रिवाजांमध्ये हस्तांदोलन हा एक महत्त्वाचा रिवाज मानला जातो आणि आता तर जगात बहुतेक सर्वत्र हा रिवाज पाळला जातो. रिवाज अतिशय चांगला आणि समर्पक आहे यात वादच नाही; परंतु त्याचे स्पष्टीकरण देताना काही तज्ज्ञ पूर्वी जेव्हा टोळ्या टोळ्यांमध्ये लढाया, युद्धे होत असत त्या वेळी समेटांची बोलणी करताना अथवा तहाची बोलणी करताना आपल्या हातात शस्त्र लपविलेले नाही, आपण निःशस्त्र अवस्थेत आलो आहोत, हे उघडपणे दाखविण्यासाठी ही हस्तांदोलनाची प्रथा किंवा रिवाज सुरू करण्यात आला असावा असा दावा करतात.

माझ्या मते हस्तांदोलनात त्याहीपेक्षा अधिक खोलवर अर्थ दडलेला असावा. भावनिक क्षोभामुळे ओलसर झालेला तळहाताचा स्पर्श स्नेहभावनेबाबत बरेच काही सांगून जात असावा. अर्थात हा तज्ज्ञांच्या अखत्यारीतील प्रांत असल्यामुळे त्यावर अधिक भाष्य करणे योग्य होणार नाही.

ज्या वस्तूला, ज्या ठिकाणी तळहाताचा स्पर्श होतो त्या जागेला अथवा त्या वस्तूला त्या हाताच्या मालकाचा विशिष्ट 'गंध' लागतो. 'कपि' किंवा शेपूट नसलेले वानर (गोरिला, चिपांझी, ओरांग उटान आणि बबून) या तळहाताच्या विशिष्ट गंधामुळे या परिसरात कुणी दुसरा नर वानर राहतो किंवा नाही हे सहज ओळखू शकतात. तळहाताला येणाऱ्या विशिष्ट गंधाव्यतिरिक्त तळहाताचे आणखी एक वैशिष्ट्य म्हणजे पृष्ठभागावरील त्वचेवर हिरक्यांप्रमाणे (स्ट्राएशन्स) भासणाऱ्या आणि एकमेकांना समांतर जाणाऱ्या अत्यंत तरल रेषा असतात. या रेषांमुळेच बोटांच्या अग्रावर शंख, चक्र किंवा शुक्ती (कमान) इत्यादी आकृती उमटलेल्या आढळतात. ही चिन्हे आणि त्यांची तपशीलवार ठेवण किंवा रचना प्रत्येक माणसात वेगवेगळी असते. कोणत्याही दोन व्यक्तींमध्ये ती कधीही एकसारखी असू शकत नाही. जुळ्या भावंडांमध्येदेखील त्यात फरक असल्याचे निश्चितपणे आढळते. भारतीय हस्तसामुद्रिक शास्त्रात शंख, चक्र, शुक्ती या चिन्हांचा काही प्रमाणात उपयोग केला जातो; परंतु त्याला फारसे महत्त्व दिले जात नाही. ख्रिस्त शकाच्या सातव्या शतकाच्या सुमारास चिनी लोकांनी भारतीयांकडून ही विद्या शिकून घेतली आणि त्यात भर घालून हस्तरेषांचे वर्गीकरण करण्याची पद्धत विकसित केली.

पोलिसखात्याच्या गुन्हे अन्वेषण विभागात या तरल रेषांचा खूपच उपयोग केला जातो. बोटांचे ठसे हा एक महत्त्वाचा पुरावा मानला जातो. मूल मातेच्या उदरात वाढत असताना तिसऱ्या-चौथ्या महिन्यात गर्भाच्या हातावर या तरल रेषा

उमटू लागतात आणि नंतर जन्मभर त्या कधीच बदलत नाहीत. या तरल रेषांमध्ये त्वचेमधील अत्यंत सूक्ष्म अशी घर्मछिद्रे असतात. ती विशिष्ट पद्धतीने मांडली गेलेली असतात. ती मांडणी नंतर कधीही बदलत नाही. प्रसंगी अपघाताने त्वचा जळाली किंवा जखम होऊन नष्ट झाली तरी कालांतराने निर्माण होणाऱ्या नव्या त्वचेवर घर्मछिद्रांची मांडणी पूर्वीप्रमाणे असल्याचे आढळून येते.

अनुवंशिकता शास्त्रात संशोधन करणाऱ्या मंडळींचे या रेषांकडे अगदी अलीकडेच लक्ष वेधले आहे. परंतु अद्याप त्यांच्यामध्ये एकमत नाही आणि पारंपरिक हस्तसामुद्रिकात या रेषांचा उपयोग केला जात नाही. एकोणिसाव्या शतकात झेक संशोधक आयान पार्किन्ये यांनी त्याबाबत उत्तम संशोधन केले. आजदेखील त्यांचे मत ग्राह्य धरले जाते. विसाव्या शतकाच्या पूर्वार्धात लंडनमधील शरीरक्रिया संघटनेने तळहाताला पडणाऱ्या घड्या आणि सुरकुत्या यांच्यामुळे निर्माण होणाऱ्या हस्तरेषांवर संशोधन करण्यास सुरुवात केली. उदाहरणार्थ - अंगठा आणि तर्जनी यांच्यामधून अंगठ्याच्या पायथ्याभोवती वर्तुळ काढीत मनगटाच्या बाजूला जाणारी 'आयुष्यरेषा' ('लाइफ लाईन') करंगळीच्या खालून तर्जनी आणि मध्यमेच्या मुळाकडे येणारी 'अंत:करणरेषा' ('हार्ट लाइन') तर्जनी आणि अंगठ्याच्या बेचक्यातून तळहाताचे आडवे दोन भाग करू पाहणारी 'मस्तकरेषा' ('हेड लाइन') मणिबंधातून अथवा आयुष्यरेषेतून उगम पावून मध्यमा - तर्जनीच्या मुळाकडे धावणारी 'भाग्यरेषा' ('फेट लाइन') इत्यादी. शरीरक्रिया संघटनेने असंख्य व्यक्तींच्या हातांचे ठसे आणि त्यांच्या आरोग्याचे अहवाल यांची सांगड घालण्याचा प्रयत्न केला. हस्तसामुद्रिक तज्ज्ञ किंवा हात पाहणारे ज्या पद्धतीने या रेषांचे विश्लेषण करतात, तसाच हा प्रयत्न आहे. परंतु अद्याप लक्षावधी रेषांचे वर्गीकरण करावयाचे आहे आणि या सुरकुत्या किंवा घड्या ठराविक पद्धतीनेच आणि ठराविक ठिकाणीच का उमटतात याचेही स्पष्टीकरण अजून मिळू शकत नाही.

डॉ. चार्ल्स डार्विन यांचे मावसबंधू सर फ्रान्सिस गाल्टन लंडन विद्यापीठात प्राध्यापक होते. त्यांनी आपल्या संशोधनाद्वारे 'युजेनिक्स' अथवा सुप्रजननशास्त्र या नवीन शास्त्रशाखेची निर्मिती केली. त्यांनी आपल्या संशोधनात लक्षावधी माणसांच्या हातांचे ठसे घेऊन त्यांचे -वर्गीकरण केले. लंडन विद्यापीठाच्या संग्रहात आजदेखील सर गाल्टन यांनी गोळा केलेले हे ठसे पाहावयास मिळतात. गाल्टन यांच्या नावाने युजेनिक्सची प्रयोगशाळा स्थापण्यात आली. तेथील संशोधकांनी १९५९ मध्ये डॉ. डाऊन्स सिन्ड्रोम अथवा मंगोलिझम म्हणजे वाढ खुंटण्याची दुर्धर अपंग अवस्था आणि मतिमंदपणा हे दोष दोषयुक्त रंगसूत्रामुळे (क्रोमोझम) निर्माण होतात. इतकेच नव्हे तर दोष निर्माण होण्याच्या पूर्वी बराच काळ अगोदर या मुलांच्या हातावर विशिष्ट 'कपिरेषा' ठळकपणे उमटलेली आढळते, हे संग्रहातील ठशांच्या आधारे सिद्ध केले.

जपानी डॉक्टरांच्या एका गटाने १९६७ मध्ये दोन लाखांहून अधिक अर्भकांच्या हातांचे ठसे आणि त्यांच्या आरोग्याबाबत असलेल्या इस्पितळातील नोंदी यांची सांगड घालण्याचा प्रयत्न केला, तेव्हा रेषा उमटण्याचे स्थान, रेषांची लांबी, रुंदी, रेषेवरील यव चिन्हे, त्रिकोण इत्यादींसमवेत थायरॉईड ग्रंथींचे कमी - अधिक स्त्रवणे, पाठीच्या कण्यातील दोष, मूत्रपिंड आणि यकृत यांची सांगड घालून हा दोष निर्माण होण्यापूर्वीच त्या संबंधीची निदर्शक चिन्हे अगोदरच हातावर दिसून येतात असे निष्पन्न झाले. त्यामुळे हे दोष केव्हा निर्माण होणार या माहितीबरोबर सध्या हे दोष निर्माण झाले आहेत किंवा नाही, अथवा ते नुकतेच बरे झाले आहेत येथपर्यंत अनुमान करण्याइतपत त्यांनी मजल गाठली आहे.

मेंदूतून येणारे चेतातंतू तळहाताच्या भागात इतक्या मोठ्या संख्येने असतात, की रुग्णाची जीभ पाहण्यापेक्षा हातच पाहणे अधिक सोयीचे ठरेल, असेही मत या गटातील जपानी डॉक्टरांनी व्यक्त केले. कारण संधिवातासारख्या दुखण्यात हातावरील त्वचा सूक्ष्म रूपेरी खवले (स्केल्स) निर्माण झालेले दाखविते. तर काविळीसारख्या व्याधीत संपूर्ण तळहात आणि नखे पिवळीधमक होतात.

काही तज्ज्ञांच्या मते हस्तरेषा या मूठ वळण्याच्या क्रियेमुळे निर्माण होतात. हे जर सत्य मानले, तर हस्तरेषा वारंवार बदलतात कशा? आणि अत्यंत राकट मजुरीसारखे काम करणाऱ्यापासून ते अत्यंत नाजूक कशिदा काढण्याइतपतच श्रम घेणाऱ्या उच्चभ्रू महिलेच्या हातावरील रेषादेखील बदलत राहतात ते कसे? या संदर्भात एक लक्षणीय घटना इस्पितळाच्या अहवालात नोंदविली गेली आहे. घराला रंग देणारा रंगारी खूप उंचीवरून खाली पडला आणि बेशुद्ध झाला. या बेशुद्धावस्थेत असताना कित्येक दिवस त्याच्या शरीराला लावलेल्या 'सलाईन'मधून त्याला खाणे-पिणे पुरविण्यात येत होते आणि या बेशुद्धीच्या कालावधीत त्याच्या तळहातावरील रेषा प्रयत्नपूर्वक पुसून टाकाव्यात त्याप्रमाणे संपूर्णपणे नाहीशा झाल्या होत्या. बऱ्याच कालावधीनंतर जेव्हा तो शुद्धीवर येऊ लागला, तेव्हा त्याच्या हातावरील रेषा पुन्हा हळुहळू उमटू लागल्या. हा काय प्रकार असावा?

मृत्यू जवळ आल्यावर हाताच्या स्नायूंवर वेगवेगळे ताण पडत असावेत. कारण तळहातावरील रेषा बदलू लागतात. मृत्यूनंतर त्यांचा आलेख संपूर्णपणे मोडला जातो.

कॅमिलो बाल्डा या स्कॉटलंडमधील गृहस्थाने 'हस्ताक्षरशास्त्रा'वरील पहिलेवहिले पुस्तक १६६२ मध्ये प्रसिद्ध केले. त्याचे शीर्षक होते 'हस्ताक्षर माणसाची स्वभाव - वैशिष्ट्ये दर्शविते.' त्यानंतर व्हॉन गटे, ब्राउनिंग, पो, व्हॉन गाफ, डॉ. सिग्मंड फ्रॉइड अशा अनेक नामवंत व्यक्तींनी त्यात रस घेऊन त्यावर लेखन केले. अलीकडे यात खूपच प्रगती झाली असून, हस्ताक्षरावरून शैक्षणिक आणि व्यावसायिक मार्गदर्शनदेखील केले जाते.

लेखनकला कुणालाही उपजत अवगत नसते. शिक्षकांच्या मार्गदर्शनाखाली परिश्रमपूर्वक अक्षरे गिरवावी लागतात; परंतु नंतर प्रौढ वयात लेखन करताना एक अक्षर लिहून झाल्यानंतर दुसऱ्या अक्षराचा विचार करावा लागत नाही. फक्त शब्दाचा उच्चार तेवढा विचारात असतो म्हणजे अक्षर आणि विचार यात थोडी तफावत पडते आणि साहजिकच ज्या वातावरणात माणूस शिकला, वाढला असेल त्या प्रवृत्तींचे प्रतिबिंब त्या अक्षराच्या रेखाटनात डोकावते. अक्षराची रेषा न् रेषा माणसाचे वैशिष्ट्ये सांगत असतात.

हस्ताक्षरतज्ज्ञ अक्षराचा झुकाव (स्लँट) लिहिताना पडलेला दाब, आकृती रेखाटन, दोन शब्दातील अंतर, लिहिण्याची लय, सोडलेले समास, केलेली खाडाखोड इत्यादींवरून अनुमान बांधतात. नमुन्यासाठी भरपूर लिखाण उपलब्ध नसेल, तर स्वाक्षरीचा - सहीचा - विचार केला जातो. विस्तार भयावस्तव या विषयावर लिहीत नाही; परंतु पाश्चात्त्य प्रगत देशातील मोठमोठ्या व्यावसायिक संस्थांमध्ये नावाजलेले हस्ताक्षरतज्ज्ञ कायम सेवेत सामावून घेतलेले असतात. गुन्हे अन्वेषण विभागातदेखील हस्ताक्षरतज्ज्ञांचे मत ग्राह्य धरले जाते. म्हणजे पुन्हा एकदा मेंदू - मन - हातातील - चेतातंतू - आणि हस्ताक्षर अशीच साखळी कार्यरत होते. त्यातून मनाचे काही पैलू निश्चित दिसू शकत असणार.

शरीरसामुद्रिकशास्त्र (फिजीओग्नॉमी) जवळपास याच पद्धतीने रचलेले आणि अनुभवाला येणारे शास्त्र आहे. आफ्रिकेतील अत्यंत उष्ण वाळवंटात राहणारे डिंका जमातीचे लोक सात फुटांपेक्षा अधिक उंच आणि शिडशिडीत बांध्याचे असतात. अंगावर चरबी नसतेच. खूप मोठ्या शरीराच्या विशाल पृष्ठभागामुळे शरीरातील उष्णता बाहेर टाकण्यास मदत होत असावी. या उलट हिम प्रदेशातील एस्किमो अतिशय ठेंगणे आणि भरपूर चरबीमुळे गरगरीत बांध्याचे असतात. उत्तरेकडील बर्फाळ प्रदेशात राहणाऱ्या मंगोल लोकांच्या चेहऱ्यावर जटा होऊ नयेत म्हणून केस बहुधा नसतातच. चारी बाजूला शुभ्र हिम प्रदेश असल्यामुळे अंधत्व (स्नो ब्लाईंडनेस) येऊ नये म्हणून डोळ्यांच्या पापण्यात भरपूर चरबी साठते आणि डोळे किलकिले होतात. विषुवृत्ताजवळील प्रदेशात भरपूर सूर्यप्रकाश असतो. त्या सूर्यकिरणातील अतिनील रंगलहरीमुळे शरीराला अपाय होऊ नये म्हणून त्वचेखाली काळ्या रंगांचे मेलानीन या नावाचे द्रव्य साठते. हे अतिनील किरणांपासून शरीराचे संरक्षण करते. ही व्यवच्छेदक लक्षणे पाहून माणूस कुठल्या प्रदेशाचा रहिवासी असावा हे सांगणे कठीण नाही. हीच शरीरसामुद्रिकाची सुरुवात असणार.

थोर ग्रीक तत्वचिंतक प्लेटो याने या संदर्भात काही विचार मांडले आहेत. शरीरसामुद्रिकावरील पहिले पुस्तक लिहिण्याचा मान स्विस गूढविद्या उपासक योहान लव्हाते यांनी संपादन केला. वास्तविक हे पुस्तक एकोणिसाव्या शतकाच्या पूर्वार्धातच

प्रसिद्ध झाले; परंतु त्यानंतरचे लेखक अगदीच सुमार व्यासंगाचे असल्यामुळे विशेष प्रगती होऊ शकली नाही. उदाहरणार्थ, खळगायुक्त हनुवटी हे अतिप्रेमळ स्वभावाचे द्योतक मानले गेले; पण हे लक्षण किती लोकात आढळते? की जगातील बाकीचे लोक फारसे प्रेमळ नसतातच?

विल्यम शेल्डन या संशोधकाने १९४० च्या सुमारास माणसांचे वर्गीकरण करून तीन मुख्य प्रकार दृष्टीस पडतात असा सिद्धांत मांडला. या कल्पनेनुसार वर्तुळाकृती मस्तक आणि जाडजूड चरबीयुक्त शरीर, मोठे पोट आणि सतत थट्टामस्करी करणारे आनंदी स्वभावाचे एन्डोमॉर्फ, मोठे विशाल मस्तक, भरदार खांदे, पिळदार स्नायू, सिंहकटी, चपळ असे लढवय्ये मेसोमॉर्फ आणि उंच शिडशिडीत, निरूंद खाद्यांचे, एकलकोंडे, चिडक्या स्वभावाचे एक्झोमॉर्फ असे तीन मुख्य प्रकार मानले आहेत.

यापैकी फारतर उत्तम खेळाडू असलेले मेसोफॉर्म दिसू शकतात. बाकीच्या लक्षणांची तर सरमिसळच आढळते आणि त्या लक्षणांचा स्वभावाशी मेळ बसत नाही. शिवाय सर्वात महत्त्वाचे म्हणजे या तिन्ही प्रकारांच्या बुद्धिमत्तेबद्दल काहीच व्यवच्छेदक लक्षण सांगितलेले नाही. तेव्हा स्वभाव किंवा मत याबाबत काहीही निर्णय करता येत नाही.

अठराव्या शतकाच्या अखेरीस व्हिएन्ना येथे संशोधन करणाऱ्या डॉ. गॉल या शरीरशास्त्रज्ञाने (ॲनाटॉमिस्ट) मेंदू हा मनाचा कारक असल्याचा दावा केला. कॅथॉलिक प्राबल्य असलेल्या ऑस्ट्रियातून डॉ. गॉलची हकालपट्टी झाली; पण त्याने आपले संशोधन सुरूच ठेवले आणि मेंदूच्या वेगवेगळ्या भागात वेगवेगळी केंद्रे असतात आणि त्यांच्या कमी-अधिक विकासामुळे मेंदूला ठिकठिकाणी टेंगळे अथवा उंचवटे निर्माण होतात आणि नंतर ती मस्तकाच्या पृष्ठभागावर दिसू लागतात अशी कल्पना मांडली. हा सिद्धांत त्या काळातील उच्चभ्रू युरोपीय समाजात फारच लोकप्रिय झाला आणि बहुतेक सर्व सुखवस्तू घराघरांमधून चिनी मातीचे गुळगुळीत डोक्याचे वेगवेगळे उंचवटे दाखविणारे पुतळे मांडलेले दिसू लागले आणि प्रत्येक उंचवट्यावर ध्येयवादीपणा, बुद्धिमत्ता, मार्गदर्शन वगैरे लेबले लावलेली असत.

वास्तविक मेंदूच्या उंच-सखलपणाचा आणि मस्तकाच्या कवटीच्या आकाराचा काहीही संबंध नसतो, हे सत्य आता ठाऊक झाले आहे. त्यामुळे गेल्या दोन शतकात अतिलोकप्रिय ठरलेली ही मस्तुलुंगेंद्रिय विद्या (फ्रेनॉलॉजी) आता रद्दबातल ठरली आहे; परंतु डॉ. गॉलने शोधून काढलेली मेंदूतील वेगवेगळी केंद्रे हा भाग मात्र निश्चित मोलाचा आहे. या संदर्भातील एक प्रयोग असा, की ऱ्हीसस माकडाच्या मेंदूवर शस्त्रक्रिया होऊन एका बाजूचा भाग काढून टाकण्यात आला. माकड बरे झाल्यानंतर जेव्हा त्याचा एक डोळा उघडला, तेव्हा ते अतिशय क्रुद्ध होऊन

चावण्यास धावू लागले. तो डोळा बंद करून दुसरा उघडला तेव्हा ते अतिशय शांत होऊन गरीब वागणूक दाखवू लागले. हा प्रयोग पुन:पुन्हा करण्यात आला. तेव्हा प्रत्येक वेळी त्या माकडाने अशीच क्रोधयुक्त किंवा शांत वागणूक दाखविली. प्रचलित दंतकथांमध्ये देखील चेटकिणींचा एक डोळा - बहुधा डावा डोळा अत्यंत वाईट नजरेचा असतो (इव्हल आय) असे सांगितले जाते. या माकडाच्या शस्त्रक्रियेमुळे ज्ञात झालेल्या सत्याशी त्याचा काही संबंध असेल काय?

एरवी बाह्य लक्षणांनी मानसिकता किंवा 'मन' जाणणे कठीणच आहेच परंतु इलेक्ट्रो एन्केफॅलोग्राम (EED) च्या साह्याने आम्ही निदान मनाच्या बाह्य सीमेवरील काही गोष्टी तरी जाणून घेऊ शकतो.

संदर्भ

1) Mess E. S.: Attitute and Pupil Size: Scientific American, April 1965.

2) Wilson E. D.: 'Pheromones': Scientific American: May 1963.

3) Watson L.: 'Physics of Life in Natural History': Hodder and Sloughton, London, 1974.

Huchinson B.: "Your Life in Your Hands" : Neville Spearman, London, 1967.

Wood Jones F.: The Principles of Anotomy in Your Life in Your Hands, London, 1967.

Smith A.: "The Body" : Allen and Unwin, London, 1968.

Nathan P.: "The Nervous System" Penguin Books, London, 1969.

संमोहनाचे शास्त्र

मानसिक शक्ती आणि मन यांच्या संदर्भात बोलताना संमोहनविद्या (हिप्नॉटिझम) या शास्त्रशाखेचा उल्लेख ओघानेच येतो आणि तो अपरिहार्यच आहे. कॅटाटोनिया किंवा कॅटालेप्सी, अकायनेसिस, ॲक्शन इनहिबिशन वगैरे वेगवेगळ्या नावांनी वेळोवेळी उल्लेखली गेलेली ही विद्या माणसाच्या संदर्भात मात्र रिव्हेरी, डूडिक स्लीप, सोमनाम्बुलिझम किंवा 'मेस्मेरिझम' याच नावाने परिचित राहिली. नैसर्गिक निद्रा आणि संमोहन यांच्या दरम्यान कोणताही परस्परसंबंध निश्चित करता आला नाही. संमोहन म्हणजे नक्की काय असावे याबाबत शास्त्रज्ञांमध्ये तीव्र मतभेद आहेत.

डॉ. फ्रेडरिक मेस्मेर (१७३४ - १८१५) या ऑस्ट्रियन डॉक्टरमुळे अठराव्या शतकात ही विद्या अतिशय लोकप्रिय झाली. इतकेच नव्हे तर या विद्येला 'मेस्मेरिझम' असेच संबोधले जाऊ लागले. स्वत: डॉ. मेस्मेर या विद्येला ' ॲनिमल मॅग्नेटिझम' म्हणत असत. नंतर डॉ. मेस्मेर यांचे चाहते आणि शिष्य मॅन्चेस्टरचे विख्यात शल्यविशारद डॉ. जेम्स ब्रेड यांनी या उपचारपद्धतीवर बरेच संशोधन करून त्यात खूप सुधारणा केली आणि इसवी सन १८४३ मध्ये त्यावर एक अभ्यासपूर्ण ग्रंथ प्रसिद्ध केला. 'हिप्नॉस' या ग्रीक निद्रादेवीच्या नावापासून या विद्येला हिप्नॉसिस अथवा 'हिप्नॉटिझम' असे नाव सुचविले आणि आता तेच नाव रूढ झाले आहे.

पॅरिसमधील प्रसिद्ध 'सायकिॲट्रिक इन्स्टिट्यूट' चे संचालक डॉ. लिऑन शेरटॉक यांनी हिप्नॉसिस अथवा संमोहनाचे विवेचन करताना मानवी जीवनाच्या जागृतावस्था, निद्रितावस्था आणि स्वप्नावस्था या तीन अवस्थांप्रमाणेच संमोहनावस्था अथवा संमोहन ही देखील एक चौथी अवस्था असल्याचे मान्य केले. परंतु या अवस्थेची समाधानकारक व्याख्या मात्र आजवर कुणालाही करता आली नाही.

ऑस्ट्रियात स्टीन या खेडेवजा गावात जन्मलेल्या डॉ. मेस्मेर यांचा एक निष्णात डॉक्टर म्हणून मोठा लौकिक होता. त्यांनी एकदा जेझुइट पंथाचे धर्मगुरू रेव्हरंड हेह्ल यांना केवळ लोहचुंबकाच्या साह्याने रुग्णांवर उपचार करताना पाहिले. डॉ. मेस्मेर यांचे कुतूहल जागृत झाले आणि त्यांनी स्वत: त्या दिशेने संशोधन सुरू

केले. त्यांच्या संशोधन प्रयोगात हजारो रुग्ण बरे झाले आणि डॉ. मेस्मेर यांचे नाव सर्वतोमुखी झाले. सुरुवातीला ते लोहचुंबकाचा उपयोग करीत असत. परंतु नंतरच्या संशोधनात असे लक्षात आले की केवळ विशिष्ट पद्धतीच्या हस्तस्पर्शाने आणि विशिष्ट भावनेने सूचना देत राहिल्यास रुग्ण बरे होतात. स्वत:च्या हातातून स्त्रवणाऱ्या विद्युत चुंबकीय शक्तीला त्यांनी ' ॲनिमल मॅग्नेटिझम' असे नाव दिले. कालांतराने या पद्धतीलाच 'मेस्मेरिझम' असे संबोधले जाऊ लागले.

मेस्मेरिझममध्ये ज्या अदृश्य शक्तीला, विद्युत चुंबकीय प्रवाहाला ॲनिमल मॅग्नेटिझम असे संबोधले जाते, त्याच शक्तीला भारतीय ऋषी-मुनींनी 'प्राणशक्ती' म्हणून संबोधले आहे. पाठीवर अगर मस्तकावर हाताची बोटे टेकवून जे आशीर्वचन उच्चारले जात होते, त्यामागे हीच संमोहनशक्ती कार्यरत असावी. ऋग्वेदाच्या दहाव्या मंडळात १३७ व्या सूत्रात वसिष्ठमुनींच्या स्पर्शचिकित्सेचा स्पष्ट उल्लेख आहे.

हस्ताभ्यां दशशाखाभ्यां जिहवा वाचः पुरोगवी
अनामयि तुभ्यां त्वा त्वाभ्यां त्वोपस्पृशामसि ।

(... माझ्या दोन्ही हातांच्या दहा बोटांनी तुला आरोग्यप्रद असा स्पर्श करतो... आणि माझ्या ओजस्वी वाणीने रोगनिवारक असे शब्द उच्चारतो...)

हाताच्या बोटांनी मस्तकाला स्पर्श करून आशीर्वाद देण्याची पूर्वापार चालत आलेली प्रथा महर्षी वसिष्ठमुनींच्या 'स्पर्शचिकित्से'त अवलंबिलेली दिसते. डॉ. मेस्मेर यांनादेखील तीच पद्धत अभिप्रेत होती. किर्लिअन छायाचित्रांमुळे शरीराच्या टोकदार अवयवांतून विद्युत चुंबकीय स्पंदन लहरी दूरवर फेकल्या जातात हे सत्यदेखील आम्हास ठाऊक झाले आहे. आता प्रश्न असा, की किर्लिअन छायाचित्रात दिसणारे 'तेजोमय किरण', ऋषी - मुनींना अभिप्रेत असलेली 'प्राणशक्ती' आणि डॉ. मेस्मेर यांना अभिप्रेत असणारी 'ॲनिमल मॅग्नेटिझम' ची विद्युत चुंबकीय शक्ती एकच असेल का?

भारतीय आशीर्वचन पद्धतीमध्ये फार मोठ्या शक्तीची देवाणघेवाण होते आणि ऋषी-मुनींचा आशीर्वाद ग्रहण करणाऱ्यांमध्ये काही अतींद्रिय शक्ती निर्माण झाल्याच्या अनेक दंतकथा, लोककथा आहेत. हिप्नॉसिस किंवा संमोहननिद्रेचा प्रयोग करताना काही व्यक्तींना पूर्वजन्मीचे अगर दुसऱ्या कोणत्या तरी स्थानी चाललेल्या घटनांचे ज्ञान झाल्याचे दाखले आहेत. हीच ती अतींद्रिय शक्ती असावी आणि कदाचित त्यातूनच परामानसशास्त्राची (पॅरासायकॉलॉजी) निर्मिती झाली असण्याची शक्यता नाकारता येणार नाही.

डॉ. मेस्मेर यांच्या अफाट लोकप्रियतेमुळे त्यांच्या समव्यावसायिकांमध्ये मत्सराची लाटच उसळली. डॉ. मेस्मेर यांच्याविरुद्ध असंख्य कागाळ्या नोंदविल्या गेल्या. डॉ.

मेस्मेर या कटकटींना कंटाळून ऑस्ट्रिया सोडून फ्रान्समध्ये पॅरिस येथे राहू लागले. पॅरिसमध्येदेखील त्यांच्या वाट्याला अमाप लोकप्रियता अणि समव्यावसायिकांचा मत्सर भरपूर प्रमाणात अनुभवाला आला. शेवटी ते स्वित्झर्लंडमध्ये राहू लागले. तेथेच ५ मार्च १८१५ रोजी या महान लोकसमर्पित जीवनाची समाप्ती झाली.

सरकारी दफ्तरात नोंदविलेल्या डॉ. मेस्मेर यांच्याविरुद्ध केलेल्या तक्रारींची छाननी केली, तर नेहमी आढळणाऱ्या अहंमन्य आणि दुराग्रही मानवी प्रवृत्तीचेच दर्शन घडते. जे आपणास ठाऊक नाही किंवा आकलन होत नाही, समजत नाही ते सर्व खोटेच आहे किंवा अस्तित्वातच नाही, असे हट्टाग्रहाने प्रतिपादन करणाऱ्यांचा एक मोठा वर्ग समाजात असतो. याच कोत्या वृत्तीच्या लोकांनी डॉ. मेस्मेर यांची सतत अवहेलना केली आणि त्यांना कधीही स्वास्थ्य लाभू दिले नाही.

काही गुणवान शिष्योत्तमदेखील डॉ. मेस्मेर यांना लाभले. सरदार घराण्यातील मार्क्विस द प्युसेगुर यांनी मेस्मोरिझम उपचार पद्धतीवर सतत संशोधन करून तिला पुष्कळच शास्त्रीय बैठक प्राप्त करून दिली. मानसशास्त्रातील प्रगाढ निद्रावस्थेचा (सोमनाम्बुलिझम) शोध मार्क्विस द प्युसेगुर यानेच लावला.

रेव्हरंड अबे फेरिया नावाचा एक ख्रिश्चन धर्मगुरू गोव्यातील कांदोली या खेड्यात इसवी सन १७५६ मध्ये जन्मला. त्याने मेस्मेरिझमसदृश उपचार पद्धतीनेच अनेक गोरगरिबांना दिलासा दिला. आजदेखील गोव्यात पणजी येथील सचिवालयासमोर पोर्तुगीज सरकारने उभारलेला रेव्हरंड अबे फेरिया यांचा पूर्णाकृती पुतळा दृष्टीस पडतो. एका रुग्ण स्त्रीसमोर उभे राहून हवेत हात फिरवून विद्युत चुंबकीय लहरींच्या साह्याने रुग्ण स्त्रीला बरे करण्याच्या प्रयत्नात असलेल्या रेव्हरंड अबे फेरियाला बहुतेक भारतीय विसरलेच आहेत. अबे फेरिया डॉ. मेस्मेर यांना कधीच भेटला नव्हता. त्याने ही विद्या भारतीय योग्यांकडूनच आत्मसात केली असावी.

मँचेस्टरमधील विख्यात शल्यविशारद डॉ. जेम्स ब्रेड यांनी डॉ. मेस्मेर यांचे संमोहननिद्रेचे प्रात्यक्षिक पाहिले आणि या लोकविलक्षण संमोहनविद्येकडे त्यांचे लक्ष वेधले. त्यांनी स्वत: अनेक प्रयोग करून संमोहनावस्थेत असलेल्या रुग्णाला सुया टोचत नाहीत किंवा सुरीने कापल्यास वेदना होत नाहीत, याबद्दल खात्री करून घेतली. स्वत:च्या अनुभवांवर आधारित 'न्यूरोहिप्नॉलॉजी द रॅशनल ऑफ नर्व्हस स्लीप' नावाचा अभ्यासपूर्ण ग्रंथ १८४३ मध्ये प्रसिद्ध केला.

या ग्रंथात त्यांनी काही अत्यंत महत्त्वाचे निष्कर्ष काढले आहेत. त्यातला एक म्हणजे जागृतावस्थेत सामान्यत: ज्या गोष्टी माणसाच्या आवाक्याबाहेर वाटतात, त्या गोष्टी तोच मनुष्य संमोहनावस्थेत असताना सहज करू शकतो. त्याबद्दल डॉ. ब्रेड यांचे स्पष्टीकरण असे की संमोहनावस्थेत दिलेल्या सूचना मनावर फार मोठा प्रभाव

टाकतात. सुप्तावस्थेत असलेले अंतर्मन त्या वेळी काम करू लागते. या अंतर्मनाचा आवाका कल्पनेच्या बाहेर मोठा आहे. डॉ. ब्रेड यांनी काढलेला दुसरा निष्कर्ष असा की ज्याप्रमाणे दुसऱ्या व्यक्तीवर संमोहन करू शकतो, त्याचप्रमाणे स्वत:वरही संमोहन करून सूचना देता येतील.

डॉ. मेस्मेर

डॉ. जेम्स ब्रेड

ईस्ट इंडिया कंपनीच्या काळात कलकत्ता ही इंग्रजांची राजधानी होती. तेथील सरकारी रुग्णालयात डॉ. एस्डेल यांनी १८४५ ते १८५१ च्या दरम्यान मेस्मोरिझमच्या साह्याने अनेक वेदनारहित प्रसूती आणि शस्त्रक्रिया यशस्वी रितीने पार पाडल्या. अनेक मनोरुग्णांवरदेखील त्यांनी संमोहनाचा उपयोग केला, अशी सरकारी दफ्तरातील नोंद आहे. या सर्व प्रकारांची तपशिलवार चौकशी होऊन मेस्मोरिझम उपचार पद्धतीला सरकारी मान्यता देण्यात आल्याचे त्यात नमूद केले आहे. डॉ. एस्डेल यांनी आपल्या अनुभवांवर आधारित 'नॅचरल अँड मेस्मेरिक क्लेअरव्हॉयन्स्' या नावाचा ग्रंथ १८५१ मध्ये प्रसिद्ध केला.

डॉ. लिऑन शेरटॉक यांनी जागृती, निद्रा, स्वप्नावस्था यांच्याबरोबरच संमोहन किंवा संमोहनवस्था ही शरीराची चौथी अवस्था मान्य केली. पहिल्या तीन अवस्थांपेक्षा ही चौथी अवस्था खूपच वेगळी आहे, याबद्दल कुणाचेच दुमत नाही. विख्यात रशियन मानसशास्त्रज्ञ डॉ. इव्हान पाव्हलॉव्ह यांच्यामते संमोहन हा निद्रासदृश प्रकार आहे आणि तो मुख्यत: आपत्काली शरीराचे संरक्षण करण्याचा एक प्रकार आहे. जेव्हा बलाढ्य शत्रूबरोबर टक्कर घेणे शक्य नसते, तेव्हा अनेक प्राणी निश्चेष्ट पडून राहतात आणि मेल्याची बतावणी करतात. हॉगनोज नावाचा बिनविषारी साप संकट काळी उताणा पडतो आणि जीभ तोंडाबाहेर टाकून मेल्याची बतावणी करतो. अशा

वेळी एखाद्या काडीने त्याला सुलटा केला, तर तो पुन्हा उताणा होतो आणि जिवंत नसून 'मेलेलेच' आहोत, असे आग्रहाने प्रतिपादन करतो.

घंटानाद करून प्रतिक्षिप्त क्रियेने कुत्र्याच्या तोंडून लाळ गळते, हा विलक्षण प्रयोग करणारे डॉ. इव्हान पावलॉव्ह म्हणतात, की काही कालावधीनंतर कुत्र्यांना हा भावनिक ताण इतका असह्य होतो, की घंटानाद होताच कुत्रे जागच्या जागीच थिजून जातात. त्यांना हालचाल करणेदेखील शक्य होत नाही. याच 'थिजलेपणा'च्या अवस्थेला 'कॅटाटोनिया' म्हणतात. उरुग्वेतील मानसोपचारतज्ज्ञ डॉ. अनातोल मायलेकनिन यांच्या मते गुंगी आणणारे एकसुरी अंगाई गीत किंवा ठराविक लयीत थोपटणे वगैरे क्रिया संमोहनावस्थेकडेच नेतात.

अंड्यात किंवा गर्भावस्थेत प्राण्याला हालचाल करण्यासाठी फारसा वावच नसतो. नंतरच्या आयुष्यात अशी हालचाल करणे अशक्य होऊन जावे, असा काही प्रसंग आला तर प्राणी पुन्हा गर्भावस्थेकडेच येऊ शकतो. गर्भावस्थेत मातेच्या हृदयाचे लयबद्ध स्पंदन सतत ऐकण्याची सवय असते. त्यामुळेच कदाचित रडणारे मूल आईने डाव्या छातीजवळ (हृदयाजवळ) घेतले तर ते रडण्याचे थांबते. पाळण्याला दिलेल्या आंदोलनांचा असाच प्रभाव पडत असावा; कारण ती अवस्था संमोहन निर्माण करते.

हेच सूत्र जरा पुढे चालवून लयबद्ध संगीतावर सतत नृत्य करणाऱ्यांना लयबद्ध संगीताने संमोहन का होते, याचे स्पष्टीकरण देता येईल.

परंतु ही उपलब्ध असलेली सर्वच माहिती विस्कळित आणि अपूर्ण आहे. त्यामुळे अधिक घोटाळ्यात पडल्याप्रमाणे वाटते. त्यामुळे संमोहनाच्या अवस्थेतील शरीरक्रिया अभ्यासणे अधिक योग्य ठरेल.

स्वतःच्या विचारात गढलेली व्यक्ती पृष्ठांमागून पृष्ठे वाचत गेली तर तिला काहीही आकलन होणार नाही किंवा एखाद्या विचारात गढलेल्या व्यक्तीने संपूर्ण संभाषण अगदी स्पष्टपणे ऐकले तरी तिला काही अर्थबोध होणार नाही. अटीतटीने झुंजणारा मुष्टियोद्धा जबर जखमी झाला तरी झुंजतच असतो. त्याला दुखापतीची वेदना जाणवतच नाही. कारण त्या अवस्थेत असताना त्या व्यक्तीची आकलनशक्ती अगदी निम्न पातळीवर आलेली असते. संमोहनाच्या बाबतीत नेमके हेच घडते.

जागृतावस्था, निद्रितावस्था आणि स्वप्नावस्था या तीन वेगवेगळ्या अवस्थांचे 'इ इ जी' (इलेक्ट्रो एन्केफॅलोग्राम) काढले, तर ते वेगवेगळे दिसतात. परंतु संमोहनावस्थेतील 'इ इ जी' आलेख जागृतावस्थेतील आलेखाप्रमाणेच दिसतो. संमोहनावस्थेत एखाद्या खुणेच्या शब्दाचा 'परवल' ठरविला असेल आणि तो परवलीचा शब्द उच्चारला तरी आलेखात फरक पडत नाही. नाडीचे स्पंदन, हृदयाचे ठोके किंवा मेंदूचा कॉर्टिकल भागातील विद्युत संभाव्य (इलेक्ट्रिक पोटेन्शियल)

किंवा तळहाताच्या त्वचेखालील विद्युतवादळे यात काहीही फरक दिसू शकत नाही.

अगदी नाही म्हणायला शरीरातील रक्तवाहिन्या किंचित प्रसरण पावतात आणि संमोहित व्यक्तीच्या वैयक्तिक विद्युत चुंबकीय क्षेत्रात अत्यंत लहान प्रमाणात फेरबदल झालेले आढळतात. परंतु असे बदल एरवी कोणत्याही भावनिक क्षोभाच्या वेळी दिसू शकतात.

म्हणजे संमोहनावस्थेत शरीरक्रियांमध्येदेखील लक्षात येण्याजोगे फरक घडून येत नाहीत. इतर काही बदलांची लक्षणे असतील, तर त्यांची माहिती निदान आज तरी उपलब्ध नाही.

डॉ. सेमोर फिशर यांनी आपल्या संमोहनशास्त्र वर्गातील विद्यार्थ्यांना संमोहित करून अशी सूचना दिली, की तुम्ही जागृतावस्थेत आल्यानंतर मानसशास्त्र हा शब्द ऐकला की उजव्या कानाची पाळी खाजवावी. जागृत अवस्थेत आल्यानंतर प्रत्येक जण फिशर यांच्या बोलण्यात 'मानसशास्त्र' हा परवलीचा शब्द आला की तत्परतेने कान खाजवीत असे. काही वेळाने डॉ. फिशर यांचे सहकारी वर्गात येऊन मानसशास्त्राबाबतच बोलू लागले, परंतु कुणीही कान खाजवीत नव्हते. तेच डॉ. सेमोर फिशर यांच्या बोलण्यात परवलीचा शब्द आला, की इमानेइतबारे कान खाजवीत.

डॉ. लुई यांनी वेदनेचे दुःख आणि त्याची संवेदना यावर मोठे वेधक प्रयोग केले. त्यांनी वेगवेगळ्या व्यक्तींना संमोहित करून 'मी हाताने तुम्हाला स्पर्श करताच वेदना जाणवेल', अशी सूचना दिली. वास्तविक केवळ हाताच्या स्पर्शाने कोणत्याही वेदना जाणवू नयेत, परंतु जागृतावस्थेत आल्यानंतर डॉ. लुई यांच्या स्पर्शामुळे प्रत्येकाला वेदना जाणवू लागली आणि त्यातदेखील गंमत अशी, की ज्यांना कमी बिदागी देऊन बोलावले होते, त्यांना वेदना कमी जाणवल्या आणि ज्यांना भरपूर बिदागी दिली होती, त्यांना खूपच वेदना जाणवत असल्याचे आढळले. असे का घडावे?

कदाचित आपण अधिक बिदागी घेतल्यामुळे आपणास अधिक दुःख जाणवले पाहिजे, अशी त्या व्यक्तीची धारणा असावी. म्हणजेच संमोहनात इतर भावनांचादेखील सहभाग असू शकतो.

वेदनेच्या जाणिवेबाबत स्टॅनफर्ड विद्यापीठात फारच सुरेख प्रयोग करण्यात आले. त्यात काही उत्तम अभिनय करणाऱ्या अभिनेत्यांना आणि कलावंतांना सहभागी करून घेतले होते आणि 'तुम्हाला वेदना जाणवली तरी ती सहन करून दुःखाचे कोणतेही चिन्ह बाहेर दिसू देऊ नये', अशी सूचना करण्यात आली. इतर काही जणांना संमोहित करून तुम्हाला वेदना जाणवणारच नाही, अशी सूचना देऊन जागृतावस्थेत आणण्यात आले. या सर्वांना एकत्र बसवून प्रत्येकाच्या तळहातावर एका ठराविक दाबाने टाचणी टोचण्यात आली.

प्रयोग पाहणाऱ्या प्रेक्षकांमध्ये जाणकार प्रतिष्ठित नागरिकांसमवेत गुन्हा अन्वेषण

विभागाचे निष्णात अधिकारी आणि नाट्य-सिने व्यवसायातील अभिनय जाणणाऱ्या अनेक व्यक्ती होत्या. परंतु त्यांच्यापैकी कुणालाही संमोहित केलेल्या म्हणजेच वेदना न जाणवणाऱ्या व्यक्तींपासून वेगळ्या सांगता येईनात. पण ज्या वेळी त्या सर्वांचा रक्तदाब मोजण्यात आला तेव्हा संमोहित सूचना मिळालेल्या व्यक्तींचा रक्तदाब नेहमीप्रमाणेच होता, परंतु ज्यांना वेदना जाणवत असताना बतावणी करण्यास सांगितले होते त्यांचा रक्तदाब वेदनेमुळे पुष्कळच वाढला होता.

याचा स्पष्ट अर्थ असा, की रासायनिक इंजेक्शन देऊन भूल देताना आपण त्या विशिष्ट अवयवाकडून मेंदूकडे जाणारे चेतातंतू बधिर करतो. त्यामुळे वेदना मेंदूपर्यंत पोहोचत नाहीत. संमोहन सूचनेत तसे काही न करता मेंदूलाच वेदनेच्या जाणिवेकडे दुर्लक्ष करण्याचा आदेश दिला जातो.

स्पष्टीकरण देताना असाही विचार मनात येतो, की वेदनेमुळे शरीरात निर्माण होणाऱ्या प्रतिक्रियांमध्ये 'वेदना असह्य होईल' या चिंतेमुळे आणखी काही प्रतिक्रिया निर्माण होऊन त्यांची भर पडत असल्यास नवल नाही. साहजिकच संमोहन सूचनेमुळे ती चिंता निवारण केली जाते, की 'तुम्हाला वेदना जाणवणारच नाही.' त्यामुळे वेदना सहन करण्याचे सामर्थ्य खूपच वाढते. हा अनुभवच आहे. कामात व्यग्र असणाऱ्या व्यक्तीला वेदना जाणवत नाहीत किंवा मुष्टियोद्ध्याला जखमेच्या वेदना जाणवत नाहीत आणि सामना संपल्यानंतर इतकी दुखापत झाली असताना वेदना कशा जाणवल्या नाहीत, याचे आश्चर्य करण्याची पाळी येते.

त्वचेवरील चामखीळ, पुटकुळ्या आणि माणसाची मनोवृत्ती यांचा काही तरी संबंध आहे, हे आता जवळजवळ स्पष्ट झाले आहे. अनेकदा वैदू आणि झाडपाल्याची घरगुती औषधे देणारे लोक या विशिष्ट बाबतीत खूपच यश मिळवितात, हादेखील अनुभव आहे. हे घरगुती उपचार करणारे औषधपाणी करीत असताना 'तुम्हाला ठणठणीत बरे करतो,' हे वाक्य अनेक प्रकारांनी बोलून रुग्णाच्या मनावर ठसवीत असतात. त्याचा परिणाम म्हणून तर यश मिळत नसेल?

डॉ. सिनक्लेअर गिबेन आणि त्यांचे सहकारी यांनी काही रुग्णांना संमोहित करून, 'दोन दिवसांत तुमच्या शरीराच्या डाव्या भागातील चामखीळ आणि पुटकुळ्या नाहीशा होतील,' अशी सूचना दिली आणि खरोखरच तसे घडले. परंतु नंतर पाच आठवड्यांनी मात्र चामखीळ पुन्हा वाढू लागते.

डॉ. थिओडोर बार्बर यांना मात्र संमोहनाची कल्पनाच मान्य नाही. त्यांनी या सर्व प्रयोगांवर सडकून टीका केली आहे. काही वेळा त्यांची टीका वास्तवाला धरून आहे असे वाटते. कारण तपशीलात दाखविलेले परिणाम घडून येताना काही इतर घटक त्यात सहभागी झाले असणे शक्य आहे आणि ते घटक वगळण्यासाठी या प्रयोगांमध्ये कोणतीही वेगळी योजना केल्याचे आढळत नाही. त्यामुळे केवळ

संमोहनामुळेच सारा परिणाम घडून आला, असा दावा करणे योग्य ठरणार नाही.

परंतु असे काही असले तरी माणसाच्या मनाचे सामर्थ्य अमर्याद आहे हे निश्चित. मनाने निश्चय केला तर शरीर किती आश्चर्यजनक गोष्टी करू शकते, त्याची कल्पनादेखील करता येत नाही.

डॉ. थिओडोर बार्बर यांनी घेतलेले आक्षेप मान्य करूनदेखील असे म्हणावेसे वाटते, की त्यांचे उद्‌गार पूर्वग्रहदूषित असल्यामुळेच इतके कडवट आणि दुराग्रही वाटतात. त्यांचा मुद्दा ग्राह्य मानला तरी संमोहनात दिलेल्या सूचनेनुसार काही बदल निश्चित घडून येतात आणि त्यांची बारकाईने छाननी केल्यास हे सर्व बदल बहुधा स्वायत्त चेतासंस्थेच्या (ऑटोनॉमस नर्व्हस सिस्टिम) क्षेत्रात घडून आलेले दिसतात. ही खरोखरच फार मोलाची कामगिरी म्हणता येईल. कारण मानसशास्त्राप्रमाणे अबोध मनाचे (सबकॉन्शस माईंड) कार्यक्षेत्र फारच मोठे आहे आणि त्याला काही असामान्य शक्ती उपजतच मिळालेल्या असतात. त्यामुळे जर या क्षेत्रात व्यवस्थित पदार्पण करता आले, तर एका फार मोठ्या विस्तीर्ण दालनात प्रवेश करण्याचा मार्ग खुला होईल.

संदर्भ

Chertok L.: The Evolution of Research into Hypnosis in Psychophysical Mechanisms in Hypnosis. Springer - Verlag, New York, 1969.

नाईक मनोहर : हिप्नॉटिझमचे सामर्थ्य, जयविकास, मुंबई, १९९१.

अकोलकर व. वि. : परामानसशास्त्र (अतीन्द्रिय मानस), विद्यार्थिगृह, पुणे, १९९२.

Pavlov I. P, : Uber die segenannte Tier Hypnose: Berlin Academy- Verlag, 1953.

Francq E. : Feigned Death in Opposum : Dissertation Abstract, 28 B : 2665, 1968.

Milechnin A.: Hypnosis: John Wright, Bristol, 1967.

Crasilneck H. B. and Hall J. A.: Physiological Changes Associated with Hypnosis: Journal of Clinical and Experimental Hypnosis: 7 : 9, 1959.

Edmondstone: W. E. and Pessin M.: Hypnosis as Related to Learning and Electrodermal Measures: American Journal of Clinical Hypnosis: 9:31, 1966.

Langen D.: Periferal Changes in Blood Circulation during

Antogenic Training and Hypnosis: Springer - Verlag, New York, 1967.

Fisher S.: The Role of Expectancy in Performance of Post Hypnotic Behavier: Journal of Abnormal and Sociological Psychology: 49 : 503, 1954.

Lewis I.: The Effect of Reward on 'Experience of Pain': Wayne State University Press, Detroit, 1965.

Hilgard E. R.: The Psychophysiology of Pain Reduction through Hypnosis: Springer Verlag, New York, 1969.

Taugher V. J.: Hypno Anasthasia: Wisconsin Medical Journal: 57 : 95, 1958.

Sinclair: Gieben A. H. C. and Chalmers D.: Evaluation of Treatment of Warts by Hypnosis: Lancet : 2 : 480, 1959.

जाणीव

जाणीव हा तसा घोटाळ्याचाच प्रकार आहे. एखाद्या गोष्टीची 'जाण' - 'अवेअरनेस' आणि 'जाणीव' - 'कॉन्शसनेस' या दोन भिन्न बाबी आहेत. भाषेच्या ओघात 'जाणीव' हा शब्द वेगवेगळ्या अर्थवाहीने वापरला गेला आहे आणि या काहीशा स्वैर उपयोगामुळे किंवा कदाचित शब्दछळामुळे हा घोटाळा अधिकच वाढला आहे. साहजिकच 'जाणीव' म्हणजे काय याचे काही समाधानकारक स्पष्टीकरण अद्यापपर्यंत तरी देता आले नाही; परंतु निदान माणसाला असलेली जाणीव सूक्ष्मतर एकपेशीय अमिबामध्ये असत नाही, असे म्हटले तरी पुष्कळसे स्पष्टीकरण होऊ शकते. या जाणिवेच्या अनुभवातूनच आपले व्यक्तिमत्व बनत जाते.

नवजात अर्भकाचा मेंदू ही एक कोरी पाटीच असते आणि जसजसे अनुभव येत जातात तसतशी त्यांची नोंद केली जाते. प्रारंभीच्या काळात अर्भक सर्वस्वी आजुबाजूच्यांवरच अवलंबून असते. अर्भकाची प्राथमिक निकड म्हणजे स्वत:च्या आवश्यकतेप्रमाणे आजुबाजूच्यांना करावयाला लावणे हीच असू शकते. त्यासाठी अर्भक स्वत:ला हवी असलेली गोष्ट आजुबाजूच्यांना कळविण्यास शिकते. ही संदेश पोहोचविण्याची पद्धत किंवा 'संसूचन पद्धती' हळुहळू त्या अर्भकाच्या मेंदूत ठसत जाते. कदाचित त्या वेळी आजुबाजूच्या जगाविषयी त्याची ती तेवढीच कल्पना असेल.

नंतरच्या आयुष्यात जशी अधिकाधिक माहिती मिळत जाते, त्याप्रमाणे ती मेंदूत साठविली जाते. जुनी माहिती काढून टाकून नवी अधिक चांगली, सुसूत्र आणि अचूक माहिती त्या जागी ठेवण्यात येते. रोज सतत नव्याने येणारी माहिती पूर्वी साठविलेल्या ज्ञानाबरोबर जुन्या माहितीबरोबर पडताळून पाहिली जाते आणि याच प्रक्रियेत अधिकाधिक उच्चस्तरावर मिळालेल्या ज्ञानाचा उपयोग करून त्याच्या आधाराने 'निर्णय' घेतला जातो. नंतरच्या आयुष्यात असे निणर्य करण्याची सवय वाढत जाते आणि मग नंतरच्या आयुष्यात काही बाह्य चेतना अथवा संवेदना - स्टिम्युलस नसतानाही काही गोष्टींबाबत 'विचार' करण्याची कुवत निर्माण होते. या एकूण प्रक्रियेलाच बहुधा 'जाणीव' हे संबोधन अधिक योग्य ठरू शकेल.

ही जाणीव जशी आपल्यात आहे, तशी ती सस्तन प्राण्यांमध्ये आणि पक्षी

वर्गातही आढळते; परंतु सरीसृप, उभयचर किंवा मत्स्यवर्ग या इतर पृष्ठवंशी प्राण्यांत आढळून येत नाही आणि समूहजीवन जगणाऱ्या कीटकांचा अपवाद वगळता इतर कोणत्याही अपृष्ठवंशी प्राण्यांमध्ये आढळत नाही.

जाणीव ही मेंदू आणि कशा किंवा मज्जारज्जू (स्पायनल कॉर्ड) यांच्यावरच अवलंबून असते असं म्हणण्यापेक्षा ती त्यांचीच प्रक्रिया आहे, असे विधान करणे अधिक योग्य ठरेल; परंतु मेंदू आणि मज्जारज्जू यांचा विकास खूप नंतरच्या काळात घडून आला आहे. फार पुरातन काळी जेव्हा सजीव प्राणी निर्माण झाले तेव्हा शरीरातील सर्वच संस्था अगदी प्राथमिक अवस्थेत होत्या आणि त्या काळात चेतापेशी किंवा चेतापेशींचे जाळे शरीराचे संरक्षण करीत असणार आणि त्या कालावधीपूर्वी जेव्हा चेतापेशीदेखील निर्माण झाल्या नव्हत्या, तेव्हा जेमतेम पेशीद्रव (प्रोटोप्लाझम) हेच सजीवाचे शरीर होते. त्या पेशीद्रवालादेखील आजुबाजूच्या जगापासून स्वत:चे संरक्षण करण्याची आवश्यकता भासलीच असणार. त्या अत्यंत प्राथमिक अवस्थेत असलेल्या जीवाला 'मी, माझे आणि माझे नसलेले' असा आजुबाजूच्या पदार्थांबाबत, द्रव्यांबाबत भेदभाव करावाच लागला असणार. त्यातून घेण्याजोगे कोणते आणि त्याज्य कोणते, कोणत्या रेणूंना शरीरात प्रवेश द्यावा आणि कोणत्या रेणूंना त्याज्य ठरवून प्रवेश नाकारावा याबाबत काही निकष लावावेच लागले असणार आणि चेतासंस्था नसल्यामुळे कळत-नकळत हा भेदभाव करण्याची जबाबदारी शरीराच्या प्रत्येक पेशीला स्वीकारावी लागली असणार. या परिस्थितीचे उदाहरणच द्यावयाचे झाले, तर पहा - अमिबा हा सूक्ष्मतर प्राणी आजुबाजूच्या पाण्यात उपलब्ध असणारे सर्व प्रकारचे अन्नकण खातो; परंतु त्यात एकपेशीय हरित वानस, डायाटोम मिळाले तर बाकीचे अन्न सोडून 'डायाटोम' विशेष आवडीने खातो. हे अगदी प्राथमिक अवस्थेतील 'मन' आहे असे म्हणता येईल. येथे चेतासंस्था अद्याप निर्माणच झाली नाही. मग हे कसे घडत असेल? यावरील निष्कर्ष असा, की कदाचित डायाटोम या वनस्पतीचा आकार गिळण्यासाठी सुलभ असल्यामुळे अमिबा ही 'पसंती' दाखवीत असावा.

आणि तसे पाहिले तर आज कोट्यवधी वर्षांच्या विकासानंतर, उत्क्रांतीनंतर (ऑरगॅनिक इव्होल्युशन) - मानवी देह निर्माण झाला; परंतु या सर्वाधिक विकसित देहात आढळून येणारी प्रतिकार क्षमता (इम्युनिटी) आणि ॲलर्जी या प्रतिक्रिया तरी वेगळे काय दर्शवितात ? शरीराला नको असलेले त्याज्य रेणू शरीराबाहेर ठेवण्याची ही धडपड किंवा नकळत घडणारी वागणूक प्रत्येक जीवाला आणि शरीरातील पेशीला उपजतच येत असणार.

डॉ. फ्रान्सिस क्रिक आणि त्याच्या सहकाऱ्यांनी 'डीएनए' (डी ऑक्सी रायबोज न्युक्लिक ॲसिड) या अति महत्त्वाच्या द्रव्यातील रेणूंच्या रचनेबाबत १९६२ मध्ये

नोबेल पारितोषिक पटकाविले. तेव्हापासून रेणूंचा आकार आणि आकृतीबंध रचना याला अतोनात महत्त्व असल्याचे स्पष्ट झाले. ठराविक रचना असणारी जनुके (जीन्स) ठराविक वैशिष्ट्ये निर्माण करतात. ठराविक रचना असलेले विकर - वितंचक - (एन्झाईम्स) त्यांच्या रचनेमुळेच ठराविक प्रक्रिया करू शकतात. यासारख्या किती तरी गोष्टींचे ज्ञान उपलब्ध झाले आहे.

शरीरात घुसणारे धूलीकण, जंतू इत्यादी, शरीरात विसंवाद निर्माण करतात म्हणून शरीर त्यांच्या प्रवेशाला विरोध - प्रतिकार करते. या विरोध निर्माण करणाऱ्या गोष्टींना वैद्यकीय शास्त्रात ॲन्टिजेन असे संबोधले जाते आणि त्यांचा प्रतिकार करण्यासाठी शरीराने निर्माण केलेली रासायनिक द्रव्ये ॲन्टिबॉडी म्हणून ओळखली जातात. ही द्रव्ये त्या धूलीकणांना गुरफटून टाकतात वा जंतूंचा नि:पात करतात. ही सर्वसाधारण संरक्षणाची पद्धत आहे. कोणताही कण, जंतू, बुरशी इत्यादी शरीरात प्रवेश करताच त्याच्या आकारावरून ओळखला जातो.

प्रत्येक वस्तूचा वास अथवा गंध त्या वस्तूच्या आकारावर अवलंबून असतो. उदाहरणार्थ, गोल रेणूंचा गंध कापराप्रमाणे असतो. चकत्यांप्रमाणे चपट रेणूंचा गंध फुलांच्या सुवासाप्रमाणे असतो. शंकूप्रमाणे त्रिकोणी रेणूंचा गंध पेपरमिंटमधील 'मिंट' सारखा असतो. याप्रमाणे इतर वेगवेगळे गंध रेणूंच्या आकारमानाप्रमाणे सहज ओळखले जाऊ शकतात. सामन मासे याच पद्धतीने विशिष्ट गंधाच्या साह्याने आपले जन्मस्थान शोधून काढतात. सर्पसदृश लांबलचक शरीराचे ईल मासे चौदा हजार चौरस मैलांच्या टापूत केवळ दोन लिटर गुलाबपाणी टाकले तर सहज ओळखू शकतात. पतंगांना (मॉथ्स किंवा निशाचर फुलपाखरे म्हणा वाटल्यास) त्यांच्या जातीची मादी तीस मैलांवर असली तरी त्यांना तिचा सहज वास येऊ शकतो.

या माहितीमुळेच कदाचित प्रभावित होऊन शिकागो येथील डॉ. ॲन्ड्र्यू ड्रव्हेनिक यांनी एक 'यांत्रिक घाणेन्द्रिय' तयार केले. चोरी झालेल्या घरात चोराचा काही शारीरिक गंध मागे राहिला असेल, तर हे यंत्र चोराला सहज हुडकून काढते आणि त्यानंतर संशयित इसमाच्या शरीराचा नमुना गंध देऊन चोरी त्यानेच केली आहे किंवा नाही हे सहज सांगता येते.

यंत्र केवळ दोन वेगळ्या गंधांचे नमुने येऊन त्यांच्या रासायनिक गुणधर्मांची तुलना करते. कारण रासायनिक गुणधर्म रेणूंच्या आकारावरच अवलंबून असतात. मात्र यंत्राने पुरविलेली माहिती घेऊन त्यावर निर्णय घेणाऱ्या माणसाची बुद्धिमत्ता हे बाह्यमन (कॉन्शस माईंड) आणि यंत्र हे अंतर्मन (सबकॉन्शस) अशीच ही योजना आहे.

बाह्यमन आणि अंतर्मन या दोन मनांचा एकमेकांवर कितपत प्रभाव पडू शकतो, याची आता कुठे आम्हाला अंधुक रूपरेषा दिसू लागली आहे.

ज्या व्यक्तींना मन:चक्षूंसमोर सुंदर चित्रे दिसू शकतात त्यांच्या मेंदूतून

तुलनात्मकदृष्ट्या तुरळक किंवा कमी 'अल्फा' स्पंदने बाहेर पडतात. याउलट, ज्यांना अशी चित्रे फार दिसत नाहीत आणि जे शब्दांमध्ये वर्णन करू शकतात अशा शब्दप्रभूंच्या मेंदूतून सतत 'अल्फा' स्पंदने बाहेर पडत असतात. या अल्फा स्पंदन लहरी अंशत: अनुवांशिक असल्या तरी आजुबाजूचे वातावरण आणि वैयक्तिक अनुभव यांचा त्यात बराच मोठा वाटा असतो.

सामान्यत: एखादी व्यक्ती काही विशेष विचार न करता शांतपणे आरामात डोळे मिटून बसलेली असेल, तर त्यावेळी त्या व्यक्तीच्या मेंदूतून अल्फा स्पंदन लहरीच बाहेर पडताना आढळतात; परंतु डोळे उघडल्यानंतरदेखील अल्फा लहरी दीर्घकाळपर्यंत सुरू राहिल्या, तर मात्र ते मानसिक आजाराचे लक्षण मानावयास हरकत नाही. कारण यामुळे माणूस वास्तवाच्या प्रत्ययापासून दूर गेलेला असतो आणि वास्तवापासून असे दीर्घकाळ वेगळे राहणे निश्चितच धोकादायक ठरू शकेल.

परंतु तरीदेखील अल्फा स्पंदन लहरी माणसाला शांती आणि आरामाचा लाभ मिळवून देतात हेही तितकेच सत्य आहे. त्यामुळे माणसाला इच्छेनुसार अल्फा स्पंदन लहरी निर्माण करता आल्या, तर केवढा तरी फायदा होऊ शकेल. अलिकडेच 'अल्फा टोन' या नावाचे फारसे खर्चिक नसलेले (अमेरिकन राहणीमानानुसार) छोटे उपकरण बाजारात आले आहे. याच्या साह्याने मनुष्य अल्फा लहरी बरोबर निर्माण करीत आहे किंवा नाही हे दिवा प्रज्वलित होऊन किंवा घंटानाद होऊन सुचविले जाते. काही तासांच्या सरावानंतर या उपकरणाच्या साह्याने माणूस अल्फा स्पंदने निर्माण करावयास शिकतो. हीच गोष्ट योग साधनेत शिकविली जाते; परंतु त्यासाठी बरीच साधना-तपश्चर्या करावी लागते.

बॉस्टन शहरातील सिटी हॉस्पिटलमध्ये महर्षी महेश योगी आणि त्यांचे शिष्यगण यांच्या सहकार्याने ध्यानधारणेतील शरीरक्रिया (फिजिऑलॉजी) अभ्यासण्याचा मोठा कार्यक्रम हाती घेण्यात आला होता. त्यात नोंदविल्या गेलेल्या अहवालांवरून काही ठळक लक्षणे अशी आढळतात, की ध्यान किंवा समाधी लावणाऱ्या साधकामध्ये अल्फा स्पंदन लहरींची झपाट्याने वाढ होत जाते. श्वासोच्छ्वास हळुहळू कमी होत जातो. प्राणवायूचा वापर कमी होत गेला की हृदयाचे स्पंदनदेखील मंदावत जाते. रक्तदाब खाली येऊ लागतो आणि त्वचेमधील विद्युतरोध (इलेक्ट्रिकल रेझिस्टन्स) वाढतो. रक्तातील लॅक्टेटचे प्रमाण घटते आणि ही अवस्था समाधी संपल्यानंतरदेखील बराच काळ तशीच राहते.

रक्तातील लॅक्टेटचे प्रमाण वाढणे म्हणजे शरीरावर अतिशय ताण पडला आहे, अथवा शरीर थकले आहे याचे निदर्शक आहे. या 'ध्यान' करण्यामुळे अथवा समाधी लावण्यामुळे लॅक्टेटचे प्रमाण कमी होऊन शरीराला एकदम आराम मिळतो. थकवा, ताण वगैरे नाहीसा होतो. कोणती तरी रासायनिक इंजेक्शने अथवा गोळ्या

खाऊन हा ताण कमी करण्याची, लॅक्टेटची पातळी कमी करण्याचीदेखील पद्धत प्रचारात आहे; परंतु त्यापेक्षा ही ध्यानधारणेची पद्धत अधिक फायदेशीर आहे, असा साधकांचा दावा आहे.

जपानमध्ये 'झेन' साधना केली जाते. तिचा खूप बोलबाला आहे. बौद्ध भिक्षूंनी आपल्याकडील 'ध्यान' कल्पना तिबेटमध्ये नेली. तेथून ती चीनमध्ये पोहोचताना 'चान' असे रूपांतरण झाले आणि नंतर चीनमधून जपानमध्ये गेल्यानंतर 'चान'चे 'झेन' असे अधिक वेगळे नामकरण झाले; परंतु मूळ कल्पना मात्र तीच राहिली. जपानी साधकांनी यावर केलेले संशोधन मोठे लक्षणीय आहे. जपानी साधक पद्मासन घालून बसतात. दूरच्या कोणत्या तरी वस्तूवर नजर केंद्रित करतात आणि डोळे सताड उघडे ठेवून ध्यानस्थ होतात. सुरुवातीला न आढळणारी अल्फा स्पंदने हळुहळू सुरू होतात आणि नंतर मस्तकात सर्वत्र आढळतात. निष्णात साधकांमध्ये ही अवस्था अर्ध्या तासापेक्षा देखील अधिक काळ राहू शकते; परंतु सर्वसामान्य माणसात अल्फा स्पंदने दोन मिनिटांपेक्षा अधिक काळ राहू शकत नाहीत.

यौगिक साधना करणाऱ्यांमध्ये अल्फा स्पंदने दीर्घकाळ चालतात. बंगाली पंथाच्या साधकांमध्ये मात्र जेव्हा साधक समाधीतील अत्युच्च क्षण गाठतो तेव्हा अल्फा स्पंदने मोडलेली आढळतात.

अनैच्छिक क्रियांवर इच्छाशक्तीचे नियंत्रण मिळविणे हे योगविद्या, झेन साधना आणि काही आफ्रिकन पंथाच्या साधनपद्धतींचे ध्येय असल्याचे आढळते. हे साध्य झाले तर हृदयाचे स्पंदन मंदावणे, रक्तदाब कमी करणे, श्वासोच्छ्वास जवळ जवळ थांबविणे, आतड्यांची आणि पोटाची हालचाल, मूत्रपिंडाचे उत्सर्जन अशा अनेक अनैच्छिक क्रियांवर नियंत्रण मिळविता येते. यालाच स्वयंसूचना (ऑटोसजेशन) असे देखील संबोधले जाते. हे एक प्रकारे बाह्यमनाने अंतर्मनावर मिळविलेले नियंत्रण आहे. याचा शरीरावर कोणताही विपरीत परिणाम होत नाही.

या अवस्थेत सुया टोचणे, सुरीने कापणे, भाजणे, गालातून अथवा जिभेतून सुई आरपार घातल्यानेदेखील वेदना जाणवत नाहीत. डोळ्यांतील बाहुल्यांची प्रतिक्षिप्त क्रियादेखील बंद होते आणि यात अतिमानवी असे काहीच नाही. या सर्व गोष्टी प्रयोगशाळेत करता येतात. फक्त अभ्यास आणि साधनेची आवश्यकता असते. या समाधी साधनेमुळे स्वादूपिंडातून अधिक इन्सुलिन स्रवणे शक्य आहे असा दावा अलिकडेच काही साधकांनी मांडला आहे. काही गोष्टी कदाचित चरितार्थाच्या गरजेपोटी शोधून काढल्या गेल्या असतील; परंतु पुष्कळशा मानसिक चिंतन आणि आत्मज्ञानामुळेच शोधून काढल्या गेल्या आहेत हे निश्चित.

तिबेटच्या अतिशीत वैराण प्रदेशात 'लुंगगोम' नावाची विद्या शिकवितात. ही विद्या शिकण्यासाठी ३९ महिने एकांतवासात राहून श्वासोच्छ्वास नियंत्रित करण्यास

शिकावे लागते. याबाबत डॉ. अलेक्झांडर डेव्हिड नील यांनी तपशिलवार वर्णन लिहून ठेवले आहे. ही विद्या साध्य केलेला त्सांग मठातील एक भिक्षू दूर कोणत्यातरी वस्तूवर लक्ष केंद्रित करून सुमारे दहा दहा फूट टणाटण उड्या मारीत चालला होता. जणू त्याच्या पावलांना रबरी चेंडू अथवा स्प्रिंग्ज जोडलेल्या असाव्यात. या पद्धतीने हा भिक्षू तीन साडेतीनशे मैलांचे अंतर केवळ दहा तासांत पूर्ण करीत होता. म्हणजे ताशी बारा-तेरा मैलांचा वेग हा मॅरेथॉन धावपटूंचा वेग पडतो; परंतु मॅरेथॉन धावपटू दोन-तीन तासांपेक्षा अधिक काळ धावू शकत नाहीत. हा भिक्षू मात्र दिवसभर सहज चालू शकतो.

थंडीपासून संरक्षण करण्यासाठी 'तुमो' नावाची शिक्षण पद्धती आहे. याची सुरुवात प्राणायामानेच होते. त्यानंतर 'ध्यान' होते आणि संपूर्ण विवस्त्र होऊन बर्फाच्या पाण्यात स्नान केले जाते. नंतर बर्फात बसून आंतरिक अग्नीचे चिंतन करणे अशी ही विद्या आहे. शिक्षण पूर्ण झाल्यानंतर चाचणी घेतली जाते. तेव्हा एखाद्या अतिशीत रात्री बर्फाच्या पाण्यात चिंधी भिजवून अंगावर ठेवली जाते आणि केवळ अंगातील उष्णतेने अशी भिजविलेली चिंधी एका रात्रीत किमान तीन वेळा कोरडी करून दाखवावी लागते. इतकी साधना पूर्ण झाल्यानंतर हा साधक केवळ एका सुती वस्त्राच्या साह्याने जगातील कोणत्याही हवामानात सुखाने राहू शकतो.

या सर्व तिबेटी आणि भारतीय पद्धतीच्या साधनेतही प्राणायाम अत्यंत महत्त्वाचा आहे. श्वासांच्याद्वारे आसमंतातून प्राणतत्वाचे शोषण करून घेऊन त्याचे शरीरात 'वसन' करणे. दीर्घ श्वसन केल्यामुळे अधिक प्राणवायू आत येतो आणि स्वप्ने दिसू लागतात, आभास होऊ लागतात; परंतु हे दिसते तितके वरवरचे नाही अथवा सरळदेखील नाही. या अधिक दीर्घ श्वसन करणाऱ्या व्यक्तीचा किर्लिअन पद्धतीने फोटोग्राफ घेतला तेव्हा त्याच्या शरीरातून अधिक प्रखर तेजोवलय बाहेर पडताना आढळले. आयोनाईज्ड हवेत दीर्घ श्वसन केले तर तेजोवलय अधिकच प्रकाशमान होते, असे कझागिस्तान विद्यापीठातील संशोधकांनी शोधून काढले. याचा कदाचित असा अर्थ लावता येईल, की अणूपासून सुटे झालेले इलेक्ट्रॉन्स अधिक ऊर्जानिर्मितीसाठी उपयोगी पडत असतील.

या सर्व गोष्टींचा परामर्ष घेताना 'ऑटोसजेशन' किंवा 'स्वयंसूचने'मुळे बाह्यमनाची इच्छाशक्ती (विल पॉवर) अंतर्मनावर नियंत्रण मिळविते - मिळवू शकते आणि ते व्यासंगाने साध्य करता येते हे स्पष्ट होते. अंतर्मन बाह्यमनापेक्षा किती तरी अधिक प्रभावी आणि ताकदवान असल्यामुळे केवळ त्याच्या सूचनेच्या जोरावर किंवा संमोहन सूचनेच्या जोरावर माणूस अशक्य वाटणारी कामे सहज करून जातो, हे आपण पाहिलेच आहे. आता याच पद्धतीने अधिक व्यासंग करून एकूणच 'इच्छा' क्रियेवर स्वयंसूचनेचे नियंत्रण मिळविता येईल, ही शक्यता नाकारता येणार नाही आणि तसे

झाले तर मानवजातीच्या एकूण व्याधींपैकी निदान निम्म्या तरी व्याधी समूळ नष्ट होतील. कारण बऱ्याच व्याधी मानसिकतेमुळेच (सायोकोसोमॅटिक) उद्‌भवतात. आणि अशा व्याधींवर उपाय करताना केवळ झाडपाल्याचे मामुली उपचार करणारे कुडबुडे वैदूदेखील निष्णात डॉक्टरांइतकेच यशस्वी होताना आढळतात. कारण उपचार करताना हे वैदू 'बघा आता तुम्हाला ठणठणीत बरा करतो' हा मंत्र सतत जपत असतात आणि त्याचा रुग्णाच्या मनावर परिणाम होऊन ती व्याधी बरी होते. औषधाचा गुण त्यात खूपच कमी असतो.

परंतु कमकुवत मनाची माणसे मात्र 'नाही.. आता यातून माझी सुटका नाही ...' किंवा 'माझे नशिबच असे आहे... बघा नेमका काही तरी अपघात होणार ...' असे सतत बोलत राहतात आणि नियती अटळ आहे, असा ग्रह करून घेतात; परंतु खरे तर स्वत:च्याच स्वयंसूचनेमुळे संकटात सापडतात आणि दगावतात.

मंत्रविद्या किंवा चेटूक यात कदाचित काही शक्ती असू शकेल; परंतु कुणाचा मृत्यू घडवून आणण्याची शक्ती त्यात खासच नाही. असल्या गोष्टींवर विश्वास ठेवण्याचे कारणच नाही; पण गंमत पाहा - आज लंडन, न्यूयॉर्कसारख्या अत्यंत प्रगत शहरातील सुशिक्षित, शहाणीसुरती माणसेदेखील 'माझ्यावर कुणी तरी करणी करीत आहे... माझी प्रतिमा करून तिला टाचण्या टोचीत आहे, हाल हाल करीत आहे...' असल्या खुळचट कल्पनांनीच खंगत जातात आणि शेवटी मृत्यूमुखी पडतात; परंतु यांना जर कुणी जाऊन सांगितले, की मी ती प्रतिमा नष्ट करून टाकली ... आता काही त्रास नाही ... तर ही माणसे लागलीच सुधारतात आणि पूर्ववत होतात हा अनुभव आहे.

चेटूक करणारे आणि वैदू हे अनेकदा भोवती जमणाऱ्या समुदायावर अवलंबून असतात. कारण मोठ्या समुदायात अनेकांच्या उपस्थितीमुळे स्वयंसूचना मिळण्याची शक्यता बळावते. उदाहरण देऊन ही गोष्ट अधिक स्पष्ट होईल. शेतकऱ्याने जर एकच डुक्कर पाळले आणि त्याला कितीही खाऊपिऊ घातले तरी ते लठ्ठ होत नाही, अंग धरीत नाही; पण अनेक डुक्करे बाळगली तर ती मजेत एकत्र चरतात आणि गलेलठ्ठ होतात हा अनुभव आहे. ती एक सामूहिक वृत्ती आहे. याचप्रमाणे माणसांच्या समुदायाची एक सामूहिक मनोवृत्ती (मास मेंटॅलिटी) देखील असते. समुदायासमोर केलेले मंत्रोच्चारण अथवा अधिक नाट्यमय पद्धतीने एखाद्या मृतात्म्यासमवेत केलेले संभाषण समूहातील कुठल्या तरी कमकुवत वृत्तीच्या माणसावर परिणाम करते अन् ती व्यक्ती झपाटल्याप्रमाणे वागू लागताच इतर काही जण देखील झपाटले जातात आणि मग कुणीही स्वत:ची सारासार बुद्धी न वापरता सगळेच वेडे चाळे करू लागतात. उदाहरण पहा - पेंग्विन पक्ष्यांच्या कळपात एक पक्षी चोच उंचावून आनंदाने नाचू लागला, की सगळेच पक्षी त्याच्याबरोबर नाचू

लागतात. परंतु कारण मात्र कुणालाच ठाऊक नसते.

अनैच्छिक वागणूक तसेच अंतर्मनाचा विभाग आणि आवाका वाटतो त्यापेक्षा फारच मोठा आहे. ऐच्छिक विचारशक्ती आणि सृजनशीलता त्यावर खूपच अवलंबून असते, असे डॉ. सिग्मंड फ्रॉइड यांचे 'अबोध मन' यावरील भाष्य आणि डॉ. जंग यांचे सामूहिक अबोध मन (कलेक्टिव्ह अनकॉन्शस) यावरील भाष्य सांगते.

अनेक यशस्वी लेखक, कवी, संगीतज्ज्ञ, कलाकार हे स्वयंसूचनेचे तंत्र आत्मसात करताना आढळून येतात. व्हॉन गटे ने आपल्या लोकोत्तर रचना झोपेत चालता असतानाच केल्या आहेत. मोझार्टने आपल्या उत्तमोत्तम रचना आपण झोपेत असताना एखाद्या स्वप्नाप्रमाणे मन:चक्षूंसमोर तरळून गेल्याचे नमूद करून ठेवले आहे. सर ऐझॅक न्यूटन न उलगडलेली प्रमेये वाचून झोपी जात असे, सकाळी उठल्यानंतर प्रमेये उलगडलेली असत.

म्हणजे ही स्वयंसूचना मानवी आयुष्यात अतिशय मौल्यवान असावी आणि मग असेही लक्षात येते, की जाणीव तशी घोटाळ्याची नसून त्याबाबत आमच्या कल्पनाच अधिक घोटाळ्याच्या असाव्यात. बाह्य विचारशक्ती आणि अंतर्मनाची स्वयंसूचना यांची आम्ही सांगड घालण्याचा प्रयत्न करीत असतो आणि ते जर बरोबर जमले, तर आम्ही सुखावतो.

मग ही जाणीव म्हणजे अंतर्मनाची स्वयंसूचना तर नसेल?

संदर्भ

Ostrander S. and Schroeder L: Psychic Discoveries Behind the Iron Curtain: Englewood Cliffs, N. J. Prentice Hall, 1971.

Amoore J. E.: Palmieri G. and Wanke F.: Molecular Shape and Odour: Nature 216 : 1084, 1967.

Hasler A. D. "Wegweiser for Zugfische" Naturwiessen Schaftliche, Rundschau : 15 : 302, 1962.

Teichmann H. : "Das Teischveromgen der Ales" Naturewiss : 44 : 242, 1957.

Kullenberg B. "Field Experiments with Chemical Sex Atrractants": Jour Zool. Bidr. Fran: 31: 253, 1956.

Deaveniek A.: "Identify people by their smell" New Scientists: 28 : 630, 1965.

Benson H. and Wallace R. K.: "The Physiology of Meditation" American Journal of Physiology: 221 : 795, 1971.

Kasamatsu A. and Hirai T.: An Electroencephalography Study of Zen Mediatation": Folia Psychaitric Neutrol, Japan 20 : 4, 1966.

Anand B. K., Chhina G. K. and Singh B.: Some Aspect in Electroencephalographic Studies in Yogis"
Electroencephalographic and Clinical Neurophysiology 13 : 452, 1961.

Das N. N. and Gastaut H.: Variations de l'activite electrique dug cerveau du coeur et des muscles squeletigue an cours de la mediatation et deg l'extase yogigne: Electroencephalographic and Clinical Neurophysiology: 6 : 211, 1955.

Walter W. G. The Living Brain, Penguin, London, 1961.

David Neel A.: Magic and Mystery in Tibet : Souvenir Press, London, 1967.

Miles S: "The Accident Syndorome": Science Journal: 6 : 3, 1970.

Seabrook W.: "Witch Craft" Spherebooks, London, 1970.

Chauvin R. and Genthon J. P.: Eine Undersuchung uber die Moglichkeil - Physchkinestischer Experiermente mit uranium und Gieger - Zaler" Zeir Schrifltur Parapsychologie und Grenzbeiete der Psychologie : 8 : 140, 1965.

नेणिवेच्या प्रांतात

विकसित प्राण्यांमध्ये निद्रा ही एक क्रियाशील जीवनावस्था आहे. एवढेच नव्हे, तर ती एक उत्स्फूर्त शारीरिक प्रक्रिया आहे, असे डॉ. निको टिंबरजेन मानतात. माणूस सामान्यत: दिवसाचे आठ तास म्हणजे एकूण आयुष्याचा तिसरा हिस्सा झोपेतच व्यतीत करतो. तरीदेखील आयुष्याच्या एवढ्या मोठ्या कालखंडाबाबत फारच थोडी माहिती उपलब्ध आहे.

निद्राधीन होताना पापण्या मिटतात; बुबुळातील बाहुल्या आकुंचित होतात; लाळ, पाचकरस आणि मूत्र स्त्रवणे कमी होते. श्वासोच्छ्‌वासात कमी हवा आत घेतली जाते. हृदयाचे स्पंदन मंदावते. मस्तकात विशेष विचार नसला तर पापण्या मिटल्यानंतर मेंदूतून प्रतिसेकंद चार स्पंदन लहरी - अल्फा लहरी बाहेर पडत असतात. झोप लागताना ती क्रिया मंदावते आणि अधिक लांबीच्या संथ लयबद्ध डेल्टा स्पंदन लहरी प्रतिसेकंद एक ते तीन इतक्याच संख्येने बाहेर पडू लागतात. या अवस्थेला गाढ निद्रा (ऑर्थोडॉक्स स्लीप) असे संबोधले जाते.

या प्रगाढ निद्रेत अधूनमधून अधिक संख्येच्या लहरींचे उद्रेक बाहेर पडतात, परंतु त्यानंतर लागलीच मोठ्या लयबद्ध स्पंदन लहरी पुन्हा सुरू होतात. उपलब्ध माहितीप्रमाणे मानवी मेंदूतील अनेक विभाग जागृत अवस्थेत राहण्यासाठी कार्यरत असतात आणि त्या कार्याची लय मंदावत गेली तर झोप येते. मेंदूच्या खाली चेतातंतूचे जाळे (रेटिक्युलर फॉर्मेशन) बनलेले असते. त्यावरच मेंदूचे कार्य सर्वस्वी अवलंबून असते.

रासायनिक भूल देऊन या चेतातंतूवरच परिणाम साधला जातो आणि त्या प्रभावाखाली माणूस निद्राधीन होतो; परंतु या निद्राधीन अवस्थेत या चेतातंतूंना काही दुखापत झाली तर कायमच्या बेशुद्धीचा (कोमा) धोका संभवतो आणि मृत्यूदेखील ओढवतो.

झोपेत असताना माणसाची जाणीव हरपते, परंतु झोपेतून जागे झाल्यानंतर जाणीव परत येतेच असे नाही.

मोठ्या मेंदूवर करड्या रंगाच्या पेशींचा एक थर (सेरेब्रल कॉर्टेक्स) विकसित

होतो. यावर विचारशक्ती अवलंबून असते. हा भाग नष्ट झाला तर प्राणी नेहमीप्रमाणेच झोपतात, उठतात; परंतु त्यांची विचारशक्ती मात्र संपूर्णपणे नष्ट झालेली असते. या संदर्भात वेस्ट इंडीज बेटावरील, विशेषत: हायटी बेटावर आढळणाऱ्या 'झोंबी' या प्रेतावस्थेतील जिवंत माणसांची आठवण व्हावी. या व्यक्ती जन्मत: किंवा काही अपघातामुळे सेरेब्रल कॉर्टेक्स गमावून बसतात किंवा काही विषबाधेमुळे विचारशक्ती हरवून बसतात आणि म्हणूनच चालत्याबोलत्या प्रेताप्रमाणे भासतात. सॅक्स होमर यांच्या गाजलेल्या 'फू मांचू' या ग्रंथमालिकेत त्यांचे सुरेख वर्णन आढळते.

झोपेत चालणारे, बेशुद्धावस्थेतील माणसांइतके जाणीवरहित नसतात. त्यांचे डोळे सताड उघडे असतात आणि ते अडथळे पार करीत अनेक गुंतागुंतीच्या गोष्टी करीत असतात आणि नंतर झोपी जातात. सकाळी उठल्यानंतर त्यांना त्यातले काहीही आठवत नाही.

झोप पुरेशी नसल्यास काय घडते, यावर अनेक प्रयोग झाले आहेत. एकाग्रता हळुहळू कमी होत जाते. अधूनमधून बेशुद्धीचे क्षण येऊ लागतात. काही कालावधीनंतर अस्तित्वात नसलेल्या गोष्टींचे आभास - भ्रम होऊ लागतात आणि डोळे सताड उघडे असताना स्वप्ने पडू लागतात.

माणूस झोपेत असताना स्वप्ने पडतात, परंतु सामान्यत: ती झोपेचा भाग असू शकत नाहीत. सलग निद्रेत ज्याला आपण पारंपरिकतेने गाढ निद्रा म्हणतो असे काही कालावधी असतात आणि या कालावधींना आलटून पालटून विरोधाभास निद्रेचे (पॅराडाक्सिकल स्लीप) कालावधी असतात. या विरोधाभास निद्रा कालावधीतच स्वप्ने पडतात.

गाढ निद्रेत डोळ्यांची बुबुळे अचल राहतात. गळ्याचे स्नायू तणावाखाली असतात आणि हृदयस्पंदन नियमित असते. मेंदूतून फक्त डेल्टा स्पंदन लहरी बाहेर पडत असतात. विरोधाभास निद्रेत डोळ्यांची बुबुळे सतत हलत असतात. हृदयस्पंदन अनियमित असते. सर्व स्नायू शिथिल पडलेले असतात. परंतु मेंदूच्या स्पंदन लहरी जागृतावस्थेतील स्पंदन लहरींपेक्षा फार वेगळ्या नसतात. या अवस्थेतील निद्रावश माणसाला जागे करणे कठीण जाते.

या अवस्थेत शरीराच्या स्नायूंचे शिथिलीकरण जवळपास अर्धांगवायू झाल्याप्रमाणेच असते. शरीराच्या प्रतिक्षिप्त क्रिया (रिफ्लेक्स ॲक्शन्स) देखील घडू शकत नाहीत. त्यामुळे या अवस्थेत भीतिदायक, भेसूर स्वप्ने पडल्यास (नाईट मेअर्स) माणूस असहाय बनतो आणि हालचाल करू शकत नाही अथवा ओरडू शकत नाही. मग जागे झाल्यानंतर कुणी अदृश्य शक्तीने जखडून ठेवले होते वगैरे कल्पना त्यांना सुचतात.

झोपताना प्रगाढ निद्रा नेहमीच प्रथम येते. नंतर सुमारे दोन तासांनी विरोधाभास निद्रा सुरू होते. त्या वेळी बुबुळे हलू लागतात. अशा वेळी जागे करून विरोधाभास

निद्रा येऊच दिली नाही तर नंतर जेव्हा निद्रा येऊ लागते. तेव्हा प्रथम विरोधाभास निद्रा येऊ लागते. म्हणजे शरीर मिळू न शकलेली विरोधाभास निद्रा मिळविण्याचा यत्न करते. याचाच अर्थ असा की शरीराला दोन्ही प्रकारच्या निद्रा आवश्यक आहेत.

जलद गतीने सरकणाऱ्या स्वप्नांच्या वेळी बुबुळे कदाचित जलद गतीत हलत असावीत, परंतु ती हालचाल जलद सरकणारी दृश्ये पाहण्यासाठी निश्चितच नाही. कारण जन्मांध लोकांची बुबुळेदेखील विरोधाभास निद्रेत अशीच हलत असतात. ते काय पाहत असतील?

स्वप्नातील भावनिक अवस्थेचा श्वासोच्छ्वास, हृदयाचे स्पंदन, शरीराचे तापमान, मेंदूतील स्पंदन लहरी या सर्वांवर परिणाम होतो. म्हणजे तो खराच अनुभव आहे म्हणायला हरकत नाही.

अधिक तपशिलवार विश्लेषण केले तर स्वप्नांची सलग मालिका अशी नसते. त्यांचा बहुधा आदल्या दिवसातील अनुभवाशी काही तरी संबंध असतो आणि त्या अनुभवांच्या साह्याने ती पूर्वायुष्याकडे झेप घेतात. यामुळे एक नवीन सिद्धान्तच होऊ घातला आहे. तो असा की दिवसात आलेल्या अनुभवाची पूर्वायुष्याशी सांगड घातली जाते आणि त्यातील काही भाग मोठ्या मेंदूतील करड्या भागात स्मृतिरूपाने साठविला जातो. या भागाच्या खालच्या थरातील स्पंदन लहरी वाढतात, हालचाली वाढतात. काही तज्ज्ञांच्या मते स्वप्ने आज आलेला अनुभव आणि पूर्वायुष्यातील स्मृतीमध्ये असलेला अनुभव यांची सांगड घालतात आणि ही नवी स्मृती सेरेब्रल कॉर्टेक्सच्या स्मृतिकोशात साठविण्यास मदत करतात.

स्वप्नात दिसणाऱ्या सांकेतिक चिन्हांचा बहुधा अंतर्मनाशीच काही तरी संबंध असावा असे म्हटले जाते आणि त्या संदर्भात सांकेतिक चिन्हे कोणती असावीत याचा निर्णय स्वप्ने करीत असावीत. डॉ. सिग्मंड फ्रॉईड यांचे मनोविश्लेषण पुष्कळ अंशी सांकेतिक चिन्हांवर आधारित आहे; परंतु काही वेळा त्यांचे विश्लेषण इतके ढोबळ आणि साधे वाटते, की त्यावर विश्वास ठेवणे कठीण होते. अनेक जाणकारांना डॉ. फ्रॉईड यांच्या विश्लेषणात लैंगिक भावनेला अवास्तव महत्त्व दिले आहे असे वाटते, परंतु अंतर्मनाची कोणत्याही प्रकारे चाचणी घेता येत नाही आणि त्यामुळे कोणत्या ना कोणत्या आधारानेच निष्कर्ष काढावे लागतात.

मेरीलँड मानसिक आरोग्य संस्थेचे डायरेक्टर डॉ. सिडनी कोहेन यांच्या मते, मेंदू ही शरीराचे व्यवस्थापन करणारी एक संस्था असली तरी तिला आत्मपरीक्षणाची विलक्षण देणगी आहे आणि त्यामुळेच चेतासंस्थेची (मेंदूची) एक शाखा 'आपण कोण आहोत? कुठे चाललोय? अन् आयुष्यातील या सर्व घडामोडींचा अर्थ काय?' असले काही तरी वेगळेच विचार करीत असते. ही स्वत:बद्दलची जाणीव अत्यंत आश्चर्यकारक आहे. ती कशी निर्माण झाली, हे देखील मोठे आश्चर्यच आहे.

कारण या असल्या जाणिवेचा जगात टिकून राहण्यासाठी किंवा साध्या शब्दात म्हणजे जगण्यासाठी काहीच उपयोग होत नाही

विकास सिद्धांताप्रमाणे माणसाची निर्मिती ही गेल्या सात-आठ लाख वर्षांमधील आहे आणि एकंदर विकासाची वाटचाल सुमारे दोन हजार कोटी वर्षांची समजली जाते. परंतु त्या तुलनेत सात-आठ लाख वर्षांच्या अत्यंत थोडक्या काळात माणसाच्या या एकाच अवयवाने मारलेली मजल म्हणजे एक महान चमत्कारच म्हणायला पाहिजे आणि मेंदूचा हा विकास घडत असताना इतर अवयवांकडे दुर्लक्ष झाले. परंतु इतकी जबर किंमत मोजून साध्य केलेली ही मेंदूची प्रगती आम्ही कितपत उपयोगात आणतो? एखाद्या लहानशा भटक्या कुटुंबाला ऐसपैस राजवाडा राहण्यास द्यावा आणि त्यांनी एखाद्या कोपऱ्यातील लहानग्या खोलीतच बिऱ्हाड मांडावे आणि बाकीची दालने तशीच पडून असावीत, असे काहीसे घडले आहे.

निसर्ग कोणतीही गोष्ट कारणावाचून कधी करीत नाही. मग मानवी मेंदूतील सेरेब्रल कॉर्टेक्स या विभागाचा इतका अमर्याद विकास का व्हावा?

या राजवाड्याच्या इतर दालनांत डोकावून पाहण्याचा प्रयत्न काही धाडसी व्यक्तींनी केला. नाही असे नाही. परंतु त्यांच्या पारंपारिक प्रयत्नांना मर्यादित यश प्राप्त झाले. काही धर्मांच्या, काही पंथांच्या पारंपरिक आचारसंहितेत लयबद्ध हालचाल करणे, विशिष्ट लयीत विशिष्ट स्वरात प्रार्थना म्हणणे, मंत्रोच्चारण, स्वत:भोवती गरगर फिरणे वगैरे अनेक आचार पद्धतींनी स्वत:ला 'समाधी अवस्थे'कडे नेण्याचा प्रयत्न असतो. दीर्घकाळ विशिष्ट पद्धतीने श्वसन नियंत्रित करणे, उपवास करणे, विशिष्ट झोपडीत एकांतवासात राहून न झोपता शरीराची रासायनिक गुणवत्ता बदलणे अशा प्रकारचे प्रयत्न केलेले आढळतात. सिऑक्स या रेड इंडियन जमातीत कडक उन्हात उभे राहून तहान न भागविता भ्रमिष्टावस्थेत जाण्याचा प्रयत्न केला जातो.

या सर्व वेगवेगळ्या पद्धतींचा तपशील पाहिला तर एक गोष्ट स्पष्टपणे प्रतीत होते, की नेहमीच्या दिनचर्येत हजारो प्रेरणा आवेग आजुबाजूच्या वातावरणातून माणसाच्या जाणिवेकडे येतात. ते निरर्थक करून त्यांची शक्यतो दखल न घेणे यावरच भर दिसतो आणि या पद्धतीने इतर चेतना बंद झाल्या, की मनाची इतर दालने उघडण्यास मदत होत असावी हा अनुभव आहे.

या पद्धतीने मॅकगिल विद्यापीठातील प्रयोगात विद्यार्थ्यांना ध्वनिरहित दालनात गॉगल घालून बसविण्यात आले. प्रिन्स्टन विद्यापीठातील प्रयोगात विद्यार्थ्यांना प्रकाशरहित, ध्वनिरहित आणि स्थिर तापमान असलेल्या दालनात बसविण्यात आले. उत्ताह विद्यापीठात त्यांना शरीराचेच तापमान असलेल्या गडद रंगाचे पाणी भरलेल्या हौदात पाण्याखाली ठेवण्यात आले. तेथे ध्वनी, प्रकाश किंवा स्पर्श यांपैकी कोणतीच चेतना येऊ शकत नव्हती.

साहजिकच या कंटाळवाण्या परिस्थितीची परिणती झोप येण्यात येते. वेळेचे तारतम्य राहत नाही. चोवीस तास झोपूनदेखील फक्त अर्धा तासच झोप काढल्याची जाणीव होत होती. आसमंताची काहीही चाहूल नसल्यामुळे सारासार बुद्धी आणि तारतम्य काम देईना. सतत स्वप्ने पडू लागली आणि नसलेल्या गोष्टींचे भास होऊ लागले. त्यातील काही आभास पूर्ण घटनांचे होते. यालाच मायाभास किंवा हॅल्युसिनेशन्स असे संबोधतात.

सामान्य स्थितीत हजारो प्रेरणा आवेग येत असतात परंतु आपली चेतासंस्था त्यांना चाळणी लावून फक्त आवश्यक तेवढेच प्रेरणाआवेग शरीरात येऊ देते. त्यामुळे प्रत्येक आवेगाला नको इतके महत्त्व प्राप्त होते. परंतु वर उद्धृत केलेल्या अवस्थेत अगदीच मोजके आवेग शरीरात प्रवेश करतात, त्यामुळे एखादी मायक्रोफिल्म एन्लार्ज करून पाहावी तसा प्रकार घडतो. म्हणजे हा 'मायाभास' अंशतः वस्तुस्थितीचा 'क्लोजअप' खूप मोठा करून पाहण्यासारखा प्रकार आहे. आवेग नेहमीप्रमाणे मोठ्या संख्येने न येता अगदीच तुरळक येत असतात. त्यामुळे मेंदू त्या तुरळक आवेगांची सुशोभितपणे मांडणी करून त्यांच्यामधील रिकाम्या जागा स्मृतिसंग्रहातील गोष्टींनी भरून काढतो. इतके होऊन देखील हा मायाभास काही वेळा बहिर्मन आणि अंतर्मन यांच्या मर्यादा ओलांडून जातो.

जगातील वेगवेगळ्या मानव संस्कृतीत कोणत्या ना कोणत्या कंदमुळांचा अथवा वनस्पतींचा उपयोग करून ज्ञानेंद्रियांचे आवेग कमी कमी करण्याचे प्रयत्न केलेले आढळतात. पर्शियन आणि आर्य लोक सोमवल्लीचा रस प्राशन करीत. ग्रीक इतिहासातील प्रसिद्ध हेलेन ऑफ ट्रॉय नेपेन्थेनामक वनस्पतीचे सेवन करीत असल्याचे वर्णन आढळते. साधारणतः पिचर प्लँटसारख्या दिसणाऱ्या या वनस्पतीच्या सेवनाने दुःखाचा विसर पडत असे असे म्हणतात. इजिप्त, गांधार, भारत या भागात मारज्वाना, गांजा, हशीश यांचे सेवन करीत असत. अमानिता हे लाल रंगाचे ठिपके असणारे सुंदर भू-छत्र याच कारणासाठी मध्य आशिया आणि युरोपमध्ये उपयोगात आणले जाते. मॉर्निंग ग्लोरी आणि तत्सम काही भू-छत्रे मेक्सिको आणि मध्य अमेरिकेत वापरण्यात येतात.

या सर्व वनस्पतींचे सेवन केवळ 'मायाभास' उत्पन्न करते. अनेक ठिकाणी धार्मिक कृत्यांमध्ये त्यांना स्थान देण्यात आले आहे.

परंतु धान्याच्या दाण्यांवर वाढणारी एक प्रकारची बुरशी - लायसर्जिक ॲसिड डाय एथिलामाइड किंवा 'एलएसडी' ही त्या सर्वांमधील प्रभावी वनस्पती म्हटली पाहिजे. या वनस्पतीचा फक्त उच्च वैचारिक पातळीवरच म्हणजे माणसावरच अधिक परिणाम घडून येतो. बाहेरून येणारे प्रेरणा आवेग सेरेब्रल कॉर्टेक्सच्या ज्या भागात येतात, त्याच भागात एलएसडीचा परिणाम घडतो. बोलणे, चालणे,

रक्तदाब, हृदयस्पंदन यांच्यावर परिणाम दिसत नाही. फक्त संवेदना मंद होत जातात. वैचारिक भ्रमणावरील सारासार बुद्धीचा प्रभाव नाहीसा होतो. डोळ्यांना दिसणाऱ्या दृश्याचे नेहमीचे अर्थ बदलतात.

सामान्यत: जसे दिसते तसाच आपण त्याचा अर्थ लावतो. जर आपण उलटे दिसणारा चष्मा लावला तर सारे जग उलटे आहे अशी कल्पना होईल, त्यातलाच हा भाग आहे. काही वेळ हा चष्मा सतत वापरला तर मेंदू त्याला सरावतो आणि आवश्यक ती दुरुस्ती करतो आणि जग पुन्हा नेहमीसारखे दिसू लागते. त्यानंतर आता चष्मा काढला तर जग पुन्हा उलटे दिसू लागेल.

याचाच अर्थ असाही लावता येईल, की आपल्या संवेदनेत जग जसे आहे तसेच दिसते, असे नसून जसे दिसावयास पाहिजे असते तसेच ते दिसू लागते. म्हणजे आम्हाला वास्तवतेचे फारच मर्यादित अथवा संकुचित चित्र दिसते. एलएसडीमुळे हा संकोचाचा भाग नाहीसा होऊन विविध रंगाचे ध्वनी ऐकू येऊ लागतात. संगीताचा गंध येऊ लागतो. विचारांची वीण आणि पोत समजू लागतो. लहान मुलांना सर्व काही स्वच्छ दिसते. आपण ज्याला मायाभास म्हणतो तो कदाचित त्यांच्या वैचारिक पातळीवरील नेसर्गिक भागच असावा, हे त्यांनी काढलेल्या चित्रांवरून स्पष्टपणे प्रतीत होते. आपण वयाने वाढतो आणि दृष्टी मंदावत जाते. काही भाग दिसेनासा होतो.

प्रत्येक समाज आपापली शहाणपणाची कल्पनामूल्ये ठरवित असतो आणि सांस्कृतिक दबावामुळे मर्यादा अधिकच संकुचित होत जातात. जे कुणी या मर्यादा न पाळता स्वातंत्र्य उपभोगतात वा मुक्त होण्याचा प्रयत्न करतात, त्यांना आपण 'वेडे' ठरवितो आणि त्यांची काळजी घेण्यासाठी म्हणून त्यांना बंधनात टाकतो. (वेड्यांच्या इस्पितळात नेऊन टाकतो.) खरे पाहिले तर आपण त्यांना संरक्षण देण्याऐवजी आपण आपल्या तथाकथित 'सु'संस्कृत समाजाचे रक्षण करण्याच्या प्रयत्नात असतो, असे म्हणणे अधिक योग्य नाही का?

याच पद्धतीने कम्युनिस्ट राजवटीत शासनाविरुद्ध वागणाऱ्या व्यक्तींना वेडे ठरवून कार्यवाही केली जात असे. काही मंडळी 'धर्म' या नावाखाली बंधने झुगारून देऊन स्वातंत्र्य उपभोगू लागतात आणि कालांतराने त्यांना 'दैवी प्रसाद लाभलेले' असे लेबल चिकटविले जाते. हे लोक स्वत:चे आयुष्य तर बदलून टाकतातच, परंतु सामान्यांचेदेखील बदलण्याचा यत्न करतात. परिणाम मात्र चांगला होतोच असे नाही. काही साधू-संत खरोखरच वेडे असू शकतील, परंतु प्रत्येकाच्या आयुष्यात केव्हा तरी असा एक क्षण येऊन जातो... मग तो सौंदर्याचा साक्षात्कार असो, प्रेमाचा साक्षात्कार असो, कामतृप्तीचा क्षण असो किंवा अंतर्ज्ञानाचा क्षण असो. वेदांनी यालाच 'ध्यानसमाधी' असे म्हटले आहे. झेन बुद्धिस्ट 'सानोरी' म्हणतात, हिंदू लोक 'मोक्ष' म्हणतात. या क्षणांच्या सभोवती सतत गूढतेचे धूसर अपारदर्शक

वलय असते आणि त्यामुळेच त्याला 'दैवी' असे संबोधले जाते.

अर्थात यात दैवी असे काहीच नाही. फक्त संस्कारांची झापडे गळून पडल्यामुळे आपण नेहमीपेक्षा अधिक संवेदनशील होतो इतकेच. मुळात आमची संवेदना खूपच तीव्र आहे. परंतु आमच्या सांस्कृतिक कल्पनांमुळे संवेदना बोथट होत जातात. आम्ही शुद्धीत असताना आमचे 'सावध' वागणे हेच संवेदनेच्या अडवणुकीचे मुख्य कारण आहे. मेंदूकडे येणारे असंख्य प्रेरणा आवेग चाळणी लावून अडविले जातात. फक्त थोडेच, मोजके आवेग पोचतात. यामुळे मेंदूवर पडणारा बोजा कमी होतो, हा भाग मान्य केला तरी संवेदना मर्यादित होतात. हा भाग राहतोच. त्यामुळे मेंदूची प्रतिभाच बंदिस्त होते.

हे सांस्कृतिक बंधन तोडून मुक्त होऊ पाहणाऱ्या गॉग व्हर्लेन, कोलरिज, बाउडेलेअर वगैरे प्रतिभावंतांना अतोनात जाच सहन करावा लागला आहे.

संवेदना, अंतर्मनाचे सामर्थ्य आणि घडणाऱ्या घटना यात सर्वसामान्यांपेक्षा काही विशेष वेगळे दृष्टीस पडले की आपण त्याला 'सिद्धी' प्राप्त झाली असे लेबल चिकटवून मोकळे होतो. वास्तविक त्यात अशक्य असे काहीच नसते. परंतु त्यातील कार्यकारणभाव न समजल्यामुळे त्याभोवती अद्‌भुततेचे वलय निर्माण होते. कार्यकारण भाव समजला तर अद्‌भुततेचे वलयच नाहीसे होते. योगशास्त्राने नेमके हेच कार्य अंगिकारले आहे आणि मनाच्या सामर्थ्याची महती विषद केली आहे.

पातंजल योगानुसार जन्म, औषधी, मंत्र, तप आणि समाधी या पाच वेगवेगळ्या मार्गांनी सिद्धी प्रकट होतात. उदाहरणच द्यावयाचे तर पक्षी किंवा क्षुद्र कीटक यांना आकाशात उडण्याची सिद्धी जन्मजातच अवगत झालेली असते. आयुर्वेदातील चरक-सुश्रुतादी ग्रंथांत स्वतंत्रपणे रसायन प्रकरण दिलेले असते. त्यात 'कुटिप्रावेशिक' आणि 'वातातपिक' औषधी रसायने सांगितली आहेत. कुटिप्रावेशिक औषधे एका ठराविक झोपडीत ठराविक विधिपूर्वक सेवन करावयाची असतात. 'विडंग तंदूल' सेवनामुळे पाच महिन्यात माणूस पुन्हा यौवनावस्था प्राप्त करू शकतो. 'वातातपिक' औषधे बाहेर उन्हातान्हात, वाऱ्यात घेतली तरी चालतात असा उल्लेख आहे.

मंत्रसिद्धी या मंत्रपुरश्चरणामुळेच प्राप्त होतात. मंत्रात जितकी जितकी अक्षरे तितके लक्ष वेळा पुरश्चरण आणि इतर संयम, बंधने असतातच. तप करूनदेखील सिद्धी प्राप्त होतात.

परंतु या सर्वांपेक्षा समाधिज सिद्धी प्राप्त करून 'मोक्ष' गाठणे, हाच श्रेष्ठ पुरुषार्थ सांगितला आहे.

खरे तर आज आम्ही विकासाच्या अशा टप्प्यावर येऊन पोचलो आहोत, की आम्ही नक्की कुठे आहोत आणि आम्हाला कुठे जायचे आहे, आमचे नक्की उद्दिष्ट काय, याची स्वच्छ आणि स्पष्ट कल्पना असणे अत्यावश्यक आहे. आम्ही बाह्यमनाची (कॉन्शस माईंड)शक्ती योग्य प्रकारे हाताळली आणि बहुधा आजदेखील व्यवस्थित

हाताळीत आहोत. परंतु आता अंतर्मनाच्या शक्तीदेखील हाताळून व्यवस्थित उपयोगात आणता आल्या पाहिजेत. निसर्गाने आम्हाला अंत:सूचना, संमोहन, अंतर्ज्ञान अशा अनेक गोष्टी प्रदान केल्या आहेत. आम्ही त्या केव्हा नीट उपयोगात आणण्यास शिकणार आहोत?

संदर्भ

Timbergen N.: "Study of Instinct" : Oxford University Press, 1951.

French J. D.: "The Reticular Formation." Hand Book of Physiology 1: 1281, 1960.

Williams H. L. Lubin A and Goodnow J. J.: Impaired Perfarmance with Acute Sleep Loss: Psychological Monographs: 73: 14, 1959.

Oswald I Taylor A. M. and Treisman M.: Cortical Function During Human Sleep: C.I.B.A. Symposium on Sleep, Boston, 1961.

Cohen B.: Drugs of Hallucination, Palanquin Books, London, 1971.

Vernon J. A.: Inside the Black Room: Penguin Books, London, 1966.

कोल्हटकर कृ. के. : भारतीय मानसशास्त्र अथवा पातंजल योग दर्शन, केशव भिकाजी ढवळे, मुंबई १९७८.

'दूर' संवेदना

अनिश्चितता हे जीवनाचे एक मोठे सामर्थ्यच म्हणता येईल. शरीरातील पेशीद्रव (प्रोटोप्लाझम) अत्यंत असंतुलित आणि संवेदनशील असतो. त्यामुळे जरा चेतावणी (स्टिम्युलस) मिळाली, की तो प्रतिक्रियेने या ना त्या बाजूला झुकतो. वर्णनच करायचे झाले तर सजीवाचा प्रत्येक अवयव जणू ज्वालाग्राही पदार्थांचे कोठारच असते आणि ठिणगी पडल्याबरोबर धमाका सुरू होतो यालाच आपण जाणीव म्हणतो.

अमीबा पाण्यात उपलब्ध असणारे सर्व प्रकारचे अन्नकण खातो; परंतु एकाच वेळी अनेक प्रकारचे अन्न उपलब्ध झाले तर त्यापैकी एकपेशीय हिरवी वनस्पती 'डायाटोम' निवडून खातो. याचा स्पष्टच अर्थ असा, की आवड-निवड दाखविणारे अगदी प्राथमिक स्वरुपाचे 'मन' अमिबाच्या शरीरात आहे. उपलब्ध ज्ञानाप्रमाणे 'मन' हा चेतासंस्थेचा अविष्कार आहे आणि त्याचे वास्तव्य बहुधा मेंदूतच असते; परंतु अमिबाचे शरीर केवळ एकाच पेशीचे बनलेले असते आणि त्यात चेतासंस्था निर्माणच झालेली नसते. तेव्हा मेंदूचा प्रश्नच उद्‌भवत नाही; मग मनाचे अस्तित्व कुठे असू शकेल?

त्याहीपेक्षा ढोबळ उदाहरण म्हणजे वनस्पती या सजीवच असतात; परंतु वनस्पतींच्या शरीरात चेतासंस्था निर्माण झालेली नसते. मग वनस्पतींना, झाडाझुडपांना, वृक्षवल्लरींना मन असते की नसते? आणि असल्यास कुठे असते? कारण मेंदू किंवा चेतासंस्था हीच मनाची स्थाने असतील, तर वनस्पतींना मन असण्याची शक्यताच उद्‌भवत नाही.

फेब्रुवारी १९६६ मधील गोष्ट. इन्स्पेक्टर क्लीव्ह बॅक्स्टर हे अमेरिकेच्या जगप्रसिद्ध सी.आय.ए.मधील 'निष्णात गुन्हा अन्वेषक' म्हणून प्रसिद्धीच्या झोतात आलेले अधिकारी; परंतु शासकीय लालफितीच्या यंत्रणेत कोण किती निष्णात आहे, हे पाहण्यापेक्षा सेवाज्येष्ठता अधिक महत्त्वाची समजली जाते. त्यामुळे क्लीव्ह बॅक्स्टर यांची न्यूयॉर्कमधील पोलीस ट्रेनिंग स्कूलमध्ये शिक्षक म्हणून बदली करण्यात आली. या पोलीस प्रशालेत क्लीव्ह बॅक्स्टर नव्याने भरती झालेल्या

पोलीस रिक्रुटांना पॉलिग्राफ (लाय डिटेक्टर) उपकरण कसे चालवावे, याचे शिक्षण देत असत. मानवी देहाच्या पृष्ठभागावर विद्युतभाराला होणारा विरोध मोजून त्याचा आलेख काढण्याची त्यात व्यवस्था असते.

यंत्राला तीन हात असतात आणि प्रत्येक हातात एक लेखणी दिलेली असते. या तिन्ही लेखण्या एका फिरत्या सिलिंडरवर आलेख नोंदवीत असतात. ज्या व्यक्तीची परीक्षा घ्यायची, त्या व्यक्तीच्या शरीराला विद्युतअग्र जोडले जातात आणि विद्युत प्रवाह सुरू करून प्रश्न विचारले जातात. त्या व्यक्तीचे मन शांत असेल, तर तिन्ही लेखण्या एकमेकांजवळ राहून समांतर रेषा नोंदवितात; परंतु एखाद्या प्रश्नामुळे मनात क्षोभ उसळला, तर तिन्ही हात एकमेकांपासून दूर सैरावैरा पळू लागतात आणि थरथरत्या वेड्यावाकड्या रेषांचे आलेख नोंदवू लागतात. याचा अर्थ उत्तर देणारी व्यक्ती सरळ आणि खरेखुरे उत्तर देण्याचे टाळीत आहे म्हणजेच खोटे बोलत आहे असा लावला जातो.

पोलीसखाते या उपकरणाचा भरपूर उपयोग करीत असले, तरी न्यायालयात हा पुरावा ग्राह्य धरला जात नाही. कारण भावनिक क्षोभामुळेदेखील असे थरथरते वेडेवाकडे आलेख नोंदविले जातात. भावनिक क्षोभ म्हणजे असत्य बोलणे नव्हे.

इन्स्पेक्टर क्लीव्ह बॅक्स्टर यांचे मन या मास्तरकीच्या व्यवसायात रमत नव्हते. मोकळा वेळही भरपूर असे. तेव्हा क्लीव्ह बॅक्स्टर आपला बागकामाचा छंद जोपासत असत. एकदा असेच झाडांना पाणी देत असताना त्यांच्या मनात विचार स्फुरला, की मी रोज या झाडांना इतक्या प्रेमाने निगराणी करून पाणी देतो हे जर त्यांना समजत असेल, तर त्यांची माझ्याबद्दल काही प्रेम-कृतज्ञता वगैरे काही तरी भावना असणारच. म्हणून त्यांनी आपल्या कार्यालयातच एका कुंडीत लावलेल्या 'रबर प्लँट'च्या रोपट्याला पॉलिग्राफचे विद्युताग्र जोडून पाणी देण्यास सुरुवात केली; परंतु रोपटे काहीच प्रतिक्रिया दाखवेना. तेव्हा क्लीव्ह बॅक्स्टर जरा रागावलेच आणि चरफडत म्हणाले, की आनंद किंवा कृतज्ञता नसेल तर निदान दुःख-वेदना तरी जाणवत असणारच. मग त्यांनी उकळत्या कॉफीच्या पेल्यात झाडाचे एक पान बुचकळले; परंतु रोपटे काहीही प्रतिक्रिया दाखवेना.

शेवटी हताश होऊन 'झाडांना जाणीव असते' ही कल्पना चूकच आहे येथपर्यंत त्यांचे विचार येऊन ठेपले; परंतु सहजासहजी आपली तपासाची दिशा सोडतील तर ते पोलीस अधिकारी कसले? बॅक्स्टरसाहेब कॉफी पीत विचार करीत होते, की काही गुन्हेगारांची सहनशक्ती इतकी जबरदस्त असते, की ते सहजासहजी दाद देत नाहीत. त्यांना फार कठोर शिक्षा करून सत्य वदवून घ्यावे लागते, तसेच येथे का करू नये? या झाडाचे एक पान जाळून टाकावे आणि काही प्रतिक्रिया उमटते का ते पाहावे.

अन् काय आश्चर्य! विचार मनात येताक्षणीच यंत्राची तिन्ही हात सैरावैरा पळू लागले. वेड्यावाकड्या आलेखरेषा उमटू लागल्या. आता रोपटे नक्कीच आरडाओरडा करीत होते. वास्तविक बॅक्स्टरसाहेब जागेवरून उठले नव्हते, की काही हालचाल केली नव्हती किंवा काडी पेटविली नव्हती; परंतु त्या समोरच्या रोपट्याला मात्र त्यांच्या मनातले विचार क्षणार्धात कळले होते.

त्यानंतर क्लीव्ह बॅक्स्टर यांना झाडांच्या भावना पडताळून पाहण्याचा छंदच जडला. त्यांनी एका कुंडीत पॉलिडेन्ड्रॉनचे रोप लावले आणि ते रोज त्याला पाणी घालून त्याच्याशी प्रेमाने बोलत असत. नंतर त्यांचा सहाय्यक रॉबर्ट हेन्सन खोलीत येऊन झाडाचे एक पान तोडून टाकीत असे. आता पॉलिग्राफ उपकरण झाडाला जोडण्यात आले. रॉबर्ट हेन्सन केव्हाही जवळ आला, की पॉलिग्राफचे तीन हात सैरावैरा पळू लागत. झाड आरडाओरडा करून रॉबर्ट हेन्सनच्या आगमनाबद्दल नापसंती व्यक्त करीत असे; परंतु पलीकडच्या खोलीत असलेल्या क्लीव्ह बॅक्स्टरचा आवाज जरी ऐकू आला तरी ते झाड शांत होत असे.

त्यानंतर बॅक्स्टर यांनी एक वेगळाच प्रयोग केला. त्यांनी गोड्या पाण्यात सापडणारे लहान झिंगे गोळा केले आणि झाडाला पॉलिग्राफ उपकरण लावून झाडाच्या समोर एकेक झिंगा उकळत्या पाण्यात टाकण्यास सुरुवात केली. प्रत्येक झिंगा उकळत्या पाण्यात पडताच त्याच्या मृत्यूबद्दल झाड तिरमिरीने आक्रोश करीत असे. कदाचित, आपल्या मनात या विनाकारण मारलेल्या झिंग्यांबद्दल निर्माण झालेले दुःख झाडाच्या भावनांवर प्रतिबिंबित होत असेल, असे वाटून क्लीव्ह बॅक्स्टर यांनी स्वयंचलित यंत्राच्या साह्याने झिंगे उकळत्या पाण्यात टाकण्याची व्यवस्था केली आणि स्वत: दूर जाऊन दुसऱ्याच एका दालनात बसले; परंतु इकडे प्रत्येक मृत्यूच्या वेळी झाड आक्रोश करते हे आलेखावरून स्पष्ट दिसून आले. झिंगे उकळत्या पाण्यात टाकण्याची वेळदेखील मागे-पुढे करून पाहिली; परंतु झाडाची दुःखभावना स्पष्टपणे प्रतीत होत होती.

त्यानंतर बॅक्स्टर यांनी पूर्वीच मेलेले झिंगे उकळत्या पाण्यात टाकून झाडाला फसविण्याचा प्रयत्न केला; परंतु झाड मेलेल्या झिंग्याबाबत कोणतीही प्रतिक्रिया दाखवीत नव्हते.

आता प्रश्न असा निर्माण होतो, की प्रत्येक घटनेबाबत झाड स्पष्टपणे भावनिक प्रतिक्रिया दर्शविते. भावनांचा उन्मेष हा केवळ मनाचाच अविष्कार आहे. म्हणजे मग झाडांना 'मन' असलेच पाहिजे. ते कोठे असते? आणि त्याची संवेदना तरी कोणत्या प्रकारची असते?

प्राध्यापक व. वि. अकोलकर हे परामानस शास्त्रज्ञ टेलिपथी या इंग्रजी संज्ञेचा अन्वयार्थ मानस संक्रमण असा लावतात. ज्यावेळी झाडाला क्लीव्ह बॅक्स्टर यांची

'जाळून टाकण्याची' भावना अथवा विचार समजला, त्या क्रियेला 'मानस संक्रमण' ही संज्ञा लागू करता येईल. अतिशय निकटचे स्नेहबंध असणाऱ्या दोन व्यक्तींत असा प्रकार आढळतो, की एकाच्या भावना दुसऱ्याला लागलीच मनोमन समजतात. याचे एक उत्तम उदाहरण परामानस शास्त्रज्ञ डॉ. लुइसा ऱ्हाइन यांच्याबाबतीत घडून आले. एकदा कपड्यांना इस्त्री करताना त्यांच्या मनात सहज विचार आला, की आपण फार दिवसांत श्रीमती मॅकडुगल यांच्याकडे गेलोच नाही. त्यांचा विचार संपतो न् संपतो तोच शेजारी खेळत असलेली त्यांची तीन-चार वर्षांची कन्या उद्‌गारली, " आई, आपण मॅकडुगल बाईंकडे जाऊ या काय?"

मानसोपचारतज्ज्ञ डॉ. इलिझाबेथ मिंट्झ यांनी स्वत:चा अनुभव नोंदविला आहे. एका मनोरुग्णाला तपासताना त्यांना स्वत:च्या पोटात वेदना जाणवू लागल्या. त्यांना स्वत:ला कोणतीच व्याधी नव्हती. मग अधिक तपासाअंती कळले, की त्यांच्या मनोरुग्णाला पोटाची व्याधी होती आणि त्याच्या वेदना मानस संक्रमणाने डॉ. ऱ्हाइन यांना जाणवत होत्या. डॉक्टर आणि रुग्ण यांच्यामध्ये खूपच जिव्हाळा निर्माण झाला आणि त्याचे पर्यवसान मानस संक्रमणात झाले.

कदाचित याच मानस संक्रमण पद्धतीने वनस्पतींना माणसाचे विचार किंवा भावना समजत असाव्यात. अनेक संशोधकांनी त्याबाबत तपशीलवार संशोधन करून निर्वाळा दिला आहे.

धार्मिक किंवा नैतिक दृष्टिकोनातून प्राण्यांची हिंसा करायची नाही असे ठरविले, तर निदान वनस्पती तरी मारून खाव्या लागतील आणि त्यांनादेखील जीव असतो, भावना असतात. मग याच दृष्टिकोनातून त्यांचीदेखील हिंसा करणे निषिद्धच ठरवावे लागेल आणि असा निर्णय घेतला तर दुर्धर प्रसंग ओढवेल. कारण 'जीवो जीवस्य जीवनं' हे त्रिकालाबाधित सत्य डावलणार कसे? आणि इतके टोकाला जाण्याचे ठरविले तर सॅम्युअल बटलर यांनी 'एरेव्हॉन'मध्ये लिहिल्याप्रमाणे केवळ 'नैसर्गिकरित्या मरण पावलेल्या' कोबीची पाने खाऊनच कालक्रमणा करावी लागेल.

दूरसंवेदना किंवा मानस संक्रमण याची व्याख्या करायची झाली, तर एका व्यक्तीला उपलब्ध असणारी काही विशिष्ट माहिती दृष्टी, श्रवण, स्पर्श इत्यादी ज्ञानेंद्रियांच्या कक्षेबाहेर असल्यामुळे दुसऱ्या व्यक्तीला उपलब्ध असत नाही; परंतु काही संवेदना विशिष्ट प्रकारांनी राबविल्यानंतर ती माहिती दुसऱ्या व्यक्तीला उपलब्ध होऊ शकते आणि याबाबत अंदाज करणे अथवा अनुमान बांधणे इतकाच दुसरा पर्याय उपलब्ध असू शकतो आणि अनेक बाबतींत अंदाज करण्याने अथवा केवळ अनुमानाने योग्य किंवा अचूक माहिती उपलब्ध होत नाही हा अनुभव आहे.

भावनिक जवळीक असणारे भाऊ-बहीण, आई-मुले, नवरा-बायको किंवा जुळी भावंडे यांच्यामध्ये दूरसंवेदना आढळून येते. डॉ. जे. बी. ऱ्हाइन आणि डॉ. (श्रीमती)

लुइसा ऱ्हाइन यांनी याबाबत केलेले संशोधन विशेष उल्लेखनीय आहे.

डॉ. ऱ्हाइन यांनी सुमारे १९३० पासून असे प्रयोग सुरू केले. पत्ते पिसून टेबलावर पालथे मांडायचे आणि ते केवळ मानसिक शक्तीने अचूक ओळखायचे, असा हा प्रयोग होता. सामान्यत: जी गोष्ट पाहण्याच्या अथवा ऐकण्याच्या कक्षेत नसते; परंतु अनुभवाच्या जोरावर काय घडत आहे किंवा घडत असावे याचा अंदाज करणे शक्य असेल अशा गोष्टींबाबत अनुमान अटकळ बांधता येईल; परंतु असे पिसून पालथे मांडलेले पत्ते केवळ अनुमानाने अचूक ओळखणे याला फक्त 'योगायोग' असे म्हणता येईल. सांख्यिक शक्याशक्यतेनुसार असे अनुमान दहा लक्ष प्रयत्नांत केवळ एकदाच अचूक ठरू शकेल.

डॉ. ऱ्हाइन यांच्या प्रयोगामध्ये दहा लक्ष प्रयत्नांत साडेतीन लक्षांपेक्षा अधिक वेळा पत्ता अचूक ओळखण्यात आला. तीस-पस्तीस टक्के किंवा त्याहून अधिक वेळा पत्ता अचूक ओळखणे हा 'योगायोग' खचितच नाही. केंब्रिज विद्यापीठाचे डॉ. स्पेन्सर ब्राऊन त्याबद्दल म्हणाले, "डॉ. ऱ्हाइन यांच्या प्रयोगात आम्हाला आतापर्यंत अज्ञात असलेला काही तरी विलक्षण घटक कार्यरत आहे. हा घटक वस्तू ओळखण्यास मदत करतो; परंतु हे प्रयोग म्हणजे 'दूरसंवेदना' नाही; दुसरेच काही तरी असणार असे वाटते; परंतु ते आश्चर्यजनक नक्कीच आहे."

लंडनमध्ये डॉ. सॅम्युअल सओल आणि त्यांचे प्रयोग माध्यम बॅसिल शॅकल्टन यांनी १९३६ ते १९४३ च्या दरम्यान याच धर्तीचे प्रयोग करून एकच खळबळ माजविली. त्या प्रयोगांबाबत लिहिताना डॉ. सॅम्युअल सओल यांनी नमूद केले आहे, "एके दिवशी सुरेख पोशाख केलेला उंचापुऱ्या बांध्याचा, तिशीच्या आसपास वय असलेला युवक माझ्या कार्यालयात आला आणि म्हणाला, 'मी आलोय... मला केवळ प्रयोग करायचे नाहीत... तुम्हा मंडळींना दूरसंवेदनेची प्रात्याक्षिके करून दाखवायची आहेत...' आणि खरेच त्या तरुणाचा आत्मविश्वास अगदी योग्य होता... त्याने ही प्रात्यक्षिके कमालीच्याबाहेर यशस्वी करून दाखविली..."

या प्रयोगांमध्ये बॅसिल शॅकल्टनने अनेक निमंत्रितांच्या उपस्थितीत एकूण ३७८९ प्रयत्नांमध्ये ११०१ वेळा पत्ता अचूक ओळखून दाखविला. म्हणजे सांख्यिक शक्याशक्यतेचीच भाषा वापरून सांगायचे झाले, तर जगातील सर्व माणसांनी सुमारे दहा कोटी वर्षे प्रयत्न करीत राहिल्यास त्यांपैकी एकालाही शॅकल्टनच्या बरोबरीने यश मिळणे शक्य होणार नाही.

अलिकडेच विसर्जित झालेल्या सोव्हिएत संघराज्यात परामानस शास्त्रीय संशोधनाला भरघोस राजकीय पाठिंबा मिळत असे, त्यामुळे या शास्त्राने सोव्हिएत संघराज्यात खूपच प्रगती केली.

१९ एप्रिल १९६६ सोव्हिएत संघराज्यातील नोव्होसिबर्क्स या शहरातील एक

अभिनेता कार्ल निकोलेव्ह आणि त्याचा निकटवर्ती जैवभौतिक शास्त्रज्ञ डॉ. युरी कामेन्स्की यांनी एक हजार आठशे साठ मैल अंतरावरून एकमेकांशी केवळ दूरसंवेदनेने संपर्क साधण्याचा जाहीर प्रयोग केला.

मॉस्को येथील आपल्या जैवभौतिकी प्रयगोशाळेत एका मोठ्या दालनात मध्यभागी खुर्ची ठेवून त्यावर डॉ. कामेन्स्की यांना बसविण्यात आले. सभोवताली निमंत्रितांमध्ये अनेक गुप्तचर, निष्णात गुन्हा अन्वेषक अधिकारी, अनेक नोबेल पारितोषिक विजेते, जाणकार शास्त्रज्ञ, अधिकारी, पत्रकार वगैरे मंडळी काहीही लबाडी होऊ नये, यासाठी मोक्याच्या जागा धरून बसली. त्याशिवाय कोणतीही हालचाल नजरेतून सुटू नये म्हणून चारी बाजूंना चलतचित्रण करण्याची योजना केली होती.

याच पद्धतीने नोव्होसिबर्क्स शहराच्या टाऊन हॉलमध्ये कार्ल निकोलेव्ह याला बसविण्यात आले. सभोवताली असेच निमंत्रित आणि चलतचित्रणाची व्यवस्था होती. निकोलेव्हसमोर एक छोटे टेबल आणि त्यावर लिहिण्याचे साहित्य ठेवण्यात आले.

ठरलेल्या वेळी मॉस्कोमध्ये अतिशय सारख्या दिसणाऱ्या दोनशे पेट्या डॉ. कामेन्स्की यांच्यासमोर ठेवण्यात आल्या. प्रत्येक पेटीत वेगवेगळ्या वस्तू ठेवण्यात आल्या होत्या. नियोजित वेळी निमंत्रितांपैकी एका शास्त्रज्ञाला हाताला येईल ती पेटी उचलून कामेन्स्कीसमोर ठेवण्यास सांगितले. कामेन्स्कीने सर्व निमंत्रितांना दिसू शकेल अशा पद्धतीने पेटी उघडली. त्यात घड्याळाची सात वेटोळ्यांची चकचकीत स्प्रिंग ठेवलेली होती.

तिकडे नोव्होसिबर्क्समध्ये बसलेल्या कार्ल निकोलेव्हने लागलीच कागदावर लिहिले, 'अनेक वेटोळी असलेले धातूचे चकचकीत काही तरी... घड्याळाच्या स्प्रिंगप्रमाणे दिसणारे...'

त्यानंतर दहा मिनिटांनी मॉस्कोमध्ये जमलेल्या निमंत्रित शास्त्रज्ञांपैकी एकाने कोणतीही पेटी न उचलता स्वतःच्या खिशातील विद्युत-टेस्टर काढला आणि कामेन्स्कीसमोर धरला.

तिकडे कार्ल निकोलेव्हने लागलीच कागदावर शब्द लिहिले, 'प्लॅस्टिकची काळी मूठ असलेले, लांब सळईसारखे धातूचे काही तरी उपकरण स्क्रू-ड्रायव्हरप्रमाणे दिसणारे...'

या प्रयोगात कामेन्स्कीने पाहिलेल्या गोष्टींचे सुमारे दोन हजार मैलांवर बसून कार्ल निकोलेव्हने वर्णन केले. शक्याशक्यतेनुसार जगातील कोणतीही वस्तु या प्रयोगात सामील करता आली असती आणि येऊ शकते याचा विचार केला तर या प्रयोगाचे विलक्षण महत्त्व लक्षात येते.

सोव्हिएत संघराज्यात कालांतराने पॉपॉव्ह समूहाची स्थापना करण्यात आली आणि हे संशोधन या पॉपॉव्ह समूहाकडे सोपविण्यात आले. पॉपॉव्ह समूहाने अधिक

पद्धतशीर संशोधन केले. कार्ल निकोलेव्ह याला ध्वनिरहित बंदिस्त खोलीत ठेवून त्याच्या शरीराला अनेक उपकरणे जोडली. याच पद्धतीने कामेन्स्कीच्या शरीरालादेखील उपकरणे जोडून शरीर क्रियेतील सर्व फेरबदल नोंदविण्याची व्यवस्था केली.

दोघांचे इलेक्ट्रो एन्केफॅलोग्राम आलेख (ई ई जी) अगदी समांतर होते. संथ, लयबद्ध अल्फा लहरी स्पंदने चालू झाल्यानंतर दोघांनी आपण प्रयोगाला सिद्ध असल्याचा संकेत दिला. कामेन्स्की मॉस्कोत बसला होता. तो केव्हा संदेश पाठविणार, हे लेनिनग्राडमध्ये बंदिस्त केलेल्या निकोलेव्हला सांगण्यात आले नव्हते;. परंतु संदेश येण्याच्या अगोदर सुमारे तीन सेकंद कार्ल निकोलेव्हच्या अल्फा लहरी स्पंदनात अडथळा उत्पन्न झाला.

संदेश ज्या पद्धतीने असत त्याप्रमाणे मस्तकातील त्या-त्या भागाला चालना मिळत असे. उदाहरणार्थ संदेश काही पाहण्याबाबत असला तर मेंदूच्या पाठीमागील भागात (ऑक्सिपिटल लोब्ज) मध्ये हालचाल आढळत असे. कोणत्याही पदार्थाच्या चवीबाबत संदेश असेल तेव्हा कानाजवळील भागात (टेम्पोरल लोब्ज) प्रतिक्रिया आढळून येत.

सर्व दूरसंवेदनेच्या प्रयोगात अल्फा लहरींची स्पंदने प्रकर्षाने कार्यरत असतात असेच आढळून आले. याउलट मनोगतिकीच्या (सायकोकायनेसिस) प्रयोगात थिटा लहरींचे प्राबल्य आढळून आले.

या प्रयोगांमध्ये सहभागी होणाऱ्या सर्व संशोधकांनी आम्ही प्रयोग करताना दूरच्या कोणत्या तरी बिंदूवर मन एकाग्र करण्यात यत्न करतो असे स्पष्टीकरण दिले आणि ही एकाग्रता शैथिल्यपूर्ण असते (रिलॅक्स्ड अटेंटिव्हनेस) असेही सांगितले.

पौर्वात्य साधकदेखील याच पद्धतीने साधना करतात. मनातील सर्व विचार काढून टाकतात आणि कोणताही नवा विचार मनात येऊ देत नाहीत. एखाद्या गोष्टीवर चित्त एकाग्र केल्यानंतर ती गोष्ट काही काळ तुमचे चित्त पकडून ठेवते आणि नंतर ती गोष्टच तुमच्या चित्ताला इकडेतिकडे जाऊन देत नाही आणि या सर्व क्रिया-प्रतिक्रियांमध्ये अल्फा लहरींची स्पंदनेच प्रकर्षाने आढळतात.

समाधी अवस्थेत श्वासोच्छ्वास मंदावतो. रक्तामधील कार्बन-डाय-ऑक्साईड वायूचे प्रमाण वाढते आणि प्राणवायूचे प्रमाण घटते. त्यामुळे अधिक अधिक रक्त आणि प्राणवायू मिळविण्याच्या प्रयत्नात मेंदूतील स्पंदने अधिक तीव्र होतात आणि मानस संक्रमणाची अवस्था निर्माण होते.

समुद्रसपाटीपासून खूप उंचीवर गेल्यास हवेतील प्राणवायू खूपच कमी होतो. हिमालयात खूप उंचीवर राहणाऱ्या योगी साधकांनी हे समाधितंत्र विकसित केले आहे. त्याचे हेच तर कारण नसेल?

योगी साधक आणि दूरसंवेदना प्रयोग करणाऱ्यांमध्ये खूपच साम्य आढळते.

साधक बहुधा धार्मिक अथवा नीतितत्त्वानुसार शाकाहार घेतात. त्याबाबत कदाचित शरीरक्रिया शास्त्राचा (फिजिऑलॉजी) आधार असू शकेल.

मांसाहारामुळे रक्तातील आम्लाचे प्रमाण वाढते आणि ते सामावून घेण्यासाठी कार्बन-डाय-ऑक्साईडचे प्रमाण कमी होते याउलट शाकाहारामुळे आम्लाचे प्रमाण कमी राहते आणि कार्बन-डाय-ऑक्साईडचे प्रमाण अधिक राहते. साहजिकच मेंदूकडे जाणाऱ्या रक्तातील प्राणवायूचे प्रमाण कमी होते. याचा स्पष्टच अर्थ असा, की शाकाहार घेतल्यामुळे शरीरात एखाद्या उंच पर्वतावर राहत असल्याप्रमाणे परिस्थिती निर्माण होते. भारतात इतरत्र राहणारे योगी साधक केवळ तांदूळ किंवा कंदमुळे खाऊन शरीरात हीच विशिष्ट परिस्थिती निर्माण करीत असणार.

संमोहनावस्थेतदेखील अनेकदा मानस संक्रमण होते असा अनुभव आहे. सर विल्यम बॅरेट यांनी एका बालिकेवर संमोहन प्रयोग करताना तिला मीठ, साखर असे वेगवेगळे पदार्थ चाखविले; परंतु तिला त्यातून काही संवेदना होईना; परंतु जेव्हा स्वत: सर बॅरेट यांनी ते पदार्थ चाखले, तेव्हा ती बालिका तोंड खारट झाले वगैरे बोलू लागली.

या सर्व संशोधनानंतर आजदेखील या दूरसंवेदना आणि त्याची कार्यपद्धती याबाबत फारसे ज्ञान उपलब्ध नाही. परंतु त्याचा विचार करताना असाही प्रश्न मनाला स्पर्श करून जातो, की मुळात ही दूरसंवेदना उद्भवली कशी? आणि तिचे प्रयोजन काय?

ऑक्सफर्ड विद्यापीठातील प्राणिशास्त्राचे प्राध्यापक सर ॲलिस्टर हार्डी यांच्या मते फार प्राचीन काळी जेव्हा भाषा किंवा खाणाखुणांची बोलीदेखील निर्माण झाली नव्हती, तेव्हादेखील प्राणी एकमेकांशी सुसंवाद साधतच असतील. आजदेखील याचे उदाहरण द्यायचे झाले तर समूहाने राहणाऱ्या मुंग्या किंवा वाळवी वगैरे प्राण्यांमध्ये संदेशवहन करण्यासाठी काही सोय नसते; परंतु त्यांच्या वारुळात कोणी परका प्राणी शिरला तर अत्यंत थोड्या कालावधीत समूहातील सर्व सदस्यांना त्याबद्दल माहिती उपलब्ध होते. हा साक्षात्कार दूरसंवेदनेमुळे वारुळातील सर्व मुंग्यांना होत असावा.

अन् साहजिकच मग असाही विचार मनाला स्पर्श करून जातो, की आमचे पूर्वज याच पद्धतीने एकमेकांशी संपर्क साधत असतील काय?

संदर्भ

Baxter C.: Evidence of Primary Preception in Plant Life: International Journal of Parapsychology: 10: 4: 1968.

Mintz E.E.: The Psychic Thread: Faber and Faber, London, 1983.

Deha Warr: Do Plants Feel Emotions ? Electro Technology: April, 1969.

McBain W. N.: Quassisensory Communication; Journal of Personality and Social Psychology: 14: 181, 1970.

Hardy A.: The Living Stream: Collins, London, 1965.

Saol S. G. and Bateman F.; Modern Experiments in Telepathy: Faber and Faber, London, 1954.

Yakolev B.: Telepathy Session "Moscow-Novosibirsk" Spu-tnik, Moscow, Feb. 1968.

McCeery C.: Science, Philosophy and Extra Sensary Percption Faber and Faber London 1967.

Bernard T.: The Hatha Yoga: Arrow Books, London, 1960.

Edmunds S.: 'Hpnotism and the Supernormal' Aquarian Press, London, 1967.

Hardy A.: Biology and Extra Sensory Preception in Science and ESP: Rouledge and Kegan Paul, London 1967.

अंत:प्रेरणेचा मागोवा

दूरसंवेदना किंवा मानस संक्रमण (टेलिपथी) घडून येत असताना प्रयोग करणाऱ्या संशोधकांच्या शरीरक्रियांमध्ये बदल घडून येतात. वेळोवेळी घडून येणारे हे शरीरक्रियांमधील बदल संशोधकांनी मानस संक्रमण अथवा दूरसंवेदना घडून येत असल्याबद्दल पुरावे म्हणून नमूद केले आहेत. ऑक्सफर्ड येथील सायकोफिजिकल रिसर्च इन्स्टिट्यूटचे डॉ. चार्ल्स मॅकक्रिरी यांनी मात्र याबाबत शंका व्यक्त केली आहे. त्यांच्या मते अशी कोणतीही मानसिक क्रिया होत असताना शरीराच्या आणि मनाच्या जागृतावस्थेत असे सर्व बदल नोंदविणारी उपकरणे आणि त्यांच्या कार्यवाहीची मर्यादा अधिक स्पष्ट करावयास पाहिजे.

वेगळ्या शब्दांत सांगावयाचे झाले तर शारीरिक अवस्था आणि शरीरक्रियांमधील बदल याबाबत डॉ. मॅकक्रिरी यांची खात्री पटली आहे; परंतु दूरसंवेदना किंवा मानस संक्रमण घडते किंवा नाही, याबद्दल मात्र त्यांना संदेह वाटतो. डॉ. मॅकक्रिरी विशेष करून तीन लक्षणांना प्राधान्य देतात. शरीराचे शिथिल झालेले स्नायू, रक्तातील कार्बन-डाय-ऑक्साईड वायूचे वाढलेले प्रमाण आणि मस्तकातील काहीशा उत्तेजित झालेल्या अल्फा स्पंदन लहरी.

परंतु या शरीरक्रिया लक्षणांवरून दूरसंवेदना होण्याच्या वेळी नेमकी काय शरीरावस्था असते, हे जर अचूकपणे सांगता आले तर ज्याप्रमाणे स्वत:च्या मस्तकातून अल्फा स्पंदन लहरी निर्माण करणे प्रयत्नाने शिकता येते, त्याच पद्धतीने अभ्यासपूर्वक प्रयत्नाने ही शरीरावस्था निर्माण करणेदेखील शक्य होईल; आणि साहजिकच दूरसंवेदना अथवा मानस संक्रमण करण्याची अवस्था निर्माण झाल्याचे ओळखणे याला अंत:प्रेरणा किंवा उपजत बुद्धी म्हणता येईल. आपण अनेकदा आजुबाजूच्या लोकांना नेहमीच असे बोलताना ऐकतो, "... का, कुणास ठाऊक; परंतु मला सारखं वाटतंय की खात्रीनं असं काही तरी घडलं असणार..."

याचा स्पष्टच असा अर्थ लावता येईल, की उपजत बुद्धी किंवा अंत:प्रेरणा म्हणजे जागृत मनाला - बाह्य मनाला असलेली अबोध मनातील साठविलेल्या ज्ञानाबद्दल असलेली अंधूक, अस्पष्ट कल्पना. दूरसंवेदना प्रयोगात अनेक वेळा असे

आढळून आले आहे, की प्रयुक्तांना एखाद्या विशिष्ट घटनेविषयी अथवा काही विशिष्ट गोष्टींबाबत काही ठराविकच घडले असणार, असे प्रकर्षाने जाणवत असते; परंतु असे का जाणवते हे सांगता येत नाही. मात्र घडतेही तसेच; परंतु या अशा जाणीवेबाबतचे निश्चित पुरावे उपलब्ध नाहीत. वास्तविक प्रयोग करताना अशा घटनांबाबत योग्य आणि व्यवस्थित नोंदी केल्या, तर पुरावा जमविणे कठीण जाऊ नये. मात्र सर्व घटनांची छाननी होईपर्यंत प्रयुक्तांनी आणि प्रयोग करणाऱ्यांनी स्वत:ची उत्सुकता रोखून धरणे आवश्यक आहे. प्रयोग पूर्ण होण्याअगोदरच प्रसिद्धी मिळाली, तर त्याचा प्रयोगाच्या यशावर निश्चितच विपरीत परिणाम घडून येण्याची शक्यता असते. या पद्धतीने अद्याप प्रयोग करण्यात आले नाहीत, ही वस्तुस्थिती आहे. त्याचप्रमाणे दूरसंवेदना किंवा मानस संक्रमण (टेलिपथी) आणि अंत:प्रेरणा (इन्ट्युशन) किंवा उपजत बुद्धी (बॉर्न इंटेलिजन्स) यांचे आपसात नेमके संबंध काय आहेत, याबाबत अद्याप संशोधन झाले नाही असे खेदाने म्हणावे लागते.

उदाहरणच द्यावयाचे झाले, तर वेगवेगळे पक्षी वेगवेगळ्या पद्धतीने घरटे बांधतात. प्रत्येक पक्ष्याचे घरटे विशिष्ट पद्धतीनेच बांधलेले असते. प्रयोगासाठी म्हणून त्या पक्ष्याची अंडी प्रयोगशाळेत आणून उबवणी यंत्रात (इन्क्युबेटर) उबविली, तर त्यातून निर्माण होणारी पिले मोठी होताच आपल्या जातीचे विशिष्ट पद्धतीने घरटेच बांधतात. त्यांनी आई-बापांचे घरटे कधीही पाहिलेले नसते, मग त्यांना घरट्याची विशिष्ट बांधणी कशी उमजते?

यालाच उपजत बुद्धी किंवा अंत:प्रेरणा म्हणतात.

दूरसंवेदना आणि अंत:प्रेरणा या दोन्हींमध्ये काही परस्परसंबंध असेल किंवा नसेल – मानसोपचारतज्ज्ञ डॉ. एरिक बर्न एक गमतीदार खेळवजा प्रयोग करतात. त्यांना कुणीही नवीन अनोळखी मनुष्य भेटल्यास त्याचे वय, धंदा-व्यवसाय, निवासस्थान आणि कौटुंबिक परिस्थिती याबाबत ते अंदाज नोंदवितात आणि अनेक वेळा त्यांचे अंदाज अचूक असल्याचे आढळून आले.

अंदाज नोंदविताना डॉ. बर्न दूरसंवेदना उपयोगात आणतात, असे मत अनेक जाणकारांनी व्यक्त केले आहे. स्वत: डॉ. बर्न यांच्या मते जागृत मनाच्या (कॉन्शस माईंड) जरा खाली अबोध मनात (अन्कॉन्शस माईंड) कळत-नकळत अनेक गोष्टी साठविल्या जातात आणि अबोध मनाने गोळा केलेल्या या सर्व गोष्टी हळूहळू योग्य जागी जाऊन बसतात आणि त्यांचे एक संपूर्ण एकत्रित चित्र तयार होते आणि त्याबद्दल आपण संदिग्ध शब्दांत बोलत असतो.

डॉ. एरिक बर्न असा दावा करतात, की आपली अंत:प्रेरणा नक्की केव्हा काम करते हे आपणास खात्रीलायकरित्या समजते. त्यांच्या म्हणण्यानुसार कोणत्याही गोष्टीबद्दल अचूक अनुमान बांधताना आजुबाजूच्या वास्तवाशी असलेला संपर्क

अत्यंत निरुंद आणि सकेंद्रित करावा लागतो. समाधी किंवा ध्यानधारणा करणारे साधक आणि दूरसंवेदन प्रयोग करणारे संशोधक याबाबत 'शैथिल्यपूर्ण एकाग्रता' (रिलॅक्स कॉन्सन्ट्रेशन) वगैरे शब्द वापरतात. कदाचित दूरसंवेदना आणि उपजत बुद्धी किंवा अंत:प्रेरणा याच अवस्थेत कार्यान्वित होत असावी.

संमोहनावस्थेत असलेली व्यक्तीदेखील कधी कधी अतर्क्य माहिती सांगू शकते. कुणाच्या तरी घरी जाताना जिन्याला किती पायऱ्या होत्या, कोणत्या पायरीवर कोणते रोपटे लावले होते, रस्त्याने जाताना दिव्याचे किती खांब होते वगैरे माहिती अबोध मनात केव्हा, कशी आणि कशासाठी साठविली गेली, याचा उलगडा होत नाही; परंतु असल्या स्मृती अबोध मनात सुरक्षितपणे साठविलेल्या आढळून येतात. कदाचित आमच्या कल्पनेपेक्षा खूपच अधिक माहिती अबोध मनात साठविली जात असावी; परंतु बाह्य मन किंवा जागृत मन आणि अबोध मन किंवा अंतर्मन यांच्या दरम्यान असलेल्या चाळणीमुळे काही ठराविक गोष्टीच मेंदूकडे पाठविल्या जातात आणि साहजिकच मेंदूवर वाजवीपेक्षा अधिक स्मृतींचा ताण पडत नाही. अन्यथा, जर अधिक स्मृतींचा ताण मेंदूवर पडला, तर बाह्य मन किंवा मेंदू तो सहन करू शकणार नाही आणि मृत्यू ओढविण्याचीच शक्यता वाढेल. अर्थात अंतर्मनात बंदिस्त केलेली काही माहिती स्वप्नांद्वारे अथवा आभासांद्वारे बाहेर झिरपतच असते. त्याच पद्धतीची ही उपजत बुद्धी असावी. आणिबाणीच्या प्रसंगी त्या माहितीचा जीवनसंरक्षक किंवा प्राणसंरक्षक म्हणून उपयोग होत असावा. ही उपजत बुद्धी किंवा अंत:प्रेरणा बहुधा गतकाळातील अनुभवांचा परिपाकच असावा. त्यात स्मृती, इच्छा, आकांक्षा, भीती आदींचा समावेश असतो; परंतु कित्येकदा ही संपूर्णत: नवी माहिती असू शकते आणि कदाचित ही नवी माहिती मानस संक्रमणाने अथवा दूरसंवेदनेने प्राप्त झालेली असते.

कदाचित आमच्या जीवनपद्धतीमुळे असेल - आम्ही स्वत:च्या जीवनात अंत:प्रेरणेचा फारच कमी उपयोग करतो. अंत:प्रेरणेकडे पाहण्याचा आमचा दृष्टिकोनच असा असतो, की शक्यतो सारासार बुद्धीने आणि तर्काच्या कसोटीवर घासून सर्व निर्णय घ्यावयाचे. आणि ज्यावेळी सारासार बुद्धी अथवा तर्कबुद्धीचा उपयोग करणे अशक्य असेल, तेथे केवळ पर्यायी पद्धत म्हणून अंत:प्रेरणा उपयोगात आणावयाची.

त्या दृष्टीने, समाजातील व्यक्तींचे दोन स्थूल गटात वर्गीकरण करता येईल. पहिल्या गटात स्वत:च्या ज्ञानाच्या बळावर सतत बौद्धिक निकष लावून तर्कबुद्धीने निर्णय घेणारे सुशिक्षित लोक असतील - यात पुरुषांचा भरणा अधिक असेल, तर दुसऱ्या गटात कमी शिकलेली, भावनाप्रधान माणसे असतील, जी बहुतेक वेळा अंत:प्रेरणेवरच अवलंबून राहतात आणि त्याप्रमाणे निर्णय घेतात. यात स्त्रियांचा भरणा अधिक असतो असे मानले जाते.

त्याचप्रमाणे स्त्रियांची अंत:प्रेरणा अधिक कार्यक्षम असते असेही मानले जाते. अनेक समाजांमध्ये स्त्रियांना शिक्षण देणे निषिद्ध समजले जात असे. आजदेखील काही प्रगत जमातींमध्ये हीच परिस्थिती थोड्या फार प्रमाणात आढळून येते आणि म्हणूनच अंत:प्रेरणेच्या कार्यक्षमतेबाबत थोडा पुरावा उपलब्ध असला तरी स्त्रियांना बहुतांशी लौकिक शिक्षणापासून वंचित राहावे लागल्यामुळेच त्यांना अंत:प्रेरणेवर अधिक अवलंबून राहावे लागत असेल.

ज्या प्राण्यांमध्ये विचारशक्ती (रिझनिंग पॉवर) कमी असते, अशा प्राण्यांमध्ये बाह्य मन आणि अंतर्मन यांच्या दरम्यान असलेली चाळणी मर्यादा फार काटेकोर किंवा कठोर असू शकत नाही; परंतु त्यांच्या मनातील 'मी, माझे' आणि 'माझे नसलेले किंवा परके' ही जाणीव मात्र सतत जागृत असते. उदाहरणच द्यावयाचे झाले, तर पहा - स्वालो किंवा तारपुच्छ टेलिफोनच्या तारांवर बसले असताना त्यांचे निरीक्षण केल्यास शेजारी बसलेल्या दोन पक्ष्यांमध्ये बरोबर सहा इंच जागा सोडलेली दिसते. या अंतराच्या आत कुणी दुसरा पक्षी आलेला त्याला आवडत नाही. सी गल्स हे समुद्रपक्षी शेजारच्या पक्ष्यापासून नेहमीच बारा इंचांचे अंतर राखतात. रोहित किंवा फ्लेमिंगो बहुधा दोन फुटांचे अंतर मोकळे सोडतात.

माणूसदेखील स्वत:भोवती अशीच जागा सोडून बसतो. माणसाची बहुधा स्वत:भोवती अठरा इंच मोकळी जागा राहावी अशी अपेक्षा असते आणि ही जागा त्याच्या मानसिक अवस्थेचे द्योतक असते. या जागेत कुणा अपरिचित व्यक्तीने अतिक्रमण केलेले त्याला मुळीच रुचत नाही. मानसोपचारतज्ज्ञ डॉ. ऑगस्ट किंझेल यांनी याबाबत केलेले संशोधन मोठे उद्‌बोधक आहे. त्यांच्या मते, प्रत्येक माणूस ही मर्यादा पाळण्याचा कसोशीने यत्न करतो. उग्र प्रकृतीची माणसे यापेक्षा खूपच मोठी जागा मोकळी सोडण्याचा प्रयत्न करतात. डॉ. किंझेल यांनी वेगवेगळ्या तुरुंगात अट्टल बदमाशांच्या कोठडीत जाऊन त्यांच्याशी संपर्क साधण्याचा प्रयत्न केला, तेव्हा त्यांपैकी बहुतेकांनी डॉ. किंझेल यांना स्वत:पासून तीन फुटांवरच थांबविण्याचा यत्न केला आणि जेव्हा डॉ. किंझेल यांनी अधिक जवळ जाऊन त्या जागेवर अतिक्रमण करण्याचा प्रयत्न केला, तेव्हा त्या कैद्यांची प्रतिक्रिया अत्यंत प्रतिकूल आणि जवळजवळ शत्रुत्वाचीच बनली असे दिसून आले. त्याचप्रमाणे या उग्र प्रकृतीच्या व्यक्तींना पाठीकडील बाजूला तीनऐवजी चार-साडेचार फूट जागा मोकळी असावी अशी इच्छा असते. इतकेच नव्हे तर त्या बाजूने कुणीही त्यांच्या जवळपास येणे त्यांना आवडत नव्हते.

अर्थात या काल्पनिक सुरक्षा वर्तुळावर बाह्य मनाचे नियंत्रण असते. रेल्वेने किंवा बसमधून जाताना अथवा लिफ्टमधून जाताना इतर व्यक्ती या वर्तुळात येणे अपरिहार्यच असते. प्रत्येकाच्याच सुरक्षा वर्तुळावर अतिक्रमण झालेले असते; परंतु आपण अंग

चोरून किंवा इतर हालचालींनी आपला अतिक्रमणाचा इरादा नाही हे स्पष्ट करीत असतो. कदाचित यावेळी आपल्या अंत:प्रेरणेचे शेजारच्या व्यक्तीसमवेत मानस संक्रमण घडून संभाव्य अतिप्रसंग टळत असावेत.

याबाबत केलेल्या संशोधनात असे आढळून आले, की जेव्हा काही माणसे एखाद्या समूहात एकत्र जमतात, तेव्हा त्या सर्व व्यक्तींची वैयक्तिक विद्युत चुंबकीय क्षेत्रे एकत्र होऊन एक संयुक्त क्षेत्र निर्माण होते. त्यानंतर आता त्या समूहात एखादा नवा माणूस आला, तर त्या संयुक्त विद्युत चुंबकीय क्षेत्रात फक्त या नव्या व्यक्तीच्या विद्युत चुंबकीय क्षेत्राची भर पडेल असे नाही, तर त्या संयुक्त विद्युत चुंबकीय क्षेत्राची संपूर्ण रचनाच बदलून जाते. त्याप्रमाणे अशा समूहात उपस्थित असलेला, परंतु समूहाच्या एकंदर चर्चा-सत्रात गप्पागोष्टी किंवा संभाषणातदेखील फारसा भाग न घेणारी व्यक्ती निघून गेली, तर त्या संयुक्त विद्युत चुंबकीय क्षेत्राचा रागरंगच बदलतो आणि कित्येकदा समूहाची तथाकथित सभादेखील मोडते.

सामाजिक जाण (सोशल अवेअरनेस) कदाचित अंत:प्रेरणेशी संबंधित असू शकेल. दूरसंवेदनेसमवेत तिचे संबंध असतील किंवा नसतील, परंतु अंतर्मनाला - अबोध मनाला माहिती पुरविण्याचा मार्ग केवळ आजुबाजूच्या पर्यावरणातून आणि इतर प्राण्यांच्या वागणुकीतूनच असतो हे निश्चित; परंतु काही वेळा असे आढळून येते, की आजुबाजूला अथवा आजुबाजूच्या कुणालाही ठाऊक नसणारी माहिती या अंत:प्रेरणेतून बाहेर येताना दिसते ते कसे?

अमेरिकेतील विख्यात ड्यूक विद्यापीठात डॉ. जे. बी. ऱ्हाइन यांच्या मार्गदर्शनाखाली करण्यात आलेले पत्ते न पाहता ओळखण्याचे प्रयोग अधिक विचारपूर्वक पाहिले, तर त्यात भाग घेणारे अनेक प्रयुक्त माध्यमे बहुधा उपस्थितांपैकी कुणी तरी पाहिलेला पत्ता ओळखण्यासाठीच प्रयत्न करीत. म्हणजेच कुणाला तरी पालथा ठेवलेला पत्ता कोणता हे ठाऊक होते आणि त्यानंतर केवळ मानस संक्रमणाने तो पत्ता अचूक ओळख जात असे.

काही थोडे प्रयुक्त मात्र कुणाकडेही न पाहता पिसून समोर ठेवलेल्या पत्त्याच्या जोडावरच लक्ष केंद्रित करीत आणि पत्ते कोणत्या क्रमाने मांडले जात आहेत याचा नीट अंदाज घेऊन नंतरच पालथा ठेवलेला पत्ता ओळखण्याचा प्रयत्न करीत. इतर काही प्रयुक्त कोणत्या गोष्टीवर लक्ष केंद्रित करीत हे समजू शकले नाही; परंतु या दुसऱ्या प्रकारातील प्रयुक्तांनी जेव्हा कुणीही न पाहिलेले पत्ते अचूक ओळखण्यास सुरुवात केली, तेव्हा त्याचे प्रमाण केवळ योगायोगांपेक्षा किती तरी अधिक निघाले. आणखी एक गोष्ट प्रकर्षाने लक्षात येते ती अशी, की समोर पालथा मांडलेला पत्ता पत्ते पिसून वाटणाऱ्यांसहित कुणीही पाहिला नव्हता. इतकेच नव्हे तर तो पाकिटात सीलबंद करून ते पाकीट दुसऱ्या जाड पाकिटात ठेवून नंतरच प्रयुक्तासमोर

ठेवण्यात आले. पत्त्यावर कोपरा दुमडलेला किंवा सुरकुती पडलेली, असल्या काही खुणा पाहून पत्ता ओळखण्यास मदत होण्यासारखी नव्हती आणि हे सीलबंद केलेले पत्ते - ज्यांचे अस्तित्व बाहेरूनदेखील नजरेला दिसू शकत नाही, असे पत्ते अचूक ओळखले जाणे यात मानस संक्रमणाचा भाग असू शकत नाही. असे प्रयोग वारंवार सिद्ध झाल्यानंतर डॉ.ऱ्हाइन यांना अतींद्रिय ज्ञान (क्लेअर व्हॉयन्स) या आणखी एका मानसिक शक्तीचे अस्तित्व मान्य करावे लागले.

जन्माने झेकोस्लोव्हाकियन, परंतु अमेरिकेत स्थायिक झालेला पॉवेल स्टिपानेक ही परामानसशास्त्रात सर्वाधिक प्रयोगात सहभागी होणारी व्यक्ती आहे, असे म्हटले तर अतिशयोक्ती ठरू नये. पॉवेल स्टिपानेक याने पत्ते अचूक ओळखण्यात असामान्य यश संपादन केले आहे. या प्रयोगांमध्ये सहभागी होताना चित्र केंद्रित करण्यासाठी त्याने स्वत:चे असे वेगळेच तंत्र विकसित केले. त्याला केंद्रीकरण परिणाम (फोकसिंग इफेक्ट) संबोधले जाते. या प्रयोगांमध्ये त्याने स्वत:च्या आवडीचे असे विशिष्ट पत्ते कुणीही न पाहता जाड पाकिटात घालून कुठेही ठेवले तरी सहज अचूक ओळखून दाखविले. त्याची अचूकता वेगवेगळ्या पत्त्यांप्रमाणे कमी-अधिक होत असे; परंतु त्याच्या खास आवडीचे ठराविक पत्ते ओळखण्यास तो कधीच चुकला नाही.

या पद्धतीने पत्ते ओळखण्याचे प्रयोग किती प्रयत्नांपैकी किती वेळा अचूक ठरले, याची नोंद करून सांख्यिक शक्याशक्यतेनुसार त्या अचूकतेचे प्रमाण योगायोगापेक्षा किती अधिक आहे, यावर प्रयोगाचे यश अजमावले जाते.

त्या तुलनेत दोन डच सद्‌गृहस्थांनी केलेले प्रयोग अतिशय नाट्यपूर्ण आणि केवळ हादरवून टाकणारे आहेत. इसवी सन १९४३ मध्ये पीटर हर्कोस नावाचा एक रंगारी नेहमीचे काम करीत असताना शिडीवरून खूप उंचावरून खाली पडला आणि त्याच्या मस्तकाची कवटी तडकली (फ्रॅक्चर). बरेच दिवस इस्पितळात उपचार घेतल्यानंतर तो बरा झाला; परंतु एक विशेष गोष्ट त्याच्या लक्षात आली, की आता आपल्याला कोणत्याही गोष्टीवर लक्ष केंद्रित करता येत नाही आणि दुसरे म्हणजे आपणास काही विलक्षण मानसिक शक्ती प्राप्त झाली आहे.

हेगच्या पोलिसखात्याने एका विशिष्ट खून खटल्यात पीटर हर्कोस याला मदतीसाठी आवाहन केले. पोलिसांनी पीटर हर्कोसला खून झालेल्या व्यक्तीचा कोट दाखविला. त्या कोटाकडे क्षणभर पाहिल्यावर पीटरने लागलीच बोलण्यास सुरुवात केली... ''चष्मा लावणारा, मिशा राखणारा मध्यमवयीन स्थूल गृहस्थ... एका पायाने लंगडा आणि लाकडी पाय लावून लंगडत चालणारा...''

नंतर पोलिसांनी पीटरला सांगितले, की सदर वर्णनाचा मनुष्य आम्ही संशयित म्हणून पकडलाच आहे, तेव्हा आणखी काही क्षण विचार करून पीटर हर्कोस याने

खुनासाठी वापरलेले हत्यार कुठे लपविले आहे ते सांगितले. तेथे तपास करताच वर्णन केलेल्या ठिकाणीच हत्यार असल्याचे आढळून आले.

मिसिसिपीत १९६४ मध्ये नागरी हक्क चळवळीच्या तीन कार्यकर्त्यांचा खून झाला. तेथील गुन्हा अन्वेषण विभागाने जेरार्ड क्रॉयसे नावाच्या झेक माणसाचे साह्य घेतले. त्याने थोडा वेळ चित्त केंद्रित करून, त्या तीन कार्यकर्त्यांनी लपविलेली प्रेते कुठे सापडतील त्या जागेचा अचूक ठावठिकाणा सांगितला. त्या ठिकाणी प्रेते सापडल्यानंतर जेरार्ड क्रॉयसे याने स्थानिक पोलिसखात्यात काम करणाऱ्या काही व्यक्ती खुनी असल्याचे सांगितले आणि त्यांना अचूक ओळखून दाखविले. या व्यक्तींना पकडण्यासाठी आवश्यक तो पुरावा कुठे लपवून ठेवला आहे याची तपशीलवार माहिती दिली.

त्याप्रमाणे शोध घेतल्यानंतर पुराव्याची सर्व साधने सापडली आणि संबंधित व्यक्तींना अटक करण्यात आली.

वास्तविक जरा बारकाईने पाहिले, तर ही दोन्ही उदाहरणे अतींद्रिय ज्ञानशक्तीची उदाहरणे नाहीत. कारण कुणाला तरी कुठे तरी या सर्व वस्तूंची, ठिकाणांची अथवा व्यक्तींची माहिती होती आणि ती 'ज्ञात' माहिती पीटर हर्कोस आणि जेरॉर्ड क्रॉयसे यांनी मिळविली. म्हणजे तांत्रिकदृष्ट्या ही फक्त मानस संक्रमणाची उदाहरणे म्हणता येतील.

पत्ते ओळखण्याच्या प्रयोगांमुळे बहुतेक प्रयोगांत निवडलेले पत्ते कुणी तरी पाहिले होते. कोणता पत्ता पालथा ठेवला आहे, याचे ज्ञान आजुबाजूच्या कुणाला तरी होतेच. फक्त ज्यावेळी पत्ते पिसून कुणालाही न दाखविता पालथे ठेवले गेले अथवा पाकिटात ठेवून सील केले गेले, त्याच प्रयोगांमध्ये अतींद्रिय शक्ती उपयोगात आणली गेली असे म्हणता येईल. कारण जी गोष्ट कुणालाही 'ज्ञात' नसताना केवळ मानसिक शक्तीने ओळखता येते, त्याच शक्तीला अतींद्रिय ज्ञान असे म्हणता येईल.

परंतु त्यानंतर मात्र एक फार मोठा यक्षप्रश्न उभा राहतो तो असा, की या अतींद्रिय ज्ञानाची मानवाला खरोखरच आवश्यकता आहे काय?

संदर्भ

Mc Creery C.: 'Science, Physiology and Extra Sensory Perception' Faber and Fabre, London, 1967.

Berne E.: 'The Nature of Intuition.' The Psychiatric Quarterly: 23 : 203, 1949.

Kinzel A. F.: 'The Inner Circle': Time Magazine, June, 1969.

Rhine J. B.: 'Extra Sensory Perception.' Bruce Humpries, Boston, 1934.

Ryzi M. and Pratt J. G.: The Focussing of Extra Sensory Perception on Perticular Targets: Journal of Parapsychology: 27 : 4, 1963.

Pratt J. G. and Jacobson N.: Prediction of Extra Sensory Perception - Performance on Selected Focussing Effect Targets: Journal of the American Society of Parapsychological Research: 63, 1969.

Hurkos P: 'Psychic': Barker, London, 1962.

Steiger B: 'Extra Sensory Perception, Your Sixth Sense': Award Books New York, 1966.

'काळा'चा महिमा

मे महिन्यातील पौर्णिमेच्या सुमारास जेमतेम सव्वा सेंटिमीटर आकाराच्या पांढऱ्या रंगाच्या चिमुकल्या पतंगांचे मोठमोठे थवे सायंकाळी पाठवठ्याजवळ आढळून येतात. या फुलपाखरांना 'मे फ्लाइज' असेच संबोधले जाते. या कीटकांच्या गटाला प्राणिशास्त्रात इफेमेरोप्टेरा (इफेमेरॉस - दिवस, प्टेरॉन - पंख) म्हणतात. कारण ही पंख असलेली प्रौढावस्था केवळ एक दिवसच असते. प्रजोत्पादन करून ते देह ठेवतात; परंतु त्या पूर्वीचे जीवनचक्र म्हणजे अंडी, अळी आणि कोष मिळून त्यांचा जीवनकालावधी सुमारे साठ वर्षांचा असतो; परंतु ते आयुष्य त्यांच्या खिजगणतीत नसते. आपल्या हृदय स्पंदनाच्या दोन ठोक्यांच्या दरम्यान असलेला कालावधी जसा चटकन संपून जातो, तसेच या कीटकांच्या लेखी या साठ वर्षांच्या कालावधीला काहीही संदर्भ नसतो.

दिवसाला केवळ एक चौकट (फ्रेम) छायाचित्रण करणाऱ्या मंदगती कॅमेऱ्याने आपण एखाद्या बियाणापासून रोपटे निर्माण होतानाचे चलतचित्रण केले, तर केवळ दहा मिनिटांच्या अवधीत ते रोपटे पूर्णपणे वाढलेले दिसून येईल. वास्तविक, त्या रोपट्याला मोठे होण्यासाठी कित्येक महिन्यांचा अवधी लागलेला असतो; परंतु केवळ दहा मिनिटांत आपण ती सर्व वाढ पाहू शकतो. कारण या छायाचित्रणात 'काल' या परिमाणाचा संकोच झालेला असतो.

सुमारे तीनशे वर्षांपूर्वी सर आयझॅक न्यूटन यांनी गुरुत्वाकर्षणाचा शोध लावला आणि संशोधनाअंती चंद्रावर माणसाचे वजन कमी भरेल, असा निष्कर्ष काढला होता. अलिकडे डॉ. अल्बर्ट आईन्स्टाईन यांनी 'अतिवेगाने प्रवास केल्यास वस्तुमानात कमी-अधिक फरक घडून येतो' असे विधान करून जगातील समस्त शास्त्रज्ञांना धक्का दिला होता; परंतु त्यामुळे संशोधनाला एक नवीनच दिशा मिळाली. जर केवळ वेगामुळे वस्तुमानात फरक घडून येत असेल, तर मग तो वेग किंवा ती गती ज्यामुळे मोजली जाते तो 'काळ' अधिक महत्त्वाचा मानावा काय?

परंतु खुद्द डॉ. आईन्स्टाईन यांनीच स्वच्छ शब्दात या प्रश्नाचे उत्तर 'नाही' असे सांगितले. कारण 'काळ' या शब्दाला तसा शाश्वत किंवा अबाधित (ॲब्सोल्यूट)

अर्थ नाही. कोणतीही वस्तू अतिवेगाने गेल्यास 'सापेक्ष काळ' मंदावत जातो, हे सिद्ध झाले. डॉ. आईन्स्टाईन यांच्या उदाहरणाप्रमाणे, माणूस एखाद्या अवकाशयानात बसून अंतराळात गेला आणि पन्नास वर्षे भ्रमण करीत राहिला, तर तो पन्नास वर्षांनी पृथ्वीवर उतरेल, तेव्हा पृथ्वीचे आयुष्य पन्नास वर्षांपेक्षा किती तरी अधिक वर्षांनी वाढलेले आढळून येईल. म्हणजेच वेगळ्या शब्दांत बोलावयाचे, तर त्या अंतराळयानात काळाची गती मंदावली, असे म्हणता येईल आणि याच न्यायाने असेही विधान करता येईल, की पृथ्वी तासाला सुमारे साठ हजार मैलांच्या वेगाने सूर्याभोवती प्रदक्षिणा करीत असते. त्या पृथ्वीच्या पृष्ठभागावरील आपण सगळे जण तसे अंतराळ प्रवासीच आहोत आणि या प्रचंड वेगामुळे काळाची गती कमी होत असणार आणि आम्हाला वृद्धत्व खूप उशिरा येत असणार. पृथ्वी जर एकाच ठिकाणी अचल राहिली असती, तर आमचे आयुष्य किती तरी लवकर संपले असते.

थोडक्यात म्हणजे, सर्व गोष्टी सापेक्ष आहेत आणि विश्वातील अवकाश (स्पेस) आणि काळ (टाइम) या दोन बाबी एकमेकींत इतक्या गुंतल्या आहेत, की त्या एकमेकांपासून वेगळ्या काढणे अशक्यच आहे. उदाहरणच द्यावयाचे झाले तर पाहा - कोणत्याही दोन घटनांमधील अंतर आपण घड्याळाच्या साह्याने अथवा दिनदर्शिकेच्या साह्याने मोजतो आणि एका घटनेनंतर दुसरी घटना अमूक कालावधीनंतर झाली असे मानतो. आता अशी कल्पना करा, की या दोन घटना एकाच वेळी घडल्या; परंतु एकमेकींपासून लक्षावधी मैल दूर असणाऱ्या ठिकाणी घडल्या. त्यातील एक ठिकाण आपल्यापासून दोन 'प्रकाशवर्षे' (लाईट इयर्स) दूर आहे आणि दुसरे ठिकाण चार प्रकाशवर्षे दूर आहे, तर आपल्याला पहिली घटना दोन वर्षांनी दिसेल आणि दुसरी घटना त्यानंतर दोन वर्षांनी दिसेल. आता जर अंतरे उलट असतील, तर दुसरी घटना प्रथम दोन वर्षांनी दिसेल आणि त्यानंतर दोन वर्षांनी पहिली घटना घडलेली दिसेल. म्हणजे केवळ 'प्रकाश' हा एकच घटक विचारात घेतला तरी घटनांच्या सापेक्ष काळात खूपच फरक पडू शकतो. याच पद्धतीने आणखी घटक विचारात घेतले, तर घोटाळा अधिकच वाढतो. उदाहरणार्थ, दूर अंतरावर एक लाकूडतोड्या कुऱ्हाडीने लाकडे फोडीत आहे. ते पाहताना लाकूड फोडून तो कुऱ्हाड पुन्हा डोक्यावर उंच उचलत असेल तेव्हा लाकूड फुटल्याचा आवाज येऊन पोहोचतो. कारण प्रकाश आणि ध्वनी यांच्या गतीमध्ये खूपच फरक आहे आणि ज्याला याची कल्पना नसेल, त्या भाबड्या जीवाने एकंदर दृश्य पाहून अशी कल्पना केली, की कुऱ्हाड हे मोठे विलक्षण अवजार आहे. ते डोक्यावर उंच उचलले, की प्रचंड आवाज करते. अशी वेडगळ कल्पना केवळ अज्ञानापोटीच होऊ शकते.

ज्यांना 'गूढ चमत्कार' असे लेबल लावले जाते, त्या बहुतेक सर्वच घटना या धर्तीच्या असणार आणि आमचे ज्ञान अपूर्ण आणि कोते असल्यामुळे आम्ही त्यांचे

स्पष्टीकरण करू शकत नाही. असल्या अनेक घटनांमध्ये 'काळ' हा एक फसवा घटक असतो.

घड्याळ, वालुकायंत्र, लंबक वगैरे कालमापकांचा तसा 'काल' या अस्तित्वाशी फारच थोडा संबंध आहे. ती केवळ कालमापके आहेत आणि काळ हे 'घडणाऱ्या घटनांचे फलित आहे', (फ्रॅक्शन ऑफ ऑकरन्स ऑफ इव्हेन्ट्स). कोणत्याही दोन घटना ज्या एकाच वेळी घडत नाहीत, त्यांच्या दरम्यानचा कालावधी मोजला जाऊ शकतो आणि मोजण्याची सारी उपकरणे एकाच गोष्टीवर अधिष्ठित आहेत. ती म्हणजे 'आताचा क्षण'. या क्षणाशी तुलना करताना त्या 'पूर्वीचा काल' आणि त्या 'नंतरचा काल' असे कालावधी मोजले जातात.

परंपरेने काही कल्पना आमच्या मनात घर करून आहेत. त्यांपैकी एक अशी, की अवकाश सलग आहे; परंतु काळ मात्र क्षणाक्षणांच्या तुकड्यांमध्ये येत असतो. भविष्यकाळ दिसूच शकत नाही आणि भूतकाळ केवळ स्मृतीमुळे धूसर दिसू शकतो. आम्ही फक्त वर्तमानकाळाचीच संवेदना स्पष्टपणे घेऊ शकतो. याची तुलनाच करावयाची झाली, तर आपण आगगाडीत मागील टोकाजवळ डब्यात बसलो आहोत, अशी कल्पना करू या. दुसरी एक व्यक्ती पुढील टोकाजवळच्या डब्यात बसली आहे आणि तिसरी एक व्यक्ती बेकायदेशीरपणे गाडीच्या टपावर बसली आहे. आपण तिघेही वर्तमानकाळातील दृश्य पाहात असतो; परंतु तिघांना वेगवेगळे दृश्य दिसते. यापैकी टपावर बसलेल्या व्यक्तीला गाडीच्या पुढे जाणारे रूळदेखील दिसत असतात. जे इतर दोघांना दिसू शकत नाहीत. मग ती टपावरील व्यक्ती भविष्यकाळात डोकावते, असे म्हणता येईल का?

भारतीय तत्वज्ञानात गतिमान वर्तमानकाळाची कल्पना सांगितलली आहे. आज प्रगत भौतिकशास्त्रातील संशोधक या गतिमान वर्तमानकाळाची कल्पना पडताळून पाहात आहेत. गणितशास्त्रातील संशोधक तर उलट दिशेने येणाऱ्या आगगाडीप्रमाणे मागे उलट दिशेकडे जाणाऱ्या वर्तमानकाळाची कल्पना पडताळून पाहात आहेत; परंतु जगातील इतर सर्व बाबी केवळ एकाच दिशेने प्रगती करीत असताना फक्त 'काळ'च त्याला अपवाद असावा, ही गोष्ट मान्य करणे अवघड वाटते. जीवशास्त्रज्ञांनी याबाबत अद्याप फारसा विचार केलेला नाही. ते फक्त एकाच दिशेने विचार करतात. विकास सिद्धांतदेखील एकपेशीय अवस्थेपासून बहुपेशीय माणसांपर्यंत सलग विकासाची दिशा दाखवितो. फक्त पर्यावरण शास्त्रज्ञ (इकॉलॉजिस्ट्स) आणि आचारशास्त्रज्ञ (इथॉलॉजिस्ट्स) संशोधक वेगवेगळ्या दिशा पडताळून पाहताना आढळतात. कारण त्यांच्या दृष्टीने जीवन हे मूलतः एक आवर्ती चक्र आहे.

रोज रात्री आपण तारे तुटताना पाहतो. ते हजारो प्रकाशवर्षे दूर असतात. म्हणजे ती घटना जरी आपण आज पाहत असलो, तरी ती कित्येक अब्ज वर्षे पूर्वीच

घडली आहे. अवकाश आणि काल यांची जमलेली सांगड जर आम्ही वेगळी करू शकलो नाही, तर मग 'अवकाश-काल' नावाचे चौथे परिमाण अस्तित्वात असल्याचे मानावे लागेल. या चौथ्या परिमाणाची कल्पना करणे कठीणच आहे. कारण या क्षणाला समोर दिसणारे दृश्य हा भूतकाळ आहे हे मानणे कठीण जाते; परंतु ते सत्य आहे. मग अवकाश जसा सलग आहे तसा काळदेखील सलग मानावा लागेल आणि 'अवकाश-काल' परिमाणाचे भूतकाळ, वर्तमानकाळ आणि भविष्यकाळ असे वेगळे तुकडे कल्पिणे योग्य होणार नाही.

डॉ. निकोलाय कोझिरेव्ह हे सोव्हिएत युनियनमधील अवकाश शास्त्रज्ञ खगोल भौतिकीतदेखील अधिकारी मानले जातात. कोझिरेव्ह यांनी कालमापनाचे वेगवेगळे प्रयोग केले आहेत. त्यांच्या मते विश्वातील प्रत्येक द्रव्यातून ऊर्जास्त्रोत बाहेर पडतो आणि काळाला पुरविला जातो. काळ पुन्हा द्रव्यांवर प्रभाव टाकतो. या विलक्षण गूढ तत्वप्रणालीला अमेरिकेचे जगत्‌विख्यात डॉ. चार्ल्स म्यूझ यांनी दुजोरा देऊन म्हटले, ''काळाचे स्वत:चे असे ऊर्जास्त्रोत असणारच आणि शेवटी काळ ही ऊर्जा बाहेर टाकण्याची एक आगळी पद्धत असावी. ही ऊर्जा बाहेर पडत असताना सतत स्पंदन पावत असते.''

काळाचा वस्तूंवर परिणाम होत जातो. त्या जुन्या होत जातात, झिजत जातात. माणूस म्हातारा होत जातो हे निश्चित माहीत आहे; परंतु उलट दिशेने द्रव्य काळावर परिणाम करीत असते, हा विचार फारच क्रांतिकारक वाटतो. कोणतीही गोष्ट घडली की परिणाम घडून येणारच आणि त्याचा आपल्यावर परिणाम होणारच. कारण आपण त्या अवकाश-काल परिमाणातील सलगतेत गुंफलेले घटक आहोत. डॉ. जॉन डॉने म्हणतात, ''कुणीही मनुष्य निधन पावला, की माझे आयुष्य काही क्षणांनी कमी होते. कारण तो आणि मी पर्यावरणाच्या एकाच आवर्ती चक्रात गुंफलेलो आहोत. तो पुढे गेल्यामुळे माझी जाण्याची वेळ एका टप्प्याने अधिक जवळ आली असणार.''

प्रतिक्षिप्त क्रिया (रिफ्लेक्स ॲक्शन) म्हणजे एक प्रकारे कालप्रवाहासमवेत केलेला प्रवासच म्हणता येईल. रशियन मनोवैज्ञानिक पाव्हलॉव्ह याने कुत्र्यांवर केलेला प्रयोग सर्वज्ञात आहे. घंटानाद ऐकल्यानंतर लाळ गळणे सुरू होते. एका क्रियेनंतर लागलीच दुसरी क्रिया सुरू होते. याच पद्धतीने बहुतेक प्राणी आपापली जीवनपद्धती आखून घेतात. कारण त्यांचे आयुष्य आणि जीवनचर्या मर्यादित असते. ती त्यांना निश्चित उपयोगी पडते. माणसाच्या बाबतीत मात्र तसे घडत नाही. कारण माणसाची परिस्थिती सतत बदलत जाते. पूर्वी अंगिकारलेल्या प्रतिक्षिप्त क्रिया नव्या परिस्थितीत कालबाह्य ठरतात. जेव्हा पूर्वानुभवावर अटकळ बांधता येत नाही तेव्हा माणूस अंधश्रद्धेकडे वळतो. आघाडीवरील सैनिक एखादा रुमाल, ताईत किंवा

पेहरावाचा कपडा अत्यंत जपून ठेवतात. कारण पूर्वी त्या वस्तूमुळेच त्यांचे प्राणरक्षण झाले असावे, अशी त्यांची भावना असते. खेळाडू महत्त्वाच्या सामन्यात एखादी टोपी, ताईत किंवा गंडा नेहमीच जवळ बाळगतात. त्यामुळे विजय मिळविणे सुलभ जाते, अशी त्यांची धारणा असते.

अमेरिकेतील मानववंशशास्त्रज्ञ डॉ. ओ. मूर यांनी लॅब्राडोर जवळील रेड इंडियन्स शिकारीला कोणत्या दिशेला जावे, याचा निर्णय कसा घेतात, याचे फार सुरेख वर्णन केले आहे. पूर्वी मारलेल्या काळविटाचा 'फरा' (खांद्याचे हाड) विस्तवात टाकून त्यावर उमटणारे तडे आणि काळे भाजलेले डाग यांचा नकाशा बनवून ते कोणत्या बाजूला शिकार गवसेल हे ठरवितात आणि बहुधा ते अचूक ठरते.

माणूस भविष्याबाबत मिळेल ती माहिती गोळा करीत असतो. कारण त्यामुळे येणाऱ्या परिस्थितीला कसे तोंड द्यावे याची निदान मानसिक तयारी तरी करता येते आणि माणसाला ही चिंता इतकी अनावर होते, की काही बातमी मिळत नाही अशा परिस्थितीत त्याला वाईट बातमी समजली तरी हवी असते. कारण त्यामुळे तरी परिस्थितीचा अंदाज घेणे शक्य होते.

'नो न्यूज इज गुड न्यूज' हे आम्ही फक्त बोलतो; परंतु माहिती काढण्याचा आटोकाट प्रयत्न करीत असतो. अधिक चिंतेच्या परिस्थितीत ही माहिती मिळविणे आवश्यकच होऊन बसते आणि मग अगतिक होऊन माणूस भविष्य जाणून घेण्याचा प्रयत्न करतो.

"पुढे काय होणार?" हे जाणून घेण्याच्या अनेक पद्धती निर्माण झाल्या आहेत. ढगांचे आकार, पक्ष्याने विशिष्ट अक्षरावरील दाणे उचलणे अथवा एखादा पत्ता ओढून काढणे, प्राणी आडवे जाणे, धूर निघताना वलये विशिष्ट पद्धतीने वळत जाणे, विस्तवातील ज्वालांमध्ये काही नक्षी दिसणे, हातावर गुलाबाच्या पाकळ्या आपटून त्यांचे आवाज ऐकणे, चहा-कॉफी प्यायलानंतर कपावरील ओघळांचे निरीक्षण करणे इत्यादी.

वास्तविक, यापैकी कोणत्याही गोष्टीला विशिष्ट अर्थ असू शकत नाही म्हणूनच त्याकडे दुर्लक्ष करावयास हवे.

काही भविष्य जाणून घेण्याच्या पद्धती मात्र खूपच गुंतागुंतीच्या आहेत. कित्येक जाणकारांच्या वाचनात 'आय, चिंग' (मी चिंग) हा ग्रंथ आला असेल. त्यात अनेक गोष्टींवर टिपणी लिहिलेल्या आढळतात. नाणे सहा वेळा हवेत उडवून छाप-काटा पडेल त्याप्रमाणे सलग रेषा अथवा तुटक रेषा काढून षटकोन पूर्ण करावयाचा. अशा षटकोनाच्या एकूण चौसष्ट वेगवेगळ्या आकृती तयार होऊ शकतात. त्यावरून भाष्य केलेले असते आणि अनेक लोकांना ते अचूक निणर्य देत असल्याचा अनुभव आला. म्हणूनच तो ग्रंथ अद्याप टिकून आहे.

वास्तविक जरा नीट विचार केला तर 'आय, चिंग'मध्ये असे काय आहे, जे

तुम्हाला ठाऊक नाही? परंतु ग्रंथाच्या पद्धतशीर मांडणीतून तुम्हाला तीच माहीत असलेली माहिती पुरविली जाते आणि तुम्ही मात्र 'ग्रंथाने निणर्य सांगितला' म्हणून स्वत:च्या जबाबदारीतून मोकळे होण्याचा निष्फळ प्रयत्न करता. आपल्या जाणिवेची आपणच फसवणूक करतो.

मध्ययुगीन काळात 'टॅरट' नावाचा ७८ पत्ते असलेला पत्त्यांचा जोड पिसून त्यावरून भविष्यकथन केले जात असे. त्यात राजा, सम्राट, धर्मगुरु, गारूडी, सैतान, वेडा, जोकर वगैरे सर्वांना स्थान होते. ही व्यक्तिमत्वे त्या काळातील संवेदनशील मनाला फार महत्त्वाची वाटत असत; परंतु पत्ते पिसून मांडताना त्यावर अबोध मन काही नियंत्रण ठेवत असेल हे मानणे कठीण जाते.

हे सर्व वगळता 'क्रिस्टल बॉल गेझर्स' आहेतच. समोर काचेचा गोळा ठेवून त्यातून भूत-भविष्य सांगणारे आहेतच. यात बहुधा गिऱ्हाईकच माहिती पुरवीत जाते आणि व्यावसायिक भविष्य कथनकार तुम्हाला झेपेल इतकेच भविष्य सांगत असतो.

परंतु विल्सन कॉक्स यांनी सत्तावीस वर्षे प्रयत्न करून गोळा केलेली माहिती मात्र निश्चित विचार करावयास लावते. त्यांनी प्रत्येक स्टेशनवरून प्रत्येक गाडीची रोज किती लोक तिकीटे काढतात - म्हणजेच प्रवास करतात - याच्या नोंदी काढल्या आणि ज्या दिवशी कुणा गाडीला अपघात झाला त्या दिवशीची नोंद काढली तेव्हा तुलनेने फारच थोडी तिकीटे विकली गेली होती, असे प्रत्येक अपघाताच्या वेळी आढळले. म्हणजेच प्रत्येक वेळी प्रवासी लोकांना त्या विशिष्ट दिवशी त्यांच्या अबोध मनाने किंवा नियतीने प्रवास करण्यापासून परावृत्त केले होते.

पाणी पिण्यासाठी येणाऱ्या हरणाला वाघ दबा धरून बसला असेल, तर वासावरून वा पक्ष्यांच्या विचित्र ओरडण्यावरून सहज कळते. नदीत घरटी बांधणाऱ्या पाणमांजरांना (ऑटर्स) नदीच्या प्रवाहाचा आवाज जरा बदलला, की पूर येण्याची सूचना मिळते आणि ते पळ काढतात. म्हणजेच वर्तमानकाळ जरा विस्तारित केला, तर थोडासा भविष्यकाळही दिसू शकतो; परंतु अबोध मनाचे संकेत समजून घेण्याची क्षमता आम्ही बऱ्याच प्रमाणात गमावली आहे.

सुप्त इच्छांप्रमाणे स्वप्ने पडतात, हा एक नेहमीच्या चर्चेचा विषय आहे; परंतु ज्यात इच्छेचा प्रश्नच येत नाही, असे स्वप्न पडले आणि नंतर तशाच क्रमाने गोष्टी घडल्या, तर त्याला केवळ योगायोग म्हणून टाळणेदेखील योग्य नाही ही पळवाट आहे.

फ्रान्समध्ये इसवी सन १५०३ मध्ये जन्मलेल्या मायकेल नॉस्ट्राडेमस याने अशा आभासमय स्वप्नात पाहिलेल्या एक हजार गोष्टी नोंदवून ठेवल्या आहेत. त्यात प्रस्तावना लिहिताना त्याने 'मूर्खांना उलगडा होऊ नये म्हणून कालानुक्रम मुद्दामच बदलला आहे.''

अशी टिपण्णी जोडली आहे. त्यांनी लिहिले होते, ''यंग लायन (दुसरा हेन्री)

१५९९ मध्ये द्वंद्वयुद्धात पहिल्या हेन्रीचे डोळे फोडील.'' हे तंतोतंत खरे ठरले. त्यानंतर त्यांनी 'पहिल्या चार्ल्स राजाला देहांताची शिक्षा होईल आणि डोक्यावरील केस कापणाऱ्या (शेव्हन हेड्स) पक्षाचा (ऑलिव्हर क्रॉम्वेल याचा पक्ष) उदय होईल असे नमूद केले आहे. ते खरे ठरले. 'दुसऱ्या महायुद्धात हिसलर (हिटलर) या जर्मन राजाचे यांत्रिक पक्षी आकाशातून नाश टाकतील आणि दोन बंदराजवळील मोठ्या शहरात कधी पाहिले नाही एवढे मोठे अरिष्ट पडेल आणि युद्ध बंद होईल.' हे हिरोशिमा-नागासाकीच्या ॲटमबॉम्बचे वर्णन आहे हे लहान मुलालादेखील कळू शकेल.

आता या पूर्वसूचना किंवा पूर्वज्ञान नॉस्ट्राडेमसला कसे झाले असावे? वर्तमानकाळ विकसित करून तो भविष्यात डोकावून पाहत होता, की ही अबोध मनाची शक्ती म्हणावी? कारण या सर्व बाबींत अनुमान, अटकळ किंवा पूर्वानुभव कुठेच येऊ शकत नाही.

मॉर्गन रॉबर्टसन यांनी १८९८ मध्ये लिहून प्रकाशित केलेल्या 'फ्युचुरिटी' नावाच्या कादंबरीत 'हिटॅनिक' नावाचे एक भव्य जहाज हिमनगावर आपटून फुटले, असा प्रसंग वर्णन केला आहे. १९१२ मध्ये टिटॅनिक नावाचे भलेमोठे आलिशान जहाज अटलांटिक महासागरात हिमनगावर आपटून फुटले आणि सर्व प्रसंग त्या कादंबरीत वर्णन केल्याप्रमाणेच घडून आले. हे कसे?

अमेरिकेतील श्रीमती जीन डिक्सन यांनी एका मेजवानीच्या प्रसंगी अमेरिकेचे उपाध्यक्ष टुमन यांच्याशी हस्तांदोलन केले आणि त्या एकदम उद्गारल्या, ''अभिनंदन, तुम्ही अमेरिकेचे अध्यक्ष झालायत ...'' साहजिकच टुमन यांना 'बाईंना समारंभात थोडी जास्त झाली असावी,' अशी शंका चाटून गेली; परंतु बाई मद्यसेवन करीत नाहीत हे समजल्यानंतर त्यांनी अध्यक्ष फ्रॅन्कलीन रुझवेल्ट यांच्याशी त्यांची गाठ घालून दिली. बाईंनी त्यांना फक्त सहा महिन्यांचा अवधी असल्याचे सांगितले आणि घडलेही तसेच.

लॉस एंजेलिसमध्ये १९६८ मध्ये ॲम्बॅसडर हॉटेलात भाषण करीत असताना त्या एकाएकी थांबल्या आणि म्हणाल्या ''येथेच आठ दिवसांनी एका सिनेटरचा गोळ्या झाडून खून केला जाईल ...'' आणि बरोबर आठ दिवसांनी सिनेटर रॉबर्ट केनेडींचा तेथे खून झाला.

असेच पूर्वज्ञान होणारे ए. ऑर्लोप यांची डॉ. बेरेट यांनी २० जानेवारी १९६९ रोजी मॅनहाइम, जर्मनी येथे मुद्दाम परीक्षा घेतली. त्यांनी सांगितले, ''येत्या २८ तारखेला जेरुसलेम येथे एका सभागृहात सोळा लोक जमतील. तेथे क्रमांक चौदाच्या खुर्चीवर पंचेचाळीस वर्षांची स्त्री बसलेली असेल. ती १७५ सेंटीमीटर उंच आहे, केस तपकिरी आणि सुडौल बांधा आहे. ती आपल्याच सदनिकेत घसरून

पडल्याने तिचा घोटा दुखावलेला आहे ...' त्यांनी तिच्या सदनिकेचे देखील वर्णन ध्वनिमुद्रित केले. या ध्वनिफितीची एक प्रत फ्रीबर्ग येथील मानसशास्त्रज्ञ इन्स्टिट्यूटमध्ये पाठविली आणि एक प्रत जेरुसलेम येथे पाठविण्यात आली. यातील सर्व गोष्टी तंतोतंत प्रत्ययाला आल्या.

सर चार्ल्स डिकन्स यांच्या 'डेव्हिड कॉपरफील्ड' या विख्यात कादंबरीत असे अनेक प्रसंग वर्णन केले आहेत. सर वॉल्टर स्कॉट यांच्या 'ॲस्ट्रॉलॉजर' या कादंबरीत देखील पूर्वसूचनेचे अनेक प्रसंग वर्णन केले आहेत. प्रसिद्ध कवी शेले यांना तर नेहमीच पूर्वसूचना मिळत असे, असे त्यांच्याबद्दल नमूद केलेले आढळते.

अबोध मनात भविष्याचा वेध घेणारे संकेत असतात; परंतु ते समजून त्यांचा अर्थ लावण्याची अथवा नियती बदलण्याची शक्ती आमच्यात नाही. अन्यथा नियती बदलू शकली, तर त्याला भविष्य म्हणणारच कसे? अधिकात अधिक इतकेच घडू शकेल, की अप्रिय घटनांचे दुःख, त्याचा दाह थोडा कमी करता येईल. कारण मन त्यासाठी तयार झालेले असेल; त्याचा अंदाज आपल्याला तर्कशक्तीने घेता येतो. 'काय घडणार' यापेक्षा 'काय घडू शकेल' याचा अंदाज असतोच ना?

काळ ही एक लयबद्ध, गतिमान क्रिया आहे. दिनमान चक्र, वर्षमान चक्र वगैरे घटनांच्या आधारे आम्ही काळाची मोजदाद करण्याचा प्रयत्न करतो; परंतु 'काळ' (टाइम) या शब्दाची निश्चित कल्पना कोण देऊ शकेल?

बोलण्याच्या ओघात आपण सहजगत्या 'पूर्वीच्या काळी' किंवा 'आगामी काळा'त असे शब्दप्रयोग करतो. कारण आपल्या मनात भूतकाळ, वर्तमानकाळ आणि भविष्यकाळ अशी काही तरी रूपरेषा दृढमूल झालेली असते; परंतु प्रश्न असतो, की ही रूपरेषा कशावर आधारित आहे? घरात भिंतीवर टांगलेली दिनदर्शिका अथवा घड्याळातील तास, मिनिटे आणि सेकंद यांचा निसर्गाशी काही संबंध असण्याची सुतराम शक्यता नाही. ती सर्व आपणच हिशेब करण्यासाठी निर्माण केलेली साधने आहेत. मग 'काळ' म्हणजे काय असावे?

संदर्भ

Steiger B.: 'ESP- Your Sixth Sense', Award Books, New York, 1966.

Calder R.: "Man and the Cosmos" Penguin Books, London, 1970.

Muses C. R.: Introduction in Communication Organisation and Science: J. Rothstein, New York, 1956.

Donne J.: Devotions - Part XIII

Moore O. K.: "Divinations, a New Perspective." American Anthropologist: 59:69, 1957.

Williams C.: "The Occult" Hodder and Stoughton, London, 1971.

अकोलकर व. वि. : परामानसशास्त्र - अतीन्द्रिय मानस, विद्यार्थी प्रकाशन गृह, पुणे, १९९२.

'भूत' योनीचे गौडबंगाल

अमेरिकेतील कोलोरॅडो विद्यापीठाचे डॉ. निकोलस सीड्स यांनी एक आगळाच प्रयोग केला. त्यांनी पांढऱ्या उंदराचे विच्छेदन करून त्याचा मेंदू बाहेर काढला आणि त्या मेंदूतील सर्व पेशी एकमेकांपासून वेगळ्या आणि सुट्या होतील, इतक्या बारकाईने मेंदू पिंजून काढला. नंतर त्या सर्व पेशी द्रावणात (कल्चर मिडियम) गोळा करून परीक्षानळीत भरून सतत हेलकावत ठेवल्या. काही दिवसांनी त्या परीक्षानळीत गोळा करून ठेवलेल्या मेंदूच्या सुट्या पेशींची तपासणी केली, तेव्हा बहुतेक पेशी एकमेकांना व्यवस्थित जोडल्या गेल्या होत्या. इतकेच नव्हे, तर दोन चेतापेशींमधील (न्यूरॉन्स) जोडसांधे (सायनॅप्सेस) हे शरीरात नैसर्गिक अवस्थेत अत्यंत वैशिष्ट्यपूर्ण असतात, त्याचप्रमाणे जोडले गेले होते आणि पिंजून काढल्यामुळे चेतातंतूंवरील चरबीचा संरक्षक थर चेतनी (मायलिन शीथ) मोडून गेला होता. तोदेखील पुन्हा व्यवस्थित निर्माण झाला होता. अधिक तपासणी केली तेव्हा त्या पेशी शरीरात असताना ज्या जैवरासायनिक प्रतिक्रिया दाखवितात, त्याच प्रतिक्रिया आतादेखील दाखवत होत्या.

परीक्षानळीतील पेशींनी पिंजल्यामुळे मोडले गेलेले सांधे व्यवस्थित जोडून घेतलेच होते आणि बऱ्याच पेशींनी केवळ जोड सांधणे इतक्यावरच न थांबता उंदरांच्या मेंदूमध्ये ज्या पद्धतीने त्यांची मूळ रचना होती, त्याच पद्धतीने काही भागांची पुनर्रचनादेखील केलेली आढळून आली. याचा स्पष्टच अर्थ असा, की त्या पेशींना उंदराच्या मेंदूमध्ये मूळ रचना कशी होती याचे ज्ञान होते, त्याची स्मृती होती आणि त्या स्मृतीच्या आधाराने त्यांनी पुनर्रचना केली होती.

आता प्रश्न असा निर्माण होतो, की हे ज्ञान अथवा ही स्मृती या पेशींमध्ये कोणत्या स्वरूपात साठविली गेली असावी? तर्कच करावयाचा झाला तर कोणत्या तरी सूक्ष्म अणू-रेणूंच्या स्वरूपात ही स्मृती साठविली जात असावी आणि याच पद्धतीने आई-बापांच्या शरीरातून अपत्याच्या शरीरात पाठविली जात असावी.

वैश्विक नियमाप्रमाणे कोणतेही द्रव्य (मॅटर) कधी नष्ट होत नाही. त्याचे बाह्यस्वरूप बदलू शकते आणि वेळोवेळी स्वरूपे बदलत गेली तरी आवर्ती चक्रानुसार

(सायकल) द्रव्य पुन्हा आपल्या मूळ स्वरूपात प्रकट होते. हाच प्रकार सजीवांच्या बाबतीत थोड्या फार प्रमाणात लागू होतो. सजीव शरीर प्रजोत्पादन करते आणि त्यामुळे तसेच नवे सजीव शरीरद्रव्य निर्माण होते; आणि तशीच वर्तणूक करीत जिवंत राहते. मूळ शरीर जुने होऊन झिजून मरते. प्रजोत्पादनामुळे तसेच नवे शरीर निर्माण होते; परंतु तेच मूळ शरीर परत प्रकटते असे नाही. त्यासारखेच नवे शरीर निर्माण होते.

भारत, इजिप्त आणि ग्रीस या पारंपरिक संस्कृतींमध्ये आढळणाऱ्या तत्वज्ञानामध्ये पुनर्जन्माची कल्पना विषद केली आहे. मेटेमसायकॉसिस या ग्रीक कल्पनेप्रमाणे मृत्यूच्या वेळी आत्मा शरीरातून बाहेर पडतो आणि नव्या शरीरात प्रवेश करतो. इजिप्तमध्ये या पुनर्जन्माच्या कल्पनेमुळेच राजेमहाराजे (फॅराव) आपले शरीर पिरॅमिड किंवा इतर कोणत्याही सुरक्षित जागी ठेवून त्याची 'ममी' बनवून ठेवीत. भारतीय तत्वज्ञानात तर 'वासांसि जीर्णानी यथा विहाय...' 'जुने वस्त्र टाकून नवे परिधान करावे, त्याप्रमाणे आत्मा नवे शरीर धारण करतो,' अशी कल्पना मांडली आहेच. जगातील इतर अनेक संस्कृतींमध्ये हीच कल्पना थोड्या फार फरकाने मांडलेली आढळून येते, असे म्हटले तर वावगे ठरू नये.

परंतु सनसनाटी निर्माण करणाऱ्या काही तुरळक घटना वगळता पुनर्जन्म किंवा आत्म्याचे पुनरागमन सिद्ध करणारा ठोस पुरावा कुठेही उपलब्ध होऊ शकलेला नाही. मुळात 'आत्मा' हीच गोष्ट अस्तित्वात आहे आणि त्यानंतर त्याचे वास्तव्य आपल्या शरीरात आहे, ही गोष्ट सिद्ध करणे अत्यंत कठीण आहे. केव्हा तरी कुठे तरी एखाद्या व्यक्तीला काही तरी विलक्षण माहिती म्हणजे दूर कोणत्या तरी ठिकाणची घरे, व्यक्ती, घटना वगैरे उपलब्ध होते. यात काही ज्ञानदेखील असू शकते आणि आम्ही त्या ठिकाणचा कुणी तरी आत्मा इकडे जन्माला आला, अशी कल्पना करून घेतो. परंतु ही एक प्रकारची 'मानस संक्रमण' किंवा 'दूरसंवेदना क्रिया'च (टेलिपथी) असणे अधिक संभाव्य आहे. कुणा तरी अमर आत्म्याने ती माहिती तेथून गोळा करून येथे आणली, असे म्हणणे उपलब्ध शास्त्रीय ज्ञानानुसार योग्य वाटत नाही.

श्री. हर्बर्ट मायर्स हे अमेरिकेतील एक सुखवस्तू व्यावसायिक. त्यांनी नमूद केलेला स्वानुभव निश्चितच विचार करायला लावतो. ते म्हणतात - ''माझी एकुलती एक बहीण अल्पवयातच कॉलऱ्याने वारली. त्यावेळी मी व्यवसायानिमित्त पश्चिमेकडील राज्यांचा दौरा करीत होतो. गोळा केलेल्या वेगवेगळ्या मालाच्या मागण्या मुख्य कार्यालयात बॉस्टन येथे पाठवाव्यात म्हणून पॅसिफिक हाऊसमधील प्रशस्त कार्यालयात मोठ्या आरामात बसलो होतो. मध्येच केव्हा तरी एकाएकी जाणवले की माझ्या डावीकडे कुणी टेबलावर हात ठेवून बसले आहे. मी वळून पाहिले तो माझी बहीणच

तेथे बसली होती आणि माझ्याकडे पाहून स्मित करीत होती. मी आनंदाने काही तरी बोलणार तोच ती अदृश्य झाली.

काही दिवसांनी मी दौरा आटोपून घरी परतलो तेव्हा हा आगळावेगळा अनुभव आई-वडिलांना सांगितला आणि बहिणीची भेट अशा पद्धतीने झाल्याचे सांगितले. ते दोघेही हसण्याच्या बेतात होते. परंतु मी बोलण्याच्या ओघात बहिणीचे वर्णन करताना बोलून गेलो की तिच्या गालावर एक मोठा लाल रंगाचा ओरखडा उमटलेला स्पष्ट दिसत होता. हे ऐकताच वडील एकदम गंभीर झाले, आई थरथर कापू लागली. तिच्या डोळ्यांतून अश्रूधारा वाहू लागल्या. ती स्वतःला कसेबसे सावरीत म्हणाली, ''तिचा मृतदेह चांगला दिसावा म्हणून मी प्रयत्न करीत असताना माझ्याच हातून तिच्या गालावर ओरखडा उमटला होता. त्याचा मागमूस राहू नये अशा रितीने मी त्यावर क्रीम, पावडर वगैरे थापून तो पूर्णपणे झाकून टाकला होता आणि ही गोष्ट अद्याप कुणालाही बोलले नव्हते...''

हिस्लॉप यांच्या 'सायन्स ॲन्ड फ्यूचर लाईफ' या ग्रंथात लॉर्ड ब्राउहॅम यांचा एक विस्मयजनक अनुभव नमूद केलेला आढळतो -

''...मी आणि 'जी' महाविद्यालयात बरोबरच शिकत होतो. रोज फावल्या वेळात आत्म्याचे अस्तित्व, मरणोत्तर जीवन, भूतयोनी वगैरे विषयांवर चर्चा करणे हा आमचा एक छंदच होऊन बसला होता. एकदा तर आम्ही इतके भरकटलो, की जो अगोदर मृत्यू पावेल त्याने दुसऱ्याला प्रत्यक्ष दर्शन द्यावे असा करार कागदावर लिहून त्यावर स्वतःच्या रक्ताने स्वाक्षऱ्या केल्या. कालांतराने 'जी' 'इंडियन सिव्हिल सर्व्हिस' मध्ये भरती होऊन भारतात निघून गेला आणि मी माझ्या व्यापात गुरफटून गेलो. त्या कराराची आठवण पूर्णपणे विसरली गेली होती.''

''एक दिवस काही कामानिमित्त तातडीने गटेनबर्ग येथे जाण्याचा प्रसंग आला. काम पूर्ण करून लागलीच एडिंबरा येथे परत यावयाचे होते. वाटेत एका खाणावळीत उतरलो आणि श्रमपरिहार व्हावा म्हणून गरम पाण्याच्या टबमध्ये यथेच्छ डुंबत बसलो होतो. काही वेळाने शेजारी खुर्चीवर ठेवलेले कपडे, टॉवेल वगैरे घेण्यासाठी म्हणून वळलो तर खुर्चीवर 'जी' बसला होता. मी काही बोलण्यापूर्वीच तो अदृश्य झाला. अति श्रमामुळे काही तरी वेडेवाकडे 'भास' होतात असे स्वतःचे समाधान करून घेत मी तो विचार मनातून काढून टाकला.

एडिंबराला परत आलो तर भारतातून आलेले टपाल माझी वाट पहात होते. त्यात कळविले होते की १९ डिसेंबर रोजी 'जी' हा भारतातच मरण पावला होता...''

'आत्मा आणि मरणोत्तर अस्तित्व' या कल्पनेतील सत्य जाणून घेण्याचा ध्यास लागलेले डॉ. पॉल ब्रंटन यांनी इजिप्त, भारत, तिबेट, चीन वगैरे पौर्वात्य देशात अनेक वर्षे भ्रमंती केली. भारतात ते दोन वेळा येऊन गेले. काशी-बनारस येथील

पंडित, श्रीमत जगतगुरू शंकराचार्य, अरुणाचलमचे भगवन रमण महर्षी, पुण्यातील अवलिया बाबा जान, अहमदनगरचे अवतार मेहरबाबा वगैरेंच्या गाठीभेटी घेऊन त्यांची साद्यंत हकिगत नोंदवून ठेवली आहे.

इजिप्तमधील वास्तव्यात त्यांनी ग्रेट पिरॅमिडमधील राजकक्षात (किंग्ज चेंबर) संपूर्ण रात्र एकट्याने राहून तेथील थरारक अनुभव तपशीलवार लिहून ठेवले आहेत.

'...सायंकाळपासूनच पिरॅमिडच्या आतल्या बाजूला मिट्ट काळोख पसरला होता. आत शिरताना बिचकून पळालेल्या एकमेव उंदराखेरीज कोणतेही जिवंत अस्तित्व तेथे जाणवले नाही... रात्र वाढत चालली होती... मी हॅट, कोट, पाण्याची बाटली, थर्मास आणि विजेरी (टॉर्च) बाजूला ठेवून साधारण मध्यभागीच बैठक मारली... किती वेळ गेला याचा अंदाज नव्हता... अधूनमधून डुलकी लागली असेल नसेल... परंतु केव्हा तरी एकदम अतिशीत लहर यावी तसे जाणवू लागले... आजुबाजूला काही तरी धुरकट पांढरे तरंगत आहे असा भास होऊ लागला... त्या धूसर तरंगातून हळुहळू अत्यंत भेसूर, हिडीस आणि घृणास्पद दिसणाऱ्या आकृती आकार घेऊ लागल्या... हळुहळू त्या आकृती माझ्याजवळ येऊन माझ्याभोवती घिरट्या घालू लागल्या... प्रत्येक आकृतीच्या नजरेत माझ्याबद्दल अत्यंतिक द्वेष आणि तिरस्कार असलेला जाणवत होता... मृत्यूबाबत कधीही भय न वाटणाऱ्या माझ्या मनाला अंतर्यामी कुठे तरी अनामिक भीतीचा स्पर्श होऊ लागला... विजेरी पेटवावी की फाटकाजवळ धावत जाऊन पहारेकऱ्याला हाक मारावी?

...काहीही हालचाल करण्याच्या परिस्थितीत मी नव्हतो... हातपाय थिजून गेले होते...

...तो सर्व प्रकार किती वेळ चालला होता कुणास ठाऊक... परंतु त्या हिडीस आकृत्या हळुहळू हवेतच विरून गेल्या आणि नाहीशा झाल्या... युद्धाच्या ऐन धुमश्चक्रीत आघाडीवर जखमी होऊन पडलेल्या सैनिकाला गोळीबार अकस्मात बंद पडल्यामुळे जसे हायसे वाटेल तशीच काहीशी माझी प्रतिक्रिया होती...

...मग हलके हलके जाणीव होऊ लागली की दरवाज्याजवळ कुणी तरी उभे राहून मोठ्या प्रसन्न नजरेने माझ्याकडे पहात आहे... अत्यंत अस्वच्छ आणि नकोसे वाटणारे वातावरण एकदम निवळून स्वच्छ झाल्यासारखे वाटू लागले...

...त्या उंचच उंच व्यक्तीने शुभ्र पांढरा पायघोळ अंगरखा घातला होता आणि दोन्ही हात घडी करून छातीवर आडवे धरले होते... शरीराभोवती मंद तेजोवलय होते आणि सुरकुतलेल्या चेहऱ्यातून करुणा ओसंडत होती. इजिप्तमधील प्राचीन मंदिरांमध्ये असणाऱ्या महंताप्रमाणे वाटणारी ती व्यक्ती हळुहळू माझ्याजवळ येऊन खाली वाकून म्हणाली, 'कशाला उगाच सुप्त शक्ती जागृत करण्याचा अट्टाहास करतोयस? तुझ्या मर्त्य लोकातील सुविधा तुला पुरेशा नाहीत काय?'

त्या व्यक्तीचा आवाज कानांना जाणवत नव्हता परंतु मला आत कुठे तरी ऐकू येत असल्याची जाणीव होत होती... तो सजीव मानवाचा आवाज खासच नव्हता... 'परत जा... भलत्याच गोष्टीचा ध्यास घेऊ नकोस... जो आमच्यासमवेत संपर्क साधतो त्याला मर्त्यलोक सोडावाच लागतो... त्यासाठी तू तयार आहेस का ?'

चेहऱ्यावरील तेज, अपार करुणा आणि देहाभोवतालचे तेजोवलय त्या व्यक्तीचे श्रेष्ठत्व सिद्ध करण्यास पुरेसे होते. काही वेळाने पुन्हा खाली वाकून तो वृद्ध महंत म्हणाला, 'मुला, तुला नियतीने स्वीकारले आहे... तुला ज्ञानकक्षात घेऊन जावयास हवे... तू आता येथे झोप...' असे म्हणून त्याने तेथील हौदवजा दगडी शवपेटिकेकडे (सार्कोफॅगस) निर्देश केला.

त्यानंतर काय झाले हे मला नीटसे कळू शकले नाही. तेथे झोपल्यानंतर शरीरातील सर्व स्नायू प्रेताप्रमाणे ताठरून गेले... पायाच्या बोटांपासून शरीर थंड पडू लागले आणि ती शीत लहर वर वर सरकू लागली... माझी जाणीव आक्रसू लागली आणि शेवटी एखाद्या बिंदूप्रमाणे लहान होऊन मेंदूतील कोणत्या तरी मध्यवर्ती केंद्रात येऊन थांबली. श्वासोच्छ्वास मंदावत चालला होता...

मनात एकाएकी विचार आला की उद्या सकाळी रखवालदाराला माझे मृत शरीर येथे आढळून येईल अन् मग वर्तमानपत्रात सनसनाटी बातमी येईल. 'दुराग्रही, हट्टी, गोऱ्या संशोधकाचा पिरॅमिडमध्ये गूढ मृत्यू'... मला हसताही येईना कारण जबडे हलू शकत नव्हते... मेंदूत जेथे बिंदूरूप जाणीव होती तेथे एकदम वातचक्र सुरू झाल्याप्रमाणे गरगर फिरून मी एका निरुंद नळीतून बाहेर पडलो... त्या मुक्तीचा आनंद केवळ अवर्णनीय होता...

नंतर मी उताणाच तरंगच असल्याची जाणीव झाली... मग कोणत्या तरी अदृश्य हाताने मला पायांवर उभे केले... तरीदेखील मी तरंगतच होतो... खूप उंच छताजवळ... खाली दगडी शवपेटिकेत माझे अचेतन शरीर दिसत होते... परंतु दोन्ही पाय सरळ जुळलेले, हात छातीवर व्यवस्थित घडी घातलेले, या स्थितीत मी नक्कीच झोपलो नव्हतो — मग कुणी केली असेल ही देहाची अवस्था?

माझ्याखालून चमचमणाऱ्या रूपेरी दोरीसारखे काही तरी त्या शवपेटिकेतील देहाला जोडलेले दिसत होते... त्याचा प्रकाश राजकक्षात सर्वत्र पडला होता हे मी स्पष्टपणे पहात होतो... मी त्या माझ्या अचेतन देहावरूनच उंचावर घिरट्या घालीत फिरत होतो इतक्यात मला पुन्हा अनाहत शब्द ऐकू आले, 'यालाच मृत्यू म्हणतात... आता तू केवळ आत्मा आहेस आणि जड शरीराबाहेर राहू शकतोस...'

आता प्रश्न असा की खाली निश्चल अवस्थेत असणारा माझा देह, ज्याला मी आजवर 'मी' असे समजत होतो तो कोण आहे? आणि त्यातून बाहेर पडल्यानंतर जो 'मी' आहे तो कोण?

या संभ्रमावस्थेत तरंगत असताना त्या करुणामय महंताचे शब्द पुन्हा ऐकू आले 'हे सर्व शक्तीमान जगन्नियंत्या, या बालकाच्या मर्त्य देहाकडे पुन्हा कृपादृष्टी फिरव आणि त्याला मर्त्यजगात राहण्यालायक बनव...' नंतर माझ्याकडे वळून तो महंत उद्‌गारला, 'मुला तुला जे हवे ते ज्ञान मिळाले आहे... आत्मा कधीच नाश पावत नाही हे सत्य तू आता इतरांना समजावून सांग... इकडे पहा...'

सुमारे वीस वर्षांपूर्वी जिच्या अंत्ययात्रेला मी उपस्थित होतो ती स्त्री, बारा वर्षांपूर्वी ज्याला मी स्वहस्ते दफन केले तो मित्र आणि चार-पाच वर्षांपूर्वी अपघातात दगावलेले एक हसरे मूल हे तिघेही मला भेटले... त्यांचे आवाज ऐकू आले अन् मग सर्व जण हवेत विरून गेल्याप्रमाणे नाहीसे झाले...

'...ते देखील तुझ्याप्रमाणेच अमर आहेत... काही निवडक आत्म्यांना येथे आणून त्यांची महात्म्यासमवेत गाठ घालून दिली जाते. ... तो महात्मा कोण हे तुला इतक्यातच कळणार नाही... त्याला अवकाश आहे...'

नंतर मी पिरॅमिडमध्ये प्रवेश करण्याच्या उतरत्या मार्गाप्रमाणेच एका उतरत्या मार्गावरून जात होतो... मार्ग ओळखीचा नव्हता परंतु लक्षात रहावा म्हणून जरा मागे वळून प्रवेशद्वाराकडे पाहिले. तेव्हा माझ्या समवेत येणारा तो दयाळू महंत हळूच म्हणाला, 'ते महत्वाचे नाही... असेच मार्ग तुझ्या मनात आहेत ते शोधून काढ...'

हळूहळू महंत दिसेनासा झाला. माझे शरीर वितळल्यागत वाटू लागले आणि मी शुद्धीवर आलो तेव्हा माझ्या देहातच होतो आणि त्या दगडी शवपेटिकेत झोपलो होतो...

डॉ. पॉल ब्रंटन यांचा हा अनुभव डॉ. ॲनी बेझंट किंवा चार्ल्स लेडबीटर वगैरे ब्रह्मविद्या उपासकांनी वर्णन केलेल्या अनुभवाशी मिळताजुळता आहे.

आसमंतात इतस्तत: भटकणारे शरीरहीन आत्मे ही एक वेगळीच गोष्ट मानता येईल. ब्रह्मविद्येची (थिऑसॉफी) साधना करणारे 'नक्षत्र देह' (एस्ट्रल बॉडी) मानतात. योगसाधना करणारे 'सूक्ष्म देहा'च्या अस्तित्वाबाबत बोलतात, सूक्ष्म देह मरणोत्तरदेखील अस्तित्वात राहतो, अशी त्यांची धारणा आहे. हा सूक्ष्म देह जडदेहाबाहेर पडून भटकू शकतो आणि असे भटकणारे सूक्ष्म देह कित्येकांनी संपूर्ण अथवा अर्धवट अवस्थेत पाहिले असल्याचे अगणित संदर्भ मिळतात.

इंग्लंडसारख्या पुढारलेल्या देशात प्रत्येक सहा जणांपैकी एक जण 'भूत' योनीवर विश्वास ठेवतो. भारतात तर प्रत्येक पाच व्यक्तींपैकी तिघे जण 'भूत' ही योनी अस्तित्वात आहे असे मानतात. इंग्लंडमधील प्रत्येक चौदा व्यक्तींपैकी एक जण आपण स्वत: भूत पाहिले किंवा भूतचेष्टा अनुभवल्याचे छातीवर हात ठेवून सांगतो. भारतात हे प्रमाण अधिकच असणार. कारण बहुतेक घटना सांगोवांगी असल्याचेच प्रत्ययाला येते.

या घटना पाहणाऱ्यांमध्ये सुशिक्षित आणि उत्तम मानसिकता असणाऱ्यांचे

प्रमाण एवढे मोठे आहे, की 'ते सुर्व खुळे आहेत अथवा भोळसट अंधश्रद्ध आहेत,' असे सरसकट विधान करणेदेखील धाडसाचे होईल. परंतु या सर्वांच्या बोलण्यातून आढळणारी एक गोष्ट मात्र शास्त्रीय कसोटीवर निश्चितच उतरू शकत नाही. ती म्हणजे, या सर्वांनी वर्णन केलेली 'भुते' किंवा 'सूक्ष्म देह' किंवा 'आत्मे' आपापल्या काळातील पेहराव व्यवस्थित परिधान केलेले असतात. डोक्यावर पागोटे, हॅट, शिरस्त्राण, अंगावर वस्त्रप्रावरणे, हातात काठी, भाला, तलवार असे काही तरी आणि पायात बूट, चपला, इत्यादी गोष्टी असतात. किर्लियन फोटोग्राफीच्या तंत्राने आपण सूक्ष्म देहाचे छायाचित्र काढू शकतो. त्यात शरीराच्या सजीव अवयवांचीच तेवढी प्रतिकृती दिसू शकते. मग वस्त्रप्रावरणे, शिरस्त्राण, काठी, तलवार किंवा जोडे वगैरे गोष्टी कशा दिसू शकतात?

हे वर्णन करणारे सर्व सुशिक्षित आणि उत्तम मानसिकतेचे असल्यामुळे त्यांनी चुकीचे वर्णन केले असे म्हणता येत नाही. मग स्पष्टीकरणासाठी एकच पर्याय उरतो तो असा, की त्यांनी वर्णन केलेले भूत हे त्यांच्या मनात दडून राहिलेले 'स्मृतिचित्र' असणार किंवा कुणाच्या तरी वर्णनशैलीमुळे मनात ठसलेले 'कल्पनाचित्र' असणार. साहजिकच त्यांना दिसलेले भूत ही काही अतिमानवी घटना अथवा काही चमत्कार असण्यापेक्षा मानसिक कृती असण्याचीच शक्यता अधिक. काही वेळा अनेक व्यक्तींना एकाच ठिकाणी; परंतु वेगवेगळ्या प्रसंगी एकाच वर्णनाचे भूत दिसल्याचे वृत्तांतदेखील ऐकावयास मिळतात. तो काही तरी मानस संक्रमणामुळे (टेलिपथी) निर्माण होणारा आभास असावा.

विसाव्या शतकाच्या पूर्वार्धात 'शेरलॉक होम्स' या कथामालेने अमाप लोकप्रियता मिळवली. या रहस्य कथांचे लेखन सर आर्थर कॉनन डॉईल यांना परामानसशास्त्रीय संशोधनात विलक्षण रस होता. त्यांनी नक्षत्र शरीर किंवा सूक्ष्म देह आणि भूत या वेगवेगळ्या गोष्टी असल्याचे प्रतिपादन केले. एकोणिसाव्या शतकापासून ब्रह्मविद्या (Theosophy) साधना करणाऱ्यांनी आपल्या सभोवती आसमंतात इथर (Ether) नावाचा हवेपेक्षाही अतितरल पदार्थ असतो आणि तो कोणत्याही पदार्थातून आरपार जाऊ शकतो अशी कल्पना मांडली.

सर कॉनन डॉईल यांनी हीच कल्पना आधारभूत धरून असे प्रतिपादन केले, की जेव्हा कुणाच्या तरी आत्यंतिक तीव्र भावनांचा क्षोभ उसळतो, तेव्हा तेथील परिसराचे या इथरवर छायाचित्र उमटते. हे छायाचित्र विशिष्ट वेळी आणि विशिष्ट प्रखरतेच्या प्रकाशात उमटले असल्यामुळे जेव्हा जेव्हा हे दोन घटक एकत्रित साधले जातील, तेव्हा तेव्हा त्या ठिकाणी इथरवर उमटलेले ते छायाचित्र दिसू शकेल. (It is a photograph imprinted on ether with a certain angle of time and certain intensity of light)

त्यांनी या पद्धतीने ठराविक ठिकाणी वेळ साधून प्रकाश नियंत्रित केला आणि अनेक निमंत्रितांना ही इथरवर उमटलेली छायाचित्रे पाहता आली. या पद्धतीने त्यांना वेस्ट मिनिस्टर ॲबेमध्ये तीन धर्मगुरू मेणबत्त्या हातात धरून एका ओळीत चालत जात असल्याचे दृश्य जाणकार जिज्ञासू निमंत्रितांसमोर साकार केले. त्या धर्मगुरूंचे घोट्यापासून खाली पाय दिसत नव्हते. तेव्हा कॉनन डॉईल यांनी संशोधन करून अशी माहिती उजेडात आणली, की एकोणिसाव्या शतकाच्या उत्तरार्धात त्या इमारतीची डागडुजी करण्यात आली तेव्हा नवीन फरसबंदी करून दालनातील जमीन चार इंच अधिक उंच करण्यात आली. त्यामुळे तो पावलांचा भाग दिसू शकत नव्हता.

सर ऑर्थर कॉनन डॉईल यांच्या मते, या प्रकारची भुते ही इथरवर उमटलेली केवळ छायाचित्रेच असतात. एखादी सिनेमाची चित्रफीत चालवावी त्याप्रमाणे ती दिसू शकतात. त्यांना कोणतीही अतिमानवी शक्ती नसते. काही लोक मंत्रजगार वगैरे धार्मिक गोष्टी करून त्या इथरमध्ये क्षुब्धता निर्माण करतात. साहजिकच ती छायाचित्रे दिसेनाशी होतात.

आजचे विज्ञान मात्र इथरचे अस्तित्वच मान्य करीत नाही ही वस्तुस्थिती आहे.

डॉ. कोलीन विल्सन याबाबत अधिक परखड मत व्यक्त करतात. त्यांच्या मते, 'जर भूतयोनी अस्तित्वात असेल आणि जर त्यांना लोक म्हणतात त्याप्रमाणे अतिमानवी शक्ती असतील तर त्यांनी एकच एक ठिकाणी भोज्या धरून बसल्याप्रमाणे निष्क्रीय बसण्यात काय अर्थ आहे?' त्यांना अवगत असलेल्या शक्तीमुळे त्यांना किती तरी अधिक चांगल्या गोष्टी करता येतील आणि ज्या कुणा महाभागांना भुते दिसतात, त्यांच्याबद्दलदेखील असे म्हणता येईल, की त्यांना अतिमानवी योनींसमवेत संपर्क साधण्याची विद्या अनायासेच प्राप्त झाली आहे. तेव्हा त्यांनी अभ्यासपूर्वक उत्तम माध्यम बनण्यास शिकावे आणि या शक्तीचा अधिकाधिक चांगला उपयोग करावा.

यात भ्रम (डेलिरिअम) असण्याची शक्यता फारशी नसली तरी बाह्यमन आणि अंतर्मन यांच्यामधील संघर्ष आणि त्याचबरोबर तीव्रतर मानस संक्रमण असे काही तरी घडत असणार.

मग काय असेल हे?

संदर्भ

Seeds N.: 'A Brain Rewires itself in a TestTube': New Scientist, New York 6th Jan. 1972.

Groer G.: 'Exploring English Character' Crescent, London, 1955.

Doyle A. C.: 'Edge of Unknown' Oxford University Press,

1930.
Wilson C.: 'The Occult' Hodder and Stoughton, London, 1971.
Myers F. W. P.: "Human Personality and the Survival of Boidly Death": Longmans Green New York, 1954.
Hyslop U.: "Science and Future Life": डॉ. व. वि. अकोलकर यांचे 'परामानस शास्त्र –अतिंद्रिय ज्ञान'' यामधून, पूणे विद्यार्थी गृह प्रकाशन, १९९२.
Brunton P.: "A Search in Secret Egypt" B. I. Publications, New Delhi, 1977.

मृत्यूनंतर...

मृत व्यक्तींसमवेत संपर्क साधण्याबाबत अनेक गोष्टी बोलल्या जातात, ही अत्यंत संशयास्पद बाब आहे. उदाहरणार्थ, प्लँचेट किंवा तत्सम साधनांनी मृतात्म्यांसमवेत संपर्क साधला जातो. याचे अहवाल ऐकले तर एक गोष्ट सहज ध्यानात यावी, की पृथ्वीवर कोट्यावधी माणसे आहेत परंतु प्लँचेटवर बोलविताना काही ठराविक मृतात्मेच बोलावले जातात. उदाहरणार्थ, नेपोलियन बोनापार्ट, टॉलस्टॉय, जगज्जेता सिकंदर, क्लिओपात्रा किंवा लोकमान्य टिळक इत्यादी. यांचीच मुलाखत कशी घडते? की हे मृतात्मे कोट्यवधी माणसांना भेटण्यासाठी प्लँचेटजवळ रांगा लावून उभे असतात?

डॉ. जे. बी. ऱ्हाइन यांच्या मते, गेल्या ऐंशी वर्षातील संशोधनात मरणोत्तर अस्तित्वाबाबत काही वादातीत पुरावा उपलब्ध होऊ शकला नाही, परंतु मरणोत्तर अस्तित्व नाहीच असाही पुरावा उपलब्ध होऊ शकला नाही.

डॉ. कॉन्स्टन्टिन रौडिव्हे हे लाटवियातील प्रख्यात मानसशास्त्रज्ञ जर्मनीत स्थायिक झाले आहेत. त्यांचे या बाबतीतले संशोधन मात्र वादातीत आणि निश्चितपणे विचार करायला लावणारे आहे.

डॉ. रौडिव्हे आपल्या प्रयोगशाळेत काही ध्वनिमुद्रण करीत असताना त्यांना सतत अडथळे येऊ लागले. तेव्हा मुद्रणदोष टाळण्यासाठी त्यांनी आपले उपकरण क्रिस्टल डायोडला जोडले आणि एरियल अत्यंत लहान केली. नंतर त्यांनी ध्वनिमुद्रिताचा मागोवा घेतला तेव्हा मृदू व मुलायम स्वरात आणि वेगवेगळ्या भाषांत केलेली किमान दोन-अडीचशे संभाषणे ध्वनिफितीवर उमटली होती आणि हे आवाज पृथ्वीवरील सजीवांचे खासच नव्हते. नाही तर ते ध्वनिमुद्रित होताना ऐकू आले असते.

नंतर डॉ. रौडिव्हे यांनी शेकडो फिती ध्वनिमुद्रित केल्या. सर्व बोलणी विचित्र परंतु लयबद्ध पद्धतीने ध्वनिमुद्रित झाली होती. मात्र त्यात उमटणारे आवाज मानवी स्वरयंत्रापेक्षा वेगळ्या स्वरयंत्रातून उमटले असावेत इतके वेगळे होते. काही संभाषणे तर डॉ. रौडिव्हे आणि त्यांचे सहकारी यांनी विचारलेल्या प्रश्नांना दिलेली स्पष्ट उत्तरे होती.

हे सर्व ध्वनिमुद्रण करताना अनेक ख्यातनाम शास्त्रज्ञ, जाणकार आणि प्रतिष्ठित व्यक्ती हजर होत्या आणि त्यांनी सर्व उपकरणे तपासून त्यात काही फसवाफसवी नसल्याचे स्पष्ट शब्दांत नमूद केले. त्या प्रयोगांच्या सत्यतेबाबत शंका घेता येत नाही.

डॉ. रौडिव्हे यांच्या मते, माणसाला आपल्या इष्टमित्रांसमवेत संपर्क साधणे मरणानंतरदेखील शक्य आहे. तो स्वत: मृत्यूनंतर दुसऱ्या जगात गेला तरी त्यामुळे फरक पडत नाही. म्हणजेच दुसऱ्या शब्दात सांगावयाचे झाले तर ध्वनिमुद्रित फितीवरील संभाषणे हे मृतात्म्यांचेच आवाज होते. त्यांपैकी काही आवाज उदाहरणार्थ, फॉन गटे, मायकोव्हस्की, ॲडॉल्फ हिटलर आणि स्वत:ची आई यांचे असल्याचे डॉ. रौडिव्हे ओळखू शकतात. परंतु याबाबत चर्चा करणे अशक्य आहे. कारण ते आवाज त्या व्यक्तीचे आहेत किंवा नाहीत, हे पुराव्याने सिद्ध करणे अशक्यच आहे.

२४ मार्च १९७१ रोजी इंग्लंडमधील विख्यात ग्रामोफोन कंपनीने स्वत:ची उपकरणे वापरून डॉ. रौडिव्हे यांचे मृतात्म्यांचे आवाज ध्वनिमुद्रित करावयाचे ठरविले. त्यात कुठेही रेडिओ, हॅम किंवा दूरदर्शनचे प्रक्षेपण येणार नाही याची अधिकाधिक काळजी घेतली. नंतर रौडिव्हे यांना कोणत्याही उपकरणाला स्पर्श करता येणार नाही अशा पद्धतीने स्टुडिओत बसविले आणि चलतचित्रणाने त्यांची कोणतीही हालचाल नजरेतून सुटणार नाही याची खबरदारी घेतली.

त्यानंतर दोन फितींवर एकाच वेळी ध्वनिमुद्रण करण्यास प्रारंभ केला आणि अठरा मिनिटे ध्वनिमुद्रण केले. ध्वनिमुद्रण करताना कुणालाही कोणताही वेडावाकडा अस्पष्ट आवाजदेखील ऐकू आला नाही. परंतु जेव्हा दोन्ही फिती गुंडाळून पुन्हा वाजविल्या गेल्या, तेव्हा सात वेगवेगळ्या भाषांमधून केलेली दोनशेपेक्षा अधिक संभाषणे सर्वांना सहज ऐकता आली.

स्वत: डॉ कॉन्स्टन्टिन रौडिव्हे या सात भाषा उत्तम प्रकारे जाणतात. यावरून विचारचित्रे उमटविणाऱ्या टेड सिरिओ याची सहजच आठवण व्हावी. कारण ही चित्रे किंवा हे ध्वनिमुद्रण ठराविक व्यक्ती उपस्थित असतानाच होऊ शकते आणि त्यात कोणतीही लबाडी किंवा अप्रामणिकपणा नाही याबद्दल अनेक ख्यातनाम शास्त्रज्ञ आणि जाणकारांनी ग्वाही दिलेली आहे. टेड सिरिओची विचारचित्रे प्रारंभीच्या काळात भटकणाऱ्या आत्म्यांची करामत समजली जात होती. नंतर सिरिओची मानसिक शक्ती आणि विचार तपासल्यानंतर ती त्याचीच मानसिक करामत असावी असे मानणे योग्य वाटते. तसेच काही तरी रौडिव्हे यांच्या बाबतीत घडत नसेल कशावरून? म्हणजे नेहमीच्या शब्दात सांगावयाचे झाले तर डॉ. रौडिव्हे स्वत:च एक उत्तम माध्यम आहेत.

कदाचित कालांतराने या दोन्ही घटना जिवंत माणसाच्या मानसिक शक्तीतूनच निर्माण झाल्या आहेत आणि त्यात मृतात्म्यांचा संबंध नाही, असेही निष्पन्न होऊ

शकेल. कारण आज आपणास अवगत असणारे छायाचित्रण आणि ध्वनिमुद्रण हे फक्त वर्तमानकाळाचेच करता येते. आपले आपल्याच आसमंताबाबतचे ज्ञान अत्यंत अपुरे आणि तोकडे आहे. कदाचित आगामी काळात आम्हाला भूतकाळाचे ध्वनिमुद्रण आणि छायाचित्रण करणारी उपकरणे निर्माण करता येतील. नाही कुणी म्हणावे?

डॉ. अल्बर्ट फेहरर हे परामानसशास्त्राचे (पॅरासायकॉलॉजी) संस्थापक मानले जातात. त्यांनी स्वत: इव्हा सी या विलक्षण शक्तिमान माध्यम असलेल्या स्त्रीच्या मदतीनं अनेक प्रयोग केले. वेळोवेळी रोम, पॅरिस आणि लंडन येथे विख्यात शास्त्रज्ञ, जाणकार आणि प्रतिष्ठित नागरिक अशा निवडक निमंत्रितांच्या उपस्थितीत हे प्रयोग करण्यात आले.

फ्रेंच रंगभूमीवरील विख्यात अभिनेता अलेक्झांडर बिसाँ यांच्या निवासस्थानी १० मार्च १९१० रोजी प्रयोग करण्यात आला. गुप्त पोलिसांनी निवासस्थानाची सर्व जमीन आणि भिंती तपासून त्यात काही पोकळ्या, तळघरे किंवा गुप्त जागा नाहीत, याची खात्री करून घेतली. दरवाजे-खिडक्या तपासून कड्याकुलपे व्यवस्थित असल्याची खात्री करून घेतली. नंतर मादम बिसाँ आणि त्यांच्या दोन-तीन मैत्रिणींनी मिळून इव्हा सी यांची पूर्ण तपासणी करून कपड्यांत किंवा शरीरावर काही लपवलेलं नाही, याची खात्री करून घेतली. नंतर एक जाड कापडाच्या खास शिवून घेतलेला गडद रंगाचा झगा इव्हाच्या अंगावर चढविला आणि तिला दालनाच्या मध्यभागी खुर्चीत बसवले. तिच्या चारही बाजूंना कॅमेरे बसवून पल्व्हराईज्ड मॅग्नेशियमच्या साह्यानं फ्लॅश छायाचित्रे काढण्याची व्यवस्था केली.

काही मिनिटांमध्येच इव्हा सी गुंगी आल्याप्रमाणे खुर्चीत झोपली आणि सर्वांगातून धूर निघावा त्याप्रमाणे धूसर पांढरा पदार्थ तिच्या शरीरातून बाहेर पडून शरीराभोवती जमू लागला. काही वेळानं तो पदार्थ वेगवेगळे आकार घेऊ लागला. नंतर त्यातून हात, पाय, चेहरा असे अनेक मानवी अवयव बनले आणि तिच्या शरीराभोवती तरंगू लागले. काही वेळाने हा धुरकट पदार्थ आपोआप हवेत विरून गेल्याप्रमाणे नाहीसा झाला.

नंतर सात दिवसांनी म्हणजे १७ मार्च १९१० रोजी पुन्हा असाच दुसरा प्रयोग करण्यात आला. पुन्हा तसाच पांढरा पदार्थ तोंडातून आणि सर्वांगातून बाहेर पडून तिच्या शरीराभोवती जमू लागला. धुरकट पदार्थाचे अनेक मानवी अवयव बनले आणि इतस्तत: हवेत तरंगू लागले. नंतर काही वेळाने ते सर्व हवेतच विरून गेले.

शास्त्रज्ञांनी शरीरातून बाहेर स्त्रवणाऱ्या या पदार्थाला एक्झोप्लाझम असे नाव दिले. शरीरातील पेशीद्रवाचीच ही एक अतितरल अवस्था असल्याचं मत त्यांनी व्यक्त केलं. त्याचे स्पष्टीकरण असे की पेशीद्रव हा कलीली (कलॉइड) अवस्थेतील पदार्थ आहे. त्याला स्वत:ची विष्यंदिता (व्हिस्कॉसिटी) एखाद्या जेलीप्रमाणे घट्ट किंवा धुराप्रमाणे अतितरल बनविण्याची क्षमता असते. हा एक्झोप्लाझम मृत किंवा

जिवंत माणसाच्या शरीरातून बाहेर पडू शकतो. त्याला अनेक अतिमानवी शक्ती किंवा क्षमता असतात. तो क्षणार्धात कुठेही जाऊन तेथील ज्ञान घेऊन पुन्हा शरीरात परत येऊ शकतो. तो कोणताही आकार दृश्य वा अदृश्य स्वरूपात धारण करू शकतो. इतकेच नव्हे, तर तो काही घटना घडवून आणू शकतो. हा कुणाच्याही शरीरातून बाहेर पडू शकतो; परंतु त्यावर नियंत्रण करणे अगदी मोजक्याच व्यक्तींना शक्य होते आणि सर्वसामान्य माणसाच्या भाषेत बोलायचे झाले तर या व्यक्तींना सिद्धी प्राप्त झाली आहे असे बोलले जाते.

हा एक्झोप्लाझम बाहेर पडताना माणूस गुंगी आल्याप्रमाणे पडून राहतो. इव्हा सीच्या शरीरातून हा एक्झोप्लाझम बाहेर पडत असल्याची किती तरी स्पष्ट आणि अधिकृत छायाचित्रे आज उपलब्ध आहेत.

म्यूनिकमधील डॉ. थोरवाल्ड डेथलेफसन हे परामानसशास्त्रातील विख्यात संशोधक आणि संमोहनशास्त्रज्ञ (हिप्नॉटिस्ट). त्यांनी 'पुनर्जन्म' या विषयावर खूपच संशोधन केले आहे. त्यांची नेहमीची पद्धत म्हणजे प्रयुक्ताला संमोहनावस्थेत असताना सूचना देऊन हळुहळू प्रौढावस्थेकडून युवावस्थेकडे आणि नंतर बालवयाकडे न्यायचे आणि त्या वयातील आठवणी सांगण्यास उद्युक्त करायचे. एकदा बालवयातील गोष्टी व्यवस्थित आठवू लागल्या की जन्मवेळेकडे आणि नंतर आणखी मागे नेऊन मागील जन्मात न्यायचे आणि त्या कालावधीतील आठवणी जागृत करून त्या ध्वनिमुद्रित करावयाच्या.

त्यांच्या या पद्धतीला अभूतपूर्व यश लाभले. त्यांच्या प्रयोगातील अनेक प्रयुक्त मागील जन्मात जाताना दोन-अडीचशे वर्ष मागे जात आणि त्या वेळची जुनी बोली भाषा बोलू लागत. नाव, गाव, जन्मतारीख, मोहल्ल्याचे वर्णन सर्व काही तपशीलवार सांगत आणि तपासाअंती ते सर्व वर्णन अचूक ठरल्याचे आढळून आले.

डॉ. मोरे बर्नस्टीन यांचे प्रयोग अधिकच विचार करावयास लावतात. डॉ. बर्नस्टीन यांनी आपली प्रयुक्त श्रीमती रूथ सिमन्स यांना संमोहनावस्थेत असताना सूचना देऊन हळुहळू बाल्यावस्थेकडे नेले आणि तेथून हळुहळू मागील जन्मात प्रवेश करण्यास सांगितले. मागील जन्मात प्रवेश केल्यानंतर ही जर्मन महिला - जिला इंग्रजीदेखील नीट बोलता येत नव्हते, ती एकदम आयर्लंडमधील जुन्या काळातील 'गेलीक' भाषा बोलू लागली. आपले नाव या जन्मात ब्रिडे मर्फी असल्याचं सांगून तिने सुमारे अडीचशे वर्षांपूर्वीची आपली जन्मतारीख, गाव आणि मोहल्ला, त्याचप्रमाणे आजुबाजूची घरे आणि त्यात राहणाऱ्या लोकांची वर्णने ऐकवली. तिच्या बोलण्याची एक ध्वनिमुद्रित फीत आयर्लंडमध्ये पाठवून तपास करण्यात आला. तेव्हा सर्व माहिती तंतोतंत बरोबर आणि अचूक असल्याचे आढळून आले.

अर्थात पुनर्जन्म आहे हे सिद्ध करण्यास यापेक्षा खूपच अधिक पुराव्याची

आवश्यकता आहे हे सांगायला नकोच.

जर्मनीत बॉन येथे परामानसशास्त्रात संशोधन करणारे डॉ. बेलिने हे जागतिक कीर्ती लाभलेले संशोधक. ते स्वत:च्या वयाच्या पन्नाशीजवळ आले असताना त्यांचा एफुलता एक मुलगा मायकेल हा अचानक मोटार अपघातात मरण पावला. त्यानंतर डॉ. बेलिने यांनी दीड-दोन वर्षे त्यांना अवगत असणारे परामानसशास्त्रातील दूरसंवेदना, मानस संक्रमण, प्लँचेट, वेगवेगळी माध्यमे यांच्या साह्याने आपल्या मुलाच्या आत्म्यासमवेत संपर्क साधण्याचा प्रयत्न केला; परंतु कोणत्याही प्रकारे संपर्क साधेना.

परंतु त्यानंतर थोड्याच कालावधीने त्यांना एकाएकी आपल्याजवळ कुणी तरी अदृश्य स्वरूपात वावरत असते अशी सतत जाणीव होऊ लागली. प्रथमत: डॉ. बेलिने यांना आपण पुत्रशोकामुळे अतिशय भावनाप्रधान आणि हळुवार बनलो आहोत असे वाटले आणि दु:खातिरेकामुळे आपण वेडावत चाललो आहोत, अशी भीती वाटू लागली. ते ती जाणीव झटकून टाकण्याचा यत्न करू लागले तेव्हा ती अधिक तीव्रतर होत गेली आणि त्यांना आपल्या जवळ कुणी तरी वावरत असावे, अशी चक्क चाहूल लागली. जाणीव वाढतच गेली.

नंतर ४ एप्रिल १९७१ रोजी त्यांना एकाएकी कळले, की आपला मृत मुलगाच आपल्याबरोबर संपर्क साधण्याचा यत्न करीत आहे. त्यांनी मृत मुलगा मायकेल याला प्रश्न विचारून शेकडो फिती ध्वनिमुद्रित केल्या आहेत आणि त्या बॉन येथील प्रयगोशाळेत संशोधकांसाठी उपलब्ध आहेत. त्यातील आपल्या विषयाच्या दृष्टीने एका ध्वनिमुद्रित संभाषणातील मायकेलच्या बोलण्यात तो वास्तव्य करीत असलेल्या मरणोत्तर जगाचे माहितीवजा वर्णन खूपच काही सांगून जाते. डॉ. बेलिने यांचा प्रश्न असा होता –

"तुझं अस्तित्व ज्या जगात आहे ते जग कसं आहे?"

उत्तर ध्वनिमुद्रित झाले ते थोडेसे थांबून थांबून, तुटक शब्दांत, परंतु निश्चित स्वरूपाची माहिती देणारे होते...

"... हे अगदी वेगळंच जग आहे... सारं काही स्वप्नवत असल्याप्रमाणे... आणि शब्दात न सांगता येण्याजोगं... अत्यंत गतिमान, पारदर्शक... आणि अतिशय विचारमय... एखादं सतत कंपनशील स्वप्न असावं त्याप्रमाणं... या जगात चांगलं किंवा वाईट असा भेदाभेदच नाहीये... इथं घर ही कल्पनाच नाहीये... आणखी एक फरक म्हणजे तुम्ही ज्याला 'काल' म्हणता ती गोष्ट येथे अस्तित्वातच नाहीये... तुम्ही ज्याला 'क्षण' असं म्हणता ती कल्पना येथे अगदीच हास्यास्पद अशी वाटते..."

यापूर्वी अभ्यासलेले प्रयोग आणि हे डॉ. थोरवॉल्ड डेथलेफसन, डॉ. मोरे बर्नस्टीन आणि डॉ. बेलिने या त्रयीनं केलेले मानसशास्त्रीय प्रयोग पाहिले तर

त्यावरून एक निष्कर्ष असा निघू शकतो, की आपली 'जाणीव' हा ऊर्जेचाच एक प्रकार आहे. ही ऊर्जा जर आम्हाला त्या जगात पाठविता आली, तर त्या जगातील जाणीव आम्हाला या जगात बोलावून घेणे शक्य होईल. निदान भौतिकीशास्त्रातील नियमांप्रमाणे हे शक्य व्हावे आणि जर हे शक्य झाले, तर माणसाला भूतकाळ अथवा भविष्यकाळ सहज जाणून घेता येईल.

हीच कल्पना थोडी विस्तारित करून असे म्हणता येईल, की वरील तीन संशोधकांचे प्रयोग पाहता मृत्यूनंतरदेखील 'जाणीव' हा ऊर्जाप्रकार अस्तित्वात उरत असावा. कारण तो कालातीत आहे आणि याप्रमाणे जाणिवेच्या रूपात दुसऱ्या जगात प्रवेश केलेल्या व्यक्तीला भूत-भविष्य वगैरे सर्व काही पाहणे शक्य होत असावे.

उदाहरणार्थ, एखादी व्यक्ती मृत होऊन मरणोत्तर दुसऱ्या जगात गेली. या मरणोत्तर जाणीवरूपी अस्तित्वाला - म्हणजेच मृत व्यक्तीला आपले गाव पाण्यात बुडालेले दिसले, परंतु हा प्रकार तिच्या आयुष्यात घडला नसल्यामुळे तो प्रकार केव्हा तरी भविष्यकाळात घडणार, हे निश्चित. परंतु जाणीवरूपी ऊर्जा स्वरूपात असणाऱ्या या मृत व्यक्तीला कालमानाचे मोजमाप करणे शक्य नसल्यामुळे हा प्रकार नक्की केव्हा घडणार हे समजत नाही. म्हणून ती मृत व्यक्ती आपल्या प्रियजनांना या अरिष्टाची कल्पना देण्याचा प्रयत्न करते. केव्हा तरी ते शक्यही होतं.

प्रियजनांपैकी कुणाला तरी स्वप्न पडून व इतर काही तरी आभास घडून भयानक पूर येणार आणि गाव बुडणार हे समजते, परंतु हे नक्की केव्हा घडणार, हे सांगता येत नाही आणि दुसऱ्या जगात असलेल्या जाणीवरूपी अस्तित्वालादेखील ते सांगता येत नाही.

डॉ. जस्टिनस केर्नर या मानसोपचार तज्ज्ञ डॉक्टरांची एक विलक्षण सवय अशी की ते आपल्या रुग्णांच्या बारीकसारीक हालचाली, अवस्था आणि आपले निदान आणि उपचार याबाबत तपशीलवार माहिती लिहून ठेवत. 'दे सेहरीन फॉन प्रिव्होर्स्ट' या नावाने दोन खंडांत प्रकाशित झालेल्या ग्रंथात त्यांच्या सर्व संशोधनाची माहिती व्यवस्थित ग्रंथित केलेली आढळते.

श्रीमती फ्रेड्रिके हौफे ही रुग्ण स्त्री बराच काळ डॉ. जस्टिनस केर्नर यांच्याकडून उपचार करून घेत असे. श्रीमती हौफे यांना झोपेत चालण्याची (सोम्नॅम्बुलिस्ट) सवय होती. त्यांना सतत स्वप्ने पडत असत. या रुग्ण स्त्रीचे वडील श्री. हौफे डोंगराळ भागातील प्रिव्होर्स्ट या खेड्यात गुरे पाळण्याचा व्यवसाय करीत असत. एके काळी अति उत्तम आणि भरभरटीत चालणारा धंदा हळुहळू डबघाईला आला. हौफे आणि त्यांचा भागीदार यांच्यात मतभेद होऊन वाद न्यायालयापर्यंत गेला आणि हौफे यांचं दिवाळे निघालं.

परिस्थिती जशी खालावत जाऊ लागली तसतशी श्रीमती फ्रेड्रिके हौफे यांची प्रकृती

अधिकच नाजूक होऊ लागली. त्यांना सूर्यप्रकाशदेखील सहन होईना, अशी अवस्था निर्माण झाली. शेवटी त्या बंद खोलीतच पडून राहू लागल्या. तेथे त्या नेहमी बोलत असत. "कुणी तरी मला चुंबकीय उपचार करीत आहे... माझ्या मानेपासून छातीपर्यंत फक्त तीन बोटांनी उपचार करीत आहे... मला खूप बरं वाटतं..." मधून मधून त्या गुंगी आल्याप्रमाणे पडून राहत आणि नंतर शुद्धीवर आल्यानंतर सांगत, "मी माझ्या शरीराबाहेर पडून खूप उंच छताजवळ तरंगत होते... माझं शरीर मात्र बिछान्यावर पडलेलं मला स्पष्ट दिसत होतं... काही वेळानं माझी ही तरंगत राहण्याची अत्यंत आनंदमय अवस्था संपली आणि मी माझ्या शरीरात परत आले..."

२५ नोव्हेंबर १८२६ रोजी काही कारणामुळे श्रीमती फ्रेड्रिके हौफे वेनबर्ग येथील पूर्वी वडिलांच्या मालकीच्या असलेल्या घरात गेल्या. थोड्या वेळातच त्यांना गुंगी आल्याप्रमाणे वाटू लागले. त्या खुर्चीत बसून डुलकी घेऊ लागल्या. डॉ. केर्नर त्यांच्या समवेत होतेच. गुंगीत असताना श्रीमती हौफे तुटक तुटक शब्दांत बोलू लागल्या,

"...तो काय दाखवतो आहे? ...एक लांबलचक कागद... त्यावर अनेक आकडे, संख्या लिहलेल्या दिसतायत..."

...डावीकडच्या वरच्या कोपऱ्यात एक मोठी संख्या मांडलीय. या कागदाबद्दल मी लागलीच डॉक्टरांना सूचना द्याव्यात, असं तो सारखं मला सांगतोय..."

"... माझ्या शय्येपासून साठ पावलांवर असलेल्या विटांच्या इमारतीत एक मोठं दालन आहे. त्याला लागूनच एक लहान खोली आहे. तेथे एक टक्कल पडलेला माणूस एका टेबलाजवळ बसून काम करतोय... त्याच्या मागं आणखी एक खूप मोठं दालन आहे. तेथे खूप कपाटं, पेट्या, शेल्फ कागदांनी खच्चून भरली आहेत. त्या मधल्या कपाटावर कागदाचे तीन गठ्ठे ठेवलेले दिसताहेत. त्यातल्या मधल्या गठ्ठ्यात खूप खाली हा कागद ठेवलाय... तो कागदच माझे वडील हॉफे यांना फार क्लेशदायक ठरला आहे..."

डॉ. केर्नर यांनी सगळं बोलणं टिपून घेतलं. ती साठ पावलांवरील इमारत त्यांना ठाऊक होती. ते न्यायालय होते. तेथील जज्ज डॉ. केर्नर यांचे स्नेही होते. जज्जसाहेबांना विनंती करून डॉ. केर्नर त्या मागील दालनात गेले आणि तो 'क्लेशदायक कागद' त्यांनी शोधून काढला. त्यात श्री. हॉफे यांना पद्धतशीरपणे ठकविण्यात आल्याची संपूर्ण माहिती होती. आता मृत्यूपश्चात श्री. हॉफे यांना दोषमुक्त करून त्यांची सर्व संपत्ती परत करण्यात आली.

या गावात श्रीमती फ्रेड्रिके हौफे प्रथमच आल्या होत्या. संपूर्ण गावात त्यांच्या ओळखीचे कुणीच नव्हते आणि रुग्णावस्थेत असल्यामुळे गावात कुठेही न हिंडता त्यांना सरळ घरातच नेऊन बसवले होते. आता प्रश्न असा निर्माण होतो, की सर्व

माहिती श्रीमती हौफे यांना कुणी दिली? कारण त्या माहितीच्या अचूकपणाबाबत प्रश्नच नव्हता. दुसऱ्या कुणा जिवंत व्यक्तीला ही माहिती असण्याची शक्यता नव्हती. कारण वडिलांच्या काळातील कुणीही आता हयात नव्हते. म्हणजे मानस संक्रमण होण्याची शक्यता नव्हती. असली तर फक्त एकच शक्यता होती - ती म्हणजे कुणा तरी मृत व्यक्तीची जाणीव ऊर्जा स्वरूपात तेथे अस्तित्वात असावी आणि त्या ऊर्जा स्वरूपी जाणिवेबरोबर श्रीमती हौफे यांना कोणत्या तरी प्रकारे संपर्क साधता आला असावा.

म्हणजे आपण पुन्हा त्याच कल्पनेजवळ येतो, की माणसाची 'जाणीव' ही ऊर्जास्वरूपी असल्यामुळे ती मृत्यूनंतरदेखील नाश पावत नाही. यालाच कदाचित 'मरणोत्तर अस्तित्व' किंवा 'भूत' संबोधले जात असण्याची शक्यता नाकारता येत नाही.

दूरगतिकी, दूरसंवेदना किंवा मानस संक्रमण, अतींद्रिय संवेदना, आत्मा, मरणोत्तर अस्तित्व वगैरे परामानसशास्त्राशी संबंधित असलेल्या अनेक तथाकथित 'गूढ' बाबींवर आजकाल खूप संशोधन होत आहे. त्यातील सर्वच निष्कर्ष बरोबर आहेत किंवा वादातीत आहेत, असे म्हणता येणार नाही. कारण संशोधन करताना अनेक त्रुटी राहून जातात आणि कालांतराने त्या ध्यानात येतात. त्यामुळे मूळ संशोधनावर टीका करण्यापेक्षा साधनसामग्रीच्या साह्याने अधिक अचूक संशोधन करणे श्रेयस्कर. या संदर्भात नोबेल पारितोषिक विजेते चार्ल्स रिचे यांनी परामानसशास्त्रात संशोधन करणारे डॉ. श्रेंक नोझिंग यांना लिहिलेल्या एका पत्रातील शब्द अत्यंत बोलके आहेत. ते म्हणतात, "चुका होतात... होत जातात. त्यावर टीका होते आणि होणारच... तो शास्त्रीय संशोधनाचा एक अविभाज्य घटकच मानता येईल. संशोधन हे सुमार बुद्धीच्या लोकांचे कामच नाही... ते केवळ बुद्धिवंतांचेच काम आहे... आणि त्यांनी नेहमीच आपले अनुभव शक्याशक्यतेच्या तर्कावर पडताळून पाहावेत... योग्य वेळी 'सत्य' आपल्या अनुपम सौंदर्यासहित प्रकट होईल...

"तत्वज्ञानाच्या क्षेत्रात अनेक अशक्य बाबींचा आणि परस्परविरोधी विचारांचा गोंधळ आहे. त्याबाबत काही करता येत नाही.. परंतु स्वच्छ, प्रामाणिक संशोधन करणे तर आमच्या हातात आहे ना?"

संदर्भ

Steiger B.: "ESP- Your Sixth Sense", Award Books, New York, 1966.

Raudive C.: 'Break Through' Taplinger, New York, 1971.

Raudive C.: Voice From Nowhere, Man, Myth and Magic : 87:

2453, 1971.
Daniken E. V.: "Miracles of the Gods" Corgi Books, London, 1975.
Doyle A. C.: "Edge of Unknown", Oxford University Press, London, 1930.
Dethletson J.: Das Leben Nach Dem Leben, Munich, 1974.
Bernstein M.: "Protokoll einer Weildergebert Berne, 1975.
Belline: Das dritte Ohr. ein Dialog mit dem Jenseits, Bonn, 1973.
Daniken E. V.: "According to the Evidence" Corgi Books, London, 1977.

मानवाचा नवा अवतार

एक अगदी नेहमीचा अनुभव म्हणून सांगता येईल. चांगल्या उद्देशाने उपक्रम, व्यवसाय अथवा संस्था सुरू केल्या जातात. मूळ उद्दिष्ट जोपासणारे संस्थापक अथवा त्यांचे निकटवर्ती जोपर्यंत त्या व्यवसायात अथवा संस्थेत टिकून असतात तोपर्यंत सर्व काही उत्तम चालते. संस्थेची भरभराट होते. नंतर त्यात कोत्या मनाची, भ्रष्ट विचारांची माणसे शिरतात आणि मूळ उद्देशांची वासलात लागते. मानवाच्या ज्ञान-विज्ञानाची कथा काही फार वेगळी नाही. मुळात सर्व ज्ञान आणि विज्ञान मानवाच्या कल्याणासाठीच निर्माण झाले आणि मानवाचे कल्याण हेच अंतिम ध्येय मानले जात होते. विज्ञान क्षेत्रात देखील कालांतराने कोत्या विचारांच्या आणि सामान्य बुद्धीच्या माणसांनी प्रवेश केला. त्यामुळे आज विज्ञान क्षेत्रात केले जाणारे बहुतांश संशोधन चाकोरीतून जाणारे, ठराविक साच्यातून बाहेर पडणारे एकसुरी आहे. त्यात प्रतिभा किंवा बुद्धिमत्तेची भरारी अभावानेच आढळते.

झपाट्याने प्रगत होत जाणाऱ्या जीवनात वैश्विक शक्तींचा फार मोठा सहभाग असून देखील या ठराविक चाकोरीतून निर्माण होणाऱ्या संशोधनात वैश्विक शक्तींच्या योगदानाची क्वचितच दखल घेतली जाते. साहजिकच बहुतेक संशोधन सुमार दर्जाचे ठरते. आपल्या भारतीय संशोधनाबाबत बोलावयाचे तर अधिकांश संशोधन हे चरितार्थाचे साधन आणि पोटापाण्याच्या व्यवस्थेसाठी केलेला खटाटोप या पुरतेच मर्यादित असते ही आपल्या देशाची शोकांतिका आहे.

अर्थात सन्माननीय अपवाद सदा सर्वकाळ असतातच. तसे या संशोधन क्षेत्रात देखील आहेत.

चंद्राचा पृथ्वीभोवती आवर्तन करण्याचा कालावधी आणि स्त्रियांच्या मासिक पाळीचा कालावधी यांच्यामधील विलक्षण साम्य पाहून डॉ. यूजेन योनास यांनी पूर्व युरोपीय देशांमधून पन्नास लक्षांपेक्षा अधिक स्त्रियांची तपशीलवार माहिती नोंदवून मासिक पाळीचा कालावधी हा त्यांच्या जन्मतिथीच्या आठवड्यातच असतो हे सत्य शोधून काढले आणि त्या जन्मतिथीवर आधारित असे 'सुरक्षित' आणि 'धोकादायक' दिवसांचे वेळापत्रक तयार केले. पाहणी केलेल्या दोन कोटींपेक्षा अधिक स्त्रियांनी

पंधरा वर्षांपेक्षा अधिक काळ हे वेळापत्रक उपयोगात आणले होते आणि त्याला ९८ टक्क्यांपेक्षा अधिक यश लाभले असा दावा शासकीय अहवालात करण्यात आला. वैश्विक शक्तींचा सहभाग ओळखून तो गृहीत धरून कल्पकतेने केलेले संशोधन यशस्वी ठरले तर त्यात नवल ते काय?

न्यूयॉर्क हॉस्पिटलमध्ये करण्यात आलेल्या अगणित शस्त्रक्रियांपैकी 'अत्यंतिक रक्तस्त्राव' झालेल्या सर्व शस्त्रक्रियांच्या नोंदी डॉ. एडसन ॲन्ड्र्यू यांनी एकत्रित केल्या आणि त्यांची तारीखवार चांद्रतिथी समवेत सांगड घातली तेव्हा असे आढळून आले, की या सर्व शस्त्रक्रिया पौर्णिमेजवळील तिथीला अथवा पौर्णिमेलाच करण्यात आल्या होत्या. वद्य पक्षात झालेल्या शस्त्रक्रियांबाबत 'अत्यंतिक रक्तस्त्रावाचे अहवाल' अभावानेच नोंदलेले आढळले. याचा स्पष्टच अर्थ असा की माणसाच्या दैनंदिन जीवनातील व्यवहारांवर चंद्राचा प्रभाव निश्चितपणे दिसून येतो. परंतु हीच गोष्ट फलज्योतिष्याने सांगितली तर ती हसण्यावारी नेली जाते!

डॉ. शिझोव्हस्की यांनी युरोपातील प्लेग, कॉलरा आणि घटसर्पाच्या भयानक साथी आणि दर अकरा वर्षांनी येणाऱ्या सौर डागांचा कालावधी एकच असल्याचे तारीखवार दाखले प्रसिद्ध केले. सोव्हिएत युनियनमध्ये आलेली टायफसची भयानक साथ अमेरिकेतील देवीची साथ या सौर डागांच्या आवर्ती चक्र कालावधीशी निगडित आहे.

इतकेच नव्हे तर जगभर पसरलेल्या ब्रिटिश साम्राज्यातील हुजूर पक्ष आणि मजूर पक्ष यांच्या दरम्यान होणारे सत्तेचे हस्तांतरणदेखील सौर डागांच्या आवर्ती चक्राच्या कालावधीशी निगडित असल्याचे स्पष्टपणे दिसून आले. मानवी जीवनातील आरोग्य आणि सामाजिक घडामोडी यांच्यावर देखील वैश्विक शक्तींचा प्रभाव पडत असतो, हे निदर्शनाला आणणारे संशोधन खरोखरच कल्पक आणि प्रतिभासंपन्न संशोधनाचा अविष्कार म्हणावयास पाहिजे. यात रूढ चाकोरीचा दूरान्वयेदेखील संबंध प्रस्थापित होऊ शकत नाही.

जर्मनी आणि सोव्हिएत युनियनमधील कोळसा खाणीत आणि रस्त्यावरील रहदारीत होणारे नित्य नैमित्तिक अपघात सौर डागांच्या कालावधीत चौपटीने वाढतात हे डॉ. लिन्जेमान यांनी रुग्णालयातील नोंदींच्या सहाय्याने सिद्ध केले.

डॉ. मायकेल गॉकिलिन यांनी जन्मकाळीचे ग्रहमान आणि नवजात बालकाचा व्यवसाय यावर अप्रतिम संशोधन केले. इतकेच नव्हे तर जीवशास्त्रातील अनुवांशिकतेच्या सिद्धांतालादेखील ग्रहमान पुष्टीकारकच ठरते हे दाखवून दिले. अनुवांशिकतेप्रमाणे ठराविक जनुके (जीन्स्) आई-बापांकडून मुलांमध्ये उतरतात आणि त्यामुळे ठराविक गुणवत्ता - वैशिष्ट्ये आई-बापांकडून मुलांमध्ये उतरतात हे जीवशास्त्रातील सिद्ध प्रमेय आहे. डॉ. गॉकिलिन यांनी तीस हजारांपेक्षा अधिक आई-बापांच्या जोड्या

नोंदवून त्यांचे व्यवसाय आणि जन्मकाळी प्रभाव टाकणारे ग्रह यांची नोंद केली आणि नंतर त्यांच्या मुलांचे व्यवसाय आणि मुलांच्या जन्मकाळी प्रभावी असणारे ग्रह यांची नोंदणी केली. संशोधनातील निष्कर्ष केवळ थक्क करणाराच होता. आई-बाप ज्या ग्रहांच्या प्रभावाखाली जन्मले त्याच ग्रहांच्या प्रभावाखाली त्यांची मुलदेखील जन्मली होती आणि त्यांनी आई-बापांचाच व्यवसाय निवडला होता.

या प्रकारचे कल्पक आणि प्रतिभावान संशोधन क्वचितच आढळून येते. गेल्या पन्नास वर्षांचा आढावा घेतला, तर संशोधन एका ठराविकच चाकोरीतून जात आहे आणि त्यात प्रतिभावंत संशोधकांना काहीही वाव उरला नाही असेच दृश्य पहावयास मिळते. विद्यापीठांमधून दिल्या जाणाऱ्या उच्च विज्ञान शिक्षणाचीदेखील अशीच केविलवाणी परिस्थिती दिसून येते. क्रमिक अभ्यास पाठ शिकविताना असे काही आगळेवेगळे प्रसंग आलेच असतील किंवा काही विचित्र वाटणाऱ्या घटना घडून आल्या असतील ज्यांची स्पष्टीकरणे देणे शक्य झाले नाही. परंतु त्या बहुतेक प्रसंगी 'असे काही घडलेच नाही' म्हणून त्यावर पांघरूण घालून वेळ मारून नेली गेली. वास्तविक अशा साऱ्या विचित्र घटना-प्रसंग एकत्रित करून त्यांचा डोळसपणे विचार केला तर त्यातून काही तरी अर्थबोध होऊ शकेल, अशी शक्यता निर्माण होते आणि अशी परिस्थिती निर्माण झाली तर ती नवी सुरुवात आहे असे म्हणावयास हरकत नाही... अर्थात याची निश्चित रूपरेषा आजच सांगता येणार नाही.

कदाचित माझ्या कल्पना विज्ञान शाखेत काम करणाऱ्या प्राध्यापक - संशोधकांपेक्षा खूपच वेगळ्या असतील किंवा त्यांनी स्वत:ला घालून घेतलेल्या मर्यादांच्या खूप पलीकडे असू शकतील आणि त्या मर्यादा उल्लंघून जाणे त्यांना मानवणारे नाही.

जे आमच्या विज्ञानात बसू शकत नाही किंवा ज्याचे आम्हाला स्पष्टीकरण देता येत नाही ते सर्व 'गूढ' आहे असे म्हणण्याची प्रथाच पडून गेली आहे. हे 'गूढ' किती गहन असू शकेल यालादेखील मर्यादा नाही. आम्ही सतत झापडे लावून पाहतो आणि जसे दिसावे अशी आमची अपेक्षा असते तेवढेच आम्ही पाहतो. बाकीचे, 'काही दिसलेच नाही' असे समजून त्यावर पडदा टाकतो. परंतु हे सर्व कूपमंडूक वृत्तीचे द्योतक म्हणता येईल. जे काही 'गूढ' आहे त्याचा चौकसपणे आणि तर्कबुद्धीने मागोवा घेता येतो यावर माझा विश्वास आहे. गूढविद्या उपासक जे काही सांगतात ते सर्व खरे आहे असे मी मुळीच मानीत नाही किंवा तसे प्रतिपादनदेखील करीत नाही. कृपा करून कुणीही तसा समज करून घेऊ नये. परंतु गूढविद्यावाद्यांच्या आणि विज्ञानवादी संशोधकांच्या चिंतनाच्या मर्यादा कुठे तरी एकमेकांना मिळत असतीलच ना?

मानवी वर्तनात काही गोष्टी इतक्या सातत्याने आणि प्रकर्षाने जाणवत राहतात की त्यांच्याकडे दुर्लक्ष करणे शक्य होत नाही. उदाहरणच द्यावयाचे तर पहा!

आत्मा, भूतखेतादी जीवात्मे वगैरे अदृश्य बाबींवर किंवा कधीही न पाहिलेल्या परमेश्वरावर विश्वास ठेवणे या गोष्टी सरसकट इतक्या प्रकर्षाने आढळतात की त्या केवळ योगायोगानेच घडून आल्या आहेत असे विधान करणे धाडसाचे होईल. जीवशास्त्राचा एक विद्यार्थी या भूमिकेतून मी त्यावर पटकन विश्वास ठेवणार नाही. परंतु त्याचबरोबर तीव्रतेने जाणविणारा एक विचार असाही तरळून जातो की इतके असंख्य लोक ज्यावर विश्वास ठेवतात त्याला काही ना काही कारण परंपरा असेलच ना? ती काय असावी?

आज डोळसपणे आजुबाजूला पाहिले तर एक गोष्ट सहजच लक्षात यावी की जगात उपलब्ध असणारी सर्व साधनसंपत्ती (रिसोर्सेस) केव्हा ना केव्हा तरी संपणारच आहे. जेव्हा ती सर्व संपुष्टात येईल तेव्हा माणूस काय करील? त्याला स्वत:वर विसंबून राहावेच लागेल आणि त्यावेळी या सर्व 'गूढ' ज्ञानाची आवश्यकता भासेल. पृथ्वीबाहेर असलेल्या साधनसंपत्तीकडे मोहरा वळवावा लागेल. अवकाशात कुठे जीवन जगण्यास योग्य अशी परिस्थिती आहे काय, याचा शोध घ्यावा लागेल.

अवकाशातील जीवशास्त्राचा मागोवा घेणारी एक्झोबायॉलॉजी ही जीवशास्त्राची नवी शाखा अलिकडेच अस्तित्वात आली. १९५९ मध्ये पृथ्वीवर येऊन पडलेल्या एका उल्केच्या तुकड्यावर जैविक पदार्थाचे (ऑरगॅनिक सब्स्टन्सेस) अवशेष आढळून आले होते. हे अंश पृथ्वीवरील जैविक पदार्थाचे अंश आहेत, की ते उल्के समवेत अवकाशातून पृथ्वीवर आले, यावर भरपूर वादंग माजले आणि शास्त्रज्ञांमध्ये तीव्र मतभेद होऊन तो प्रश्न शेवटी अनुत्तरितच राहिला. तेव्हा अवकाशातील दुसऱ्या कोणत्या तरी ग्रहावर जीवसृष्टी असावी किंवा नाही, हा प्रश्न केवळ तर्कावरच सोडून देण्यात आला.

खगोलशास्त्रज्ञांच्या मते, आपल्या आकाशगंगेतील अब्जावधी ताऱ्यांपैकी किमान एक लाख ताऱ्यांसभोवती आपल्या सूर्यमालेप्रमाणे ग्रहमाला असावी आणि त्यावर जीवसृष्टी असण्याची शक्यता नाकारता येत नाही. याचा सरळच अर्थ असा निघू शकतो, की पृथ्वीच्या बाहेर किमान एक लाख मानवसदृश विचारवंत प्राणी असू शकतील. अर्थात त्यांच्यासमवेत संपर्क साधणे फार कठीण आहे. कारण हे तारे पृथ्वीपासून हजारो प्रकाशवर्षे दूर आहेत आणि मानवी आयुष्य इतके तोकडे आहे, की एक शतक पूर्ण करण्यापूर्वीच त्याची इतिश्री होते.

पृथ्वीवरील कोणत्याही सजीवाचे शरीर इतके दीर्घकाल टिकून राहू शकत नाही.

दुसरी महत्त्वाची गोष्ट म्हणजे, अणुतंत्रज्ञान विकसित करणारी जमात फार काळ टिकाव धरू शकत नाही. या तंत्रज्ञानाच्या जवळ जाणारी जमात लवकरच स्वत:चा नाश ओढवून घेते; परंतु या तंत्रज्ञानाजवळ जाऊनदेखील जर एखादी जमात अस्तित्वात राहू शकली, तर तिला दूरस्थ ताऱ्यांवरील - ग्रहांवरील सजीव सृष्टी

समवेत संपर्क साधता येईल.

आकाशगंगेतील इतर कोणत्यातरी ताऱ्यांसभोवती फिरणाऱ्या एखाद्या ग्रहावर मानव सदृश जमात अस्तित्वात आली असेल आणि त्यांनी अणु तंत्रज्ञान विकसित केले असेल, तर ती जमात विनाशाजवळ जाऊन पोचली असेल अथवा आतापर्यंत नष्टदेखील झाली असेल.

अवकाशातील इतर कोणत्यातरी ताऱ्यावर अथवा ग्रहावर असणाऱ्या मानव-सदृश जमातीची माहिती निदान आज तरी उपलब्ध नाही.

मानवाने अणुतंत्रज्ञान आत्मसात केले आणि सर्वनाश होण्यापूर्वीच स्वत:ला सावरले. म्हणूनच कदाचित आता भविष्यकाळात अधिक प्रगत तंत्रज्ञान हस्तगत करून मानवाला अवकाशातील इतर ग्रहांवर झेप घेता येईल आणि इतर कोणत्या तरी ग्रहावर मानवसदृश जमात विकसित झाली असेल तर त्यांच्याशी संपर्क साधता येईल. तो क्षण केव्हा येईल हे आज सांगता येणार नाही; परंतु मानवाची पावले मात्र निश्चितच त्या दिशेने वाटचाल करीत आहेत.

जीवशास्त्रातील विकास सिद्धांताप्रमाणे पृथ्वीवरील मानवाचा जन्म गेल्या सात-आठ लाख वर्षांच्या कालावधीतच झालेला आहे. सुमारे अडीच फूट उंचीचा 'ड्रायोपिथेकस डार्विनाय' हा चतुष्पाद मानवाचा पूर्वज म्हणून डार्विनने नमूद केला आहे. हे अत्यंत विसंगत आणि तर्कबुद्धीला न पटणारे विधान आहे.

'मुळात विकास सिद्धांतानुसार सजीवांमध्ये अत्यंत सूक्ष्म बदल होत जातात आणि हे बदल अत्यंत हळुहळू कोट्यवधी वर्षांच्या कालावधीत घडून येतात,' असे खुद्द डार्विनच म्हणतो. मग अडीच फुटांपासून सहा फुटांपर्यंत वाढलेला देह हा केवळ सात लाख वर्षांत घडलेला 'सूक्ष्म' बदल आणि चतुष्पाद अवस्थेतून द्विपाद अवस्थेकडे स्थित्यंतर हाही 'सूक्ष्म' बदल म्हणावयाचा काय?

'ड्रायोपिथेकस' या प्राण्याच्या कवटीतील जेमतेम दीडशे घन सेंटीमीटर आकाराचा मेंदू मानवाच्या दोन हजार घन सेंटीमीटर आकाराच्या प्रचंड मेंदूमध्ये रूपांतर पावतो हा देखील 'सूक्ष्म' बदल म्हणावयाचा काय?

एरवी विकास सिद्धांताप्रमाणे बदलत जाणाऱ्या सजीवांचे कोट्यवधी वर्षांपूर्वीचे अवशेष सहज उपलब्ध होतात आणि त्यामानाने अत्यंत अलीकडच्या काळातील मानवाचे कोणतेही अवशेष कुठेच कसे सापडत नाहीत?

एरिक फॉन डॅनिकेन यांनी माणूस अवकाशातील कोणत्या तरी ग्रहावरून पृथ्वीवर आला असावा किंवा अवकाशातून वेळोवेळी पृथ्वीवर येणाऱ्या अवकाशातील प्रगत अतिमानवी जीवांनी पृथ्वीवर काही अगम्य तांत्रिक प्रयोग करून माणूस निर्माण केला आणि त्यामुळे तो विकास-सिद्धांताच्या मालिकेत बसू शकत नाही, अशी विलक्षण आकर्षक कल्पना मांडली. या कल्पनेबाबत सविस्तर चर्चा 'पृथ्वीवर माणूस

उपराच’ या लेखमालेत येऊन गेली.

डॉ. इव्हान सँडरसन यांनी आणखी काही पावले पुढे जाऊन तशीच आणखी एक अति आकर्षक कल्पना मांडली. या कल्पनेनुसार मानवी आयुष्य कीटकाच्या आवर्ती जीवनचक्राप्रमाणेच (लाईफ सायकल) अंडी, अळी, कोष आणि प्रौढावस्था अशा अवस्था दाखविते.

डॉ इव्हान सँडरसन यांच्या सिद्धांताप्रमाणे कोणत्यातरी दूरस्थ ग्रहावरून मानवी अंडी पृथ्वीवर आणून रुजविण्यात आली आणि तेव्हापासून आज माणूस ‘अळी’ अवस्थेच्या अखेरीपर्यंत येऊन ठेपला आहे. आता मानव स्वत:च्या बुद्धिमत्तेच्या धाग्यांनी स्वत:भोवती कोष विणू लागला आहे. काही कालावधीतच आमची मने संगणकासारख्या यांत्रिक कोषात संपूर्णत: अडकली जातील. त्यानंतर जे काही घडणार असेल ते घडेल आणि त्यातून उडत्या तबकड्यांसारखी प्रौढावस्था बाहेर पडून तो दुसऱ्या कोणत्या तरी ग्रहावर जाऊन अंडी घालील.

पृथ्वीवर उपलब्ध असणारी वेगवेगळी द्रव्ये (मॅटर) एकत्रित करून त्यापासून सजीवाची निर्मिती करणे आजवर शक्य झाले नाही. मानवाच्या अत्यंत प्रगत विज्ञानाची भरारी लक्षात घेतली तरीदेखील ही गोष्ट नजिकच्या भविष्यकाळात शक्य वाटत नाही अणि जी गोष्ट मानवाला येथे साध्य करता आली नाही, ती दुसऱ्या कोणत्या तरी ग्रहावर जाऊन पोहोचल्यानंतरदेखील साध्य करणे शक्य होणार नाही.

त्याबद्दल अधिक विचार केला तर ही गोष्ट विद्युत चुंबकीय स्वरुपात असणाऱ्या ऊर्जा अस्तित्वाला मात्र शक्य कोटीत उतरविता येईल. ती ऊर्जा अवस्था पृथ्वीवर इतस्तत: विखुरलेली द्रव्ये एकत्र करून सजीव शरीराची निर्मिती करू शकेल, असा अनेक शास्त्रज्ञांचा कयास आहे.

दुसरी तितकीच महत्त्वाची बाब म्हणजे अवकाशातून प्रवास करीत दुसऱ्या कोणत्या तरी ग्रहावर जाऊन पोहोचणे आज मानवासहित कोणत्याही सजीवाला शक्य नाही.

त्या दृष्टीने विचार केला तर विद्युत चुंबकीय लहरी विश्वात अनिर्बंध संचार करीत असतात आणि थोडक्या कालावधीत खूप दूरवर पोचू शकतात. याचाच अर्थ सजीवाचे अस्तित्व म्हणजेच मानवाचे अस्तित्व विद्युत चुंबकीय ऊर्जा स्वरुपात रूपांतरित झाले तर त्याला अवकाशातील प्रवास काहीही अडचण न होता पार पाडता येईल आणि या विद्युत चुंबकीय ऊर्जा स्वरुपात कोणत्याही सोयिस्कर ठिकाणी, कोणत्याही ग्रहावर पोहोचल्यानंतर तेथील द्रव्यांपासून सजीव शरीराची निर्मिती करणे शक्य होईल. अन्यथा सोयिस्कर जागा सापडेपर्यंत अंतराळात भटकत राहता येईल.

या सर्व बाबी लक्षात घेऊन डॉ. इव्हान सँडरसन म्हणतात, की एरिक फॉन

डॅनिकेन यांच्या कल्पनेप्रमाणे मानव जर कोणत्या तरी परग्रहावरून आला असेल, तर तो याच विद्युत चुंबकीय ऊर्जा स्वरुपात पृथ्वीवर येऊन पोहोचला असणार आणि याच विद्युत चुंबकीय ऊर्जा स्वरुपातील अस्तित्वाला कदाचित आम्ही 'आत्मा' म्हणून संबोधत असू, याच ऊर्जा स्वरुपात तो अवकाशातून दुसऱ्या ग्रहावर जाऊन पोहोचणे शक्य आहे.

आज एरिक फॉन डॅनिकेनचा सिद्धांत मान्य करण्याइतका पुरावा उपलब्ध नाही त्यामुळे इव्हान सँडरसन यांची कल्पना केवळ 'कल्पना' याच सदरात राहू शकते; परंतु आजची आमची विज्ञान प्रगती आणि तांत्रिक ज्ञान पाहता सहजच असा विचार मनात तरळून जातो, की कदाचित हे शक्य असेल आणि मग असाही तर्क करता येतो, की आमचा प्रगतीचा या पुढील टप्पा म्हणजे विद्युत बौद्धिकता असणार. कारण कोणत्याही ग्रहावर जाऊन निर्जीव द्रव्यांपासून सजीव द्रव्य निर्माण करण्याचा तो एकमेव मार्ग असू शकेल.

आज आमच्या काळात यांत्रिक मने असलेली यांत्रिक बुद्धिमत्तेची पहिली पिढी आताच निर्माण झाली आहे. ठराविक प्रिंटेड सर्किटप्रमाणे सध्या इलेक्ट्रॉन्स तारांमधून गतिमान आहेत. सध्या ते काही प्रमाणात आमच्यावर अवलंबून आहेत; परंतु नंतरच्या पिढीत ती केवळ विद्युत क्षेत्रे बनतील आणि अवकाशात राहू शकतील अथवा कोणत्या तरी ताऱ्यावर किंवा ग्रहावर जाऊन विकीरणाने येणारी ऊर्जा शोषण करतील आणि नवा अवतार धारण करतील.

डॉ. सँडरसन यांच्या कल्पनेप्रमाणे आम्ही खरोखरच एखाद्या निर्बुद्ध अळीप्रमाणे जगातील सर्व चांगल्या गोष्टी अधाशाप्रमाणे खाऊन फस्त करीत सुटलो आहोत आणि आमचा सर्वनाश ओढवून घेत आहोत; परंतु आमच्या आतच आता प्रौढावस्था स्फुरत असल्याची चिन्हे निश्चित जाणवू लागली आहेत. ती प्रौढावस्था जेव्हा बाहेर येईल तेव्हा आजच्या सुपर कंम्प्युटरकडेदेखील ते एखादे खेळणे असावे इतक्या तुच्छतेने पाहील.

विकास सिद्धांताप्रमाणे माणूस हा प्राणिजगताचा सर्वांत लहान मुलगा आता जेमतेम पौगंडावस्थेत (ॲडोलेसन्स) आला आहे आणि यौवनसुलभ अविचारानेच वागतो आहे. जगाचा नाश करीत आहे; परंतु त्याची पौगंडावस्था संपत आल्याची चिन्हेदेखील दृग्गोचर होऊ लागली आहेत. कारण बहुतेक सजीव केवळ वर्तमानकाळात राहतात. माणूस मात्र त्या पलीकडे जाऊन विचार करू लागला आहे. त्याला स्वत:बद्दलची जाण (अवेअरनेस), आयुष्याबद्दलची जाणीव (कॉन्शसनेस) आणि मृत्यूबाबतची जाणीव निर्माण झाली आहे. म्हणजेच विचार आणि चिंता या दोन जाणिवा होऊन तो त्यापासून दूर जाण्याचा यत्न करीत आहे आणि विचारपूर्वक आजुबाजूच्या सृष्टीसमवेत तद्रूप होण्याच्या खटपटीत माणसाची क्षमता केव्हा तरी

इतकी वाढेल, की तो रूपांतरण करू शकेल अणि आजच्या मानवी अवस्थेच्या तुलनेत ती रूपांतरित अवस्था कदाचित अतिमानवी अवस्था असू शकेल.

कशी असेल ती?

संदर्भ

Watson L. : Physics of life in Natural History of Super Natural Hodder and Stoughton, London, 1974.